xứ động vật
tân truyện

Toàn tập Tân truyện Xứ Động Vật
đã được Tác giả đọc lại, có chỉnh sửa,
đôi chỗ có khác với những bản
từng công bố trước đây.
CTB 2022

CUNG TÍCH BIỀN

XỨ ĐỘNG VẬT

Tân truyện

THẢO THẢO
2022

XỬ ĐỘNG VẬT
Tân truyện Cung Tích Biền
Thao Thao Xuất bản 2022

Chủ biên Trần Ngọc Nhị Hoàng
Đọc bản thảo: Nhị Hoàng

Trình bày Bìa: Hubert Phan
Tranh bìa: Họa sĩ Phan Nguyên
Dàn trang: Lê Giang Trần

Giờ Thiêng khởi tự Cái Chuồng.

Chuồng có nghìn năm văn hiến,
biển Đông rì rào,
và biên giới cắm mốc.
CTB

Gởi những trái tim nồng cháy,
những xuống đường.

Tri ân những lương tâm rực rỡ
trong chốn lưu đày, nơi quê hương tôi.
CTB

gởi Hoàng Thị Kim
người Bạn Đời
năm mươi năm Gió Bụi
CTB

xác thân rã mục lời thề
mùa đi lá rụng đường về xuân thu
Hoàng Trúc Ly

LỜI NHÀ XUẤT BẢN THAO THAO

Cung Tích Biền, là một Nhà văn đã thành danh thời Việt Nam Cộng Hòa, từ những năm 60s thế kỷ trước. Ông từng xuất hiện trên hầu hết những tạp san văn chương có giá trị như Bách Khoa, Văn Học, Nghệ Thuật, Khởi Hành. Vấn Đề, Diễn Đàn, Quần Chúng, Thời Tập, Tuần báo Đời... Và, thường trực có mặt cho đến tháng Tư năm 1975, với tiểu thuyết đăng hàng ngày [feuilleton] trên các nhật báo hàng đầu tại Sài gòn như Sống, Hòa Bình, Độc Lập, Sóng Thần, Điện Tín, Đông Phương... Ông có rất nhiều độc giả trong gần sáu mươi năm qua.

Sau biến cố 30 tháng Tư 1975, cũng như các nhà văn thành danh khác của Việt Nam Cộng Hòa, các tác phẩm của ông bị liệt vào danh sách chung, thu gom, đốt bỏ. Chế độ mới có văn bản cấm in ấn, phát hành, lưu trữ bất cứ tác phẩm nào trong đó.

Tác giả tuyệt đối không viết gì trong 12 năm, từ sau tháng Tư 1975. Năm 1987, khi tình tình chính trị thế giới biến chuyển mạnh mẽ, một không/thời gian mùi chín, đưa tới sự sụp đổ của toàn bộ hệ thống Xã hội chủ nghĩa Đông Âu, và cả Đế chế Sô Viết Nga, ông cầm bút trở lại.

Hầu hết các Tân truyện trong tập sách này được ông viết ngay khi còn ở trong nước, khoảng thời gian 2007, khi việc hạn chế tự do tư tưởng, tự do sáng tác của nhà đương quyền còn rất gắt gao.

Toàn tập Tân truyện *Xứ Động Vật* đã được công bố trên nhiều trang mạng, cũng như các tạp chí văn chương hải ngoại, ngay khi Tác giả còn ở trong nước. Lần xuất hiện đầu tiên là trên trang mạng Văn học Da Màu, Văn chương Không Biên giới, *http:wwwdamau. org* nhân số Đặc biệt Văn chương Cung Tích Biền từ ngày 23 -3 đến 28-3 -2008, tại Mỹ.

**

Xứ Động Vật gồm 6 thiên tân truyện. Trừ truyện đầu sách Mùi Gió Mùa [ngắn] như một tuyên ngôn chung cho toàn tập, 5 [năm] tân truyện còn lại là những liên truyện. Mỗi liên truyện gồm nhiều tiểu truyện – 23 tiểu truyện tất cả. Mỗi tiểu truyện có thể xem như một truyện ngắn.

Với kỹ thuật phi cấu trúc, không bố cục theo sắp xếp thường hằng có từ truyền thống, các tân truyện không có mở - đóng. Qua thủ pháp đặc thù của Tác giả, toàn thể tự sự là một liên trần thuật, toàn tập Xứ Động Vật có thể xem xuyên suốt như một truyện dài, phong văn tiểu thuyết.

Từ năm 2007, dưới sự kiểm duyệt, cắt bỏ gắt gao, cấm ngăn việc tư nhân tự do in ấn của nhà đương quyền, Tác giả đã tự lập Nhà xuất bản mang tên Một Mình, tự in và phát hành sách, không thông qua sự kiểm duyệt của Nhà nước.

Trong nhiều đầu sách Tác giả tự in ấn phát hành khi ông còn ở trong nước, chịu bao khó khăn, đã có *Xứ Động Vật, T*ân truyện này, xuất bản vào năm 2009. Quý độc giả, bằng hữu hiện nay còn lưu giữ những bản in của Nhà xuất bản Một Mình do Nhà văn trao tặng, âu cũng là kỷ niệm quý giá của một thời. Tác phẩm, vừa in vừa chạy, kiểu bà mẹ đẻ con mà phải "Đẻ chui".

**

Việt Nam là một đất nước có một dòng chảy lịch sử khá đặc biệt, đầy nghịch cảnh vì mâu thuẫn ý thức hệ chính trị. Sự đối kháng này đưa tới một cuộc chiến tranh Bắc-Nam hai mươi năm. Hòa bình được lập lại từ tháng Tư 1975, nhưng một cuộc ly tán khác đã xảy ra. Và, cuộc chiến tử sinh về lý tưởng Quốc-Cộng vẫn còn chưa có ngày chấm dứt.

Mặc dù thế, Tác giả lẫn tác phẩm của *Xứ Động Vật một thời khe khắc, đã* "đành lòng" hòa mình vào lịch sử, những biến động thời cuộc, một khí hậu nóng bức của xã hội chính trị hậu chiến, *chữ nghĩa ấy vẫn trung thành với* hành trang văn chương. Phản ảnh trung thực một xã hội tối tăm, một khí hậu lịch sử cháy bỏng của chiến tranh, huynh đệ tương tàn, cốt nhục chia lìa trên giới ranh tử sinh ý thức hệ chính trị, nhưng văn chương và chữ nghĩa Cung Tích Biền không hề là một con tin của chính trị. Nó bay bổng, thoát ngoài, đầy minh triết, đậm tính nhân văn, luôn giữ thẩm mỹ ngôn ngữ, và bản lĩnh / bản thân của Tác giả lẫn tác phẩm.

Với một văn phong trong sáng và thanh thoát, thủ pháp của hiện thực huyền ảo, đã biểu đạt rõ nét phần nào những chiêm nghiệm sâu lắng mà Độc giả mong đợi.

**

Nhà văn Cung Tích Biền xuất hiện trên văn đàn Miền Nam khá sớm, từ năm 1956, với những bút hiệu khởi đầu như Uyên Linh, Việt Điểu, trước khi có bút hiệu Cung Tích Biền, tháng 3 năm 1966 – với Ngoại ô Dĩ An và Linh hồn Tôi, trên tuần báo Nghệ thuật.

Ngay thuở ban đầu "thử bút với những bút hiệu non trẻ" ông đã đoạt một số giải thưởng, giải truyện ngắn toàn Quảng Nam 1958, giải Thơ Quốc Học Huế. Năm 1960 một thời gian, ông từng phụ trách một chương trình thơ tại Đài thanh Huế, với tên gọi Con Tàu Thi Ca.

Cung Tích Biền có một tác phong cầm bút Đường Trường. Nhìn chung đời sống của ông khá bí ẩn. Thầm lặng, khiêm tốn, hiếm khi xuất hiện trước đám đông, hạn chế tối đa việc giao tiếp với bên ngoài, cả thư từ, thăm viếng qua lại; chấp nhận một đời sống thanh bần; thoát ngoài những thị phi nhân thế; một đời dài kiên định tác phong và vị thế một nhà văn Độc lập. Không có mặt trong bất cứ hội Nhà văn, Pen Club nào, từ trung ương tới địa phương, trong cũng như ngoài nước, Quốc gia hay Cộng sản, trước cũng như sau 1975.

Trong một dịp được phỏng vấn, qua *www. damau.org*, Đặng Thơ Thơ đã đặt câu hỏi:

"... Anh nghĩ sao về nhận định cho rằng anh giữ một thế đứng độc lập không thuộc về một nhóm sáng tác hay khuynh hướng nào. Và trong đời thường thì sao?" Ông đã trả lời:

"Xin thưa, tôi là một nhà văn Độc lập. Không là do hoàn cảnh đẩy đưa, mà đây là **một chủ đích, có ý thức sáng suốt và xuyên suốt trong trọn cuộc đời cầm bút của tôi**. Nó là nguồn cội, tạo mở con đường tự tại, an nhiên, tự do trong sáng tạo, và có điều kiện để ẩn mình. Là cách thế hữu hiệu, để phần nào tránh ô nhiễm.

"Đúng ra là tôi **tự cô lập**. *Với nhiều nhà văn đây là một cách xử thế không cần thiết, lại khá hiểm nguy cho bản thân – trong một xứ Toàn-Chuồng mà nếu thiếu tính bầy đàn thì rất khó sống".*

**

Đến tận hôm nay, 2022, Nhà văn vẫn còn những sáng tác mới xuất hiện trên văn đàn. Trước đây nhiều năm, khi đọc những sáng tác của Cung Tích Biền ở tuổi 80, Du Tử Lê đã có nhận xét:

"...Ở khía cạnh khác, khía cạnh của tài năng Cung Tích Biền, kể từ ngày cầm bút trở lại - - Tất cả những gì ông viết xuống đều có chung một tâm-bão-ẩn dụ - - Nhà thơ Nguyễn Lương Vỵ, một bằng hữu thân thiết nhiều chục năm của họ Trần, đã viết:

"Tôi gọi ông là nhà văn Uyên Áo Và Trầm Mặc Dị Thường giữa thời đương đại. Sức thấm đẫm và lan tỏa của văn chương Cung Tích Biền, tôi tin, vẫn còn vang vọng rất sâu xa về cái đẹp nhân văn, nhân bản trong những trang văn đầy những *Giọt máu không màu / Giọt mưa không suốt / Máu là mưa"* (Thơ Cung Tích Biền) của ông".

Vẫn, Du Tử Lê viết:

"Trong ghi nhận của tôi, chúng ta cũng có những nhà văn đã bước qua tuổi bảy mươi, vẫn còn sáng tác. Nhưng hầu hết là những cố gắng đẩy ngược dốc khối đá lớn hơn trọng lượng thân thể mình... Để cuối cùng, tiếc thay, vẫn không nhận ra rằng, đã gặp chiếc bóng rách nát, không hình dạng (trong khi ngay chiếc bóng thời xuân sắc của họ, vốn đã không lấy gì làm "hoành tráng" lắm!)

"Với tôi, Cung Tích Biền là một biệt lệ. Càng bước gần tuổi tám mươi, bút lực của ông càng sung mãn; với một tâm thái bát ngát minh triết, chứa chan những hồi chuông nhân bản, lai tỉnh xã hội càng lúc càng biến dạng. Quái thai.

"Chọn cho mình một chân trời chữ nghĩa mới. Chân trời hư huyễn máu, xương, những trang văn của Cung Tích Biền như những tấm gương chói lọi nỗi buồn và niềm đau kín kẽ. Ông mặc khoác cho hư huyễn, cho ẩn dụ văn chương của ông, chiếc áo thời thế. Ông đi giầy, mang vớ cho hư huyễn truyện của ông, hiện thực xã hội hôm nay -- Tựa đáy vực, một nhân loại khác đã hình thành. Hãnh tiến!!! Trưởng nở.

Gia sản trong bóng đêm"[*] chỉ là một trong rất nhiều thành tựu ngời ngợi chữ-nghĩa-hôm-nay của Cung Tích Biền.

Tôi muốn nói, dù phải sống với oan khiên, như vết chàm, như chiếc bóng định mệnh bất hạnh đời mình, nhưng, cuối cùng, họ Trần vẫn không hề lỗi hẹn với văn chương. Chẳng những thế, ông còn cho chữ và, nghĩa của ông, những khấp báo trầm thống!

Ông là một nhà văn miền Nam, sau biến cố 1975, xứng đáng với hai chữ Nhà-Văn-viết-hoa. Theo tôi.

Du Tử Lê
(Garden Grove, May 2015)

**

Chúng tôi mong rằng tập sách này sẽ đóng góp một tư/tài liệu rất khiêm tốn, từ một Nhà văn đã có một cuộc sống dài lâu. Ông vừa là một chứng nhân tham dự, cũng là nạn nhân chịu lấy, qua suốt những thời kỳ khắc nghiệt của lịch sử nước nhà.

Chúng tôi chân thành cảm ơn quý vị nhà văn, các nhà nghiên cứu, phê bình văn học đã có những nhận định liên hệ, chúng tôi đã mạo muội trích đăng vào tập sách này.

Chúng tôi thành tâm cảm ơn quý độc giả bốn phương từ bao nhiêu năm đã tận tình đến với văn chương Cung Tích Biền.

Trân trọng

Nhà xuất bản THAO THAO

[*] Tên một truyện ngắn của Cung Tích Biền, sáng tác vào năm 2015, đã đăng trên *www.damau. org*, và đã in thành sách trong tập truyện *Nhạc điệu của Bầy Ong*, xuất bản 2021, tại Mỹ.

LỜI VÀO TRUYỆN

Nhà văn Cung Tích Biền đã nói trong phần phỏng vấn:

"Tác phẩm, mới là cái Có-Mặt. Mới là thường-trực-trả-lời.

"Một thường-trực-trả-lời, trong hoàn cảnh Việt Nam hôm nay, phải là một trung-thực-chịu-nạn."

Văn chương Cung Tích Biền là văn chương của nạn nhân và chứng nhân lịch sử. Trong mỗi nhân vật, mỗi phận đời, mỗi lời nói, mỗi não trạng, mỗi mảnh thịt xương của họ là một phần sự sống mà Cung Tích Biền đã đau đớn phó thác vào. Đọc Cung Tích Biền dễ có cảm giác ngộp thở và ớn lạnh. Sự ớn lạnh do thế giới truyện u ám, từ một bầu khí xã hội bị nhiễm độc, và những độc chất vô hình làm chúng ta mất cảnh giác và đề kháng. Sự ngộp thở do bị nhốt kín trong một thế giới không có cửa, muốn thoát nạn phải liều lĩnh đập mình qua những vách tường kiên cố bằng chính thân xác và nỗ lực của mình.

Đọc Cung Tích Biền là một đòi hỏi vượt phá và chinh phục những phạm trù mới, có thể làm chúng ta ngỡ ngàng, choáng váng, hoang mang và rùng mình toát mồ hôi lạnh. Những tác phẩm của Cung Tích Biền, cực đoan để mở đến tận cùng các chiều kích của đời sống và sáng tạo, và liên tục nhau đưa văn chương Việt Nam lên một đỉnh cao mới.

Đi giữa lịch sử và hư diễn, giữa hiện thực và phóng tưởng, Cung Tích Biền đối mặt với những đề tài khốc liệt và xử lý chúng bằng tự do sáng tạo tuyệt đối. Giá trị đích thực của văn chương là ở đó.

Cũng có thể gọi văn chương Cung Tích Biền là dòng văn chương ung bướu hay "*dòng văn chương kinh nguyệt*" [chữ dùng của Cung Tích Biền], để chỉ sự mất máu và hao mòn của lương tri từ những khối u vào thời kỳ cuối. Anh đem đến cho văn chương chức năng chẩn đoán và giải phẫu bệnh trạng, với ước vọng mơ hồ nhưng không mòn mỏi, về tuyệt trị di căn hay ngăn ngừa mầm bệnh phát tán. Cung Tích Biền dùng văn chương để giải phẫu lịch sử. Vì lịch sử cận đại Việt Nam là thứ lịch sử vẫn đang tìm cách tự định hình và thoát ly khỏi tội ác, dối trá và bưng bít những vết thương ung thối. Nhà văn dùng phép nội soi hay quang tuyến như thủ pháp nghệ thuật của nhà phù thủy về chữ nghĩa. Nhà văn tận dụng triệt để các yếu tố siêu hình, huyền ảo, phi thực... để nói về vô vàn kinh nghiệm oan khuất và phi lý của đất nước và dân tộc.

Văn chương và lịch sử luôn là đối trọng của nhau trong toàn bộ văn nghiệp của anh. Với Milan Kundera lịch sử chỉ là cái đinh để treo tác phẩm. Đối với Cung Tích Biền, lịch sử là *chiếc xương tàn để làm gương soi.* Qua không gian trong gương, tìm lại cái bóng mình đánh mất. Nhưng xa hơn thế nữa, tấm gương soi của Cung Tích Biền không chỉ làm nhiệm vụ phản chiếu lại lịch sử, nó còn cho ta thấy cả những gì đã xảy ra ở "bên kia lịch sử" – lịch sử mà chúng ta không dự phần vào. Một lịch sử chung phổ quát của thân phận con người.

Rất nhiều dòng chảy tan hòa vào nhau trong văn chương Cung Tích Biền, văn chương nhân chứng, văn chương kinh nguyệt, văn chương ung bướu và giải phẫu, văn chương trong vai trò đối trọng lịch sử...

Nhưng trên cùng mọi thứ, truyện của Cung Tích Biền vượt lên tất cả như một huyền ảo ngỡ ngàng của nhân bản và minh triết. Tính nhân ái tỏa ra từ tinh thần đạt đạo của tư tưởng Đông phương. Văn chương cực cảm với nỗi đau và thăng hoa qua những nỗi đau. Tha thứ và tỉnh ngộ là bài học làm người của dân tộc. Chính bởi tính nhân bản mà người đọc cuối cùng thoát ra khỏi sự ớn lạnh của bức tường đá vây quanh tác phẩm. Chúng ta tìm đến Cõi viết Cung Tích Biền, kinh qua điều đó bằng nghiệm sinh của mình. Nhà văn cho chúng ta một lối thoát, và lối thoát nằm trong mỗi chúng ta.

Còn đâu là lối thoát của nhà văn?

Anh nói: *"Viết là một cách tự cứu rỗi, cũng là cách tôi an tử dần dà. Đó là Mệnh."*

Khi một người viết đặt để cái viết của mình ngang tầm với Mệnh như thế, giữa sống và chết như thế, tác phẩm của người ấy hẳn phải làm chúng ta rúng động. Cái mãnh liệt ấy là sự không tránh khỏi, của một tai họa phải đương đầu. Đấy là tiếng nói của người đang hấp hối. Người ấy viết từ trong sự đau đớn và kinh hãi. Người ấy viết để đưa mình vượt lên những kinh hãi, đau đớn, và cái chết.

Đó là tiếng nói của lương tri và minh triết. Về trách nhiệm của một nhà văn, Cung Tích Biền đã viết:

"Văn chương có thể huyền ảo, nhưng trách nhiệm của Nhà văn không hề là một hư ảo."

Trong chuyên đề này, ban biên tập Da Màu, với nỗ lực xây dựng phần nào Chân dung văn học Cung Tích Biền, giữa khối lượng những tác phẩm đồ sộ chưa được công bố của anh do hiện tình đất nước, trân trọng giới thiệu đến bạn đọc những tác phẩm mới nhất của anh, nhan đề *Tân truyện Xứ Động Vật* – một tuyển tập nhiều truyện ngắn, truyện vừa kết hợp; hay đọc tổng thể như một tiểu thuyết với cấu trúc kỹ thuật cách tân và nội dung vừa liên tục vừa độc lập.

Đặng Thơ Thơ

[*] Trích từ bài giới thiệu số Đặc biệt [Chuyên đề] *Văn chương Cung Tích Biền*, www. Damau.org. từ ngày 23-3 đến 28-3-2008.

Mùi Của Gió Mùa

Bảy mươi tuổi, hãy còn khỏe mạnh, minh mẫn; từ bao năm, Cụ Gàn tiêu biểu cho niềm vui, lòng tận tụy với xã hội. Ngồi gần cụ, bên cốc cà phê, năm ba bè bạn, thì thật thú vị, vì sự dẫn dắt câu chuyện, lý giải các sự kiện lịch sử, văn chương, triết học.

Kiến thức sâu rộng, biết nhiều ngoại ngữ nên nguồn đọc của cụ không lệ thuộc vào sách nhập nội thông qua dịch thuật. Cách nói ngắn gọn, hàm súc, nhiều ẩn dụ, đậm chất hài hước. Giọng hiền hòa, hấp dẫn; không dạy đời, không cường điệu; rất chân tình, nhưng thẳng thắn vì tôn trọng sự thật.

Cụ là nguồn tư liệu phong phú cho các ký giả trẻ muốn tìm hiểu sinh hoạt của Sài gòn cũ, từ chuyện chính trường đến chỗ ăn chơi, nhà hàng vũ trường; từ tổ chức guồng máy hành chánh đến hệ thống quân đội. Cụ là cố vấn đặc trị thiếu hụt kiến thức nhiều mặt, cho quý vị thạc sĩ tiến sĩ nội địa có ngọn mà thiếu cái gốc, đang giảng dạy ở một số đại học hiện nay.

**

Cụ Gàn nói chung, là đẹp; uyên bác một học giả; phong thái ung dung một đạo gia. Cụ là đủng đỉnh của thời gian ngưng lại. Của vững chải khi ta đối diện. Nhưng thỉnh thoảng cụ cũng va vào đời thường trong những chuyện vặt vãnh. Cụ tận tụy kiểu con tằm. Cụ dập mỏ vì cái nghịch lý chết người này.

Cụ không hiểu nhiều về thế hệ mới trong một xã hội có một nền giáo dục mới. Cái nền giáo dục mà hình vuông có đường bán kính và hình tròn có khi nó có ba góc. Cụ không hiểu rằng nền giáo dục mấy thập kỷ trên nước non này dạy con-người-hai-chân nên sống theo cách con-lừa-bốn-chân cho vững chắc thăng tiến, và cho người khác một niềm tin đồng đội: "Được, thế là tốt, mày khôn ngoan quá, nhiều sáng kiến quá, ra ngoài luồng, là chết mẹ mày."

Cụ quên rằng trái đất không còn tròn trịa như thế hệ cụ nhập tâm. Cụ là một nhàn nhã nối tiếp những cha ông, trong xa xăm, không hề có dự báo bão từ xa theo đài thiên văn như hôm nay.

Trong thôn xóm bình lặng, xưa kia, với cụ, kinh nghiệm mọc ra như cỏ dại đổi hoang. Đêm khuya nghe tiếng sóng biển vỗ ngược miền; hôm qua nó reo vùng Cửa Bắc, khuya này âm vang hơi cuồng nộ, đã chuyển vào phía nam An Hòa. Vậy là biển Đông đã cho ta lời báo bão. Nhân gian trước truyền lại kinh nghiệm cho nhân gian sau là như thế. Chưa hề có cái nhân gian Chát, Mạng, Meo, Bờ-lốc.

Hoặc một chiều hôm, ta biết trời đất sẽ chuyển dạ, thông qua chỉ một vài ngọn mây xám đen chân trời. Biết một trời sẽ điên dữ tối tăm, qua cái chớp nguồn, qua một thoáng lạnh nhận ra chỗ não trạng khi trong chiều hãy còn nắng ấm mông lung. Rõ, là cụ Gàn vẫn còn trong một khoanh vùng, dừng lại có điều kiện, giữa một thế giới cũ, tâm thức hãy còn xa lạ so với bọn trẻ, ngay trong gia đình. Cụ thanh sạch trong một xã hội mới đã từ lâu đồng thuận một thứ thanh sạch ngược chiều.

Cụ đạt tới chỗ vi diệu của Đạo nhưng rất ngây thơ với những trò ma giáo sơ đẳng. Cụ là núi là rừng của kiến thức, kinh nghiệm. Nhưng thiếu cập nhật những hiện tình. Từ nhiều năm trước cụ bị lừa mất cả một căn nhà. Cụ thông rõ lẽ thiên địa vô tướng hình của Dịch, đọc cả ruột gan âm dương, nhưng cụ chẳng hiểu gì văn hóa của hôm nay, tỉ như trong cái nhà tiêu chẳng hạn.

Một hôm ở một quán nhậu, tình cờ đứng trong toa lét cụ thấy y như rằng một chục thằng trai trẻ chẳng có đứa nào vạch cu ra đái xong mà chịu rửa tay, khi la va bô và nước sẵn một bên.

Ấy thế, bàn tay bẩn, chúng cứ xé một miếng khô mực, nồng nàn cùng mình, dí vào mồm con bồ cao cẳng. Ngứa cái não, cụ nhẹ nhàng bảo một thằng trai trẻ:

"Này, xin lỗi, tiểu xong thì nên rửa tay đi cháu."

Cụ bị phản đòn ngay:

"Con cặc là chỗ ngon cơm nhất sao lại phải rửa? Đáng lẽ phải rửa tay sạch sẽ rồi mới kính cẩn cầm thằng nhỏ mà tè chớ."

Mà đâu phải mỗi thằng trai trẻ mất dạy hỗn láo với cụ. Cả một bàn nhậu ồn ào, thân ái, như cả một thế hệ tươi mới của nước non anh hùng đồng loạt xông tới cái trào lưu mới, cuộc hiện đại bát ngát riêng mùi.

Rõ ràng một thằng nhóc vừa từ nhà tiêu ra, nó bốc một lọn chả tròn tròn như cái cán dao, đùa vui với con nhỏ cùng bàn: "Hả mồm ra, hả ra, ngậm nào."

Đứa con gái phạch mồm ngậm một lọn chả. Có thể vì đó là thịt chăng? Con nhỏ đôi mắt riu ríu, ngậm đầy miệng cái dài dài tròn tròn như cái cán dao thòi lòi ra. Nó ngước mặt đỏ lựng lên, để cho khỏi rơi, cho thêm hình tượng.

**

Một hôm nhân giỗ kỵ ông cố nội của cụ, tức ông cao của thế hệ sau cụ. Ông này quan thượng thư triều Nguyễn. Con cháu tề tựu. Lạ thay, bọn nghèo khó làm thuê cuốc mướn, thợ hồ, thợ may, bán báo dạo, bọn này ăn bận khá đàng hoàng, tác phong cung kính. Nhưng một đám tạm gọi là có ăn học, cha mẹ chúng là các quan lớn, các đại gia tư sản, lại ăn bận khá phiêu lưu trong mắt cụ. Con trai, áo ba lỗ, quần cụt ống, trang diện cỡ May-cồ; con gái có đứa áo quần lòi lỗ rốn, tròn sâu màu trắng nhủ, tô vẽ lỗ rốn như môi mắt.

Cụ gọi một thằng đầu đinh trong đám ra nói nhỏ nhẹ:

"Này cháu, ông đây cũng từng nhảy đầm, rất thích nhạc pop, cũng khoái cái cách tân, nhưng hôm nay ngày kỵ giỗ ông Cao các cháu. Không có ông Cao không có giềng mối tộc họ to lớn nhiều mặt này."

Sau khi nghe cụ nói, bọn nam nữ OK, rồi lặng lẽ cùng nhau ra về. Tưởng rằng bọn nó về thay áo quần chỉnh tề, trùng tu những bộ mặt coi ông bà ông vải chẳng là cái đinh cái khỉ gì, rồi quay trở lại đám ky giỗ, kính lạy ông bà. Không phải. Chúng đồng loạt kéo nhau ra quán lai rai. Trước khi ra quán, con nhỏ lòi khe mông khề khà dớt một mớ đồ cúng chưa kịp đưa lên bàn thờ ông Thượng thư, ra quán làm mồi nhậu.

Một sáng cụ Gàn đi tập dưỡng sinh. Trời hãy còn tối đen, cái sao Mai lơ láo một phần trời, một bọn lưu manh – mà bọn lưu manh thời hiện đại đi xe dream, ăn mặc đàng hoàng, có điện thoại cầm tay, trộm cướp lưu động – đang cạy cửa một căn nhà, định gom của.

Nhiều người đi qua thấy vậy lặng thinh, làm ngơ bỏ đi. Mặc kệ, chúng cạy cửa nhà người đâu cướp của nhà mình. Không quan tâm tới nỗi đau kẻ khác là hợp trào lưu, an toàn trong sinh hoạt xã hội quanh đây. Nhưng cụ Gàn, cụ từ tốn vào cuộc:

"Này các cháu, ta nên làm ăn lương thiện, sao đi làm chuyện phi pháp thế này."

Bọn ăn trộm thời thượng bị động ổ, bỏ đi. Ra đầu đường chúng dừng lại, chờ cụ tới. Bọn lưu manh vừa dạy dỗ vừa hài tội cụ:

"Thằng cha già. Việc ai nấy làm, đời ai nấy biết, không nên lắm chuyện nghe. Tao tặng lão một cục gạch này."

Tưởng nể tuổi già dọa chơi, hóa ra tụi nó đinh vào đầu cụ. Đập nhiệt tình.

Tôi hay tin cụ Gàn qua đời đã bảy ngày sau. Hôm ấy trời đất buồn bã. Cỏ cây hóa xám. Trong những khoảng cách nắng mềm, lại mịt mù những cơn mưa lớn. Lội qua năm bảy con sông phố nước ngập, tôi giáp mặt cái bàn thờ của cụ.

Cái lạ, trên bàn thờ thay vì thờ tấm chân dung cụ Gàn, con cháu cụ lại thờ một cục gạch thấm máu. Nó như một bức tượng. Thần tượng này bị bể, nhiều miếng dính máu. Chỗ ấy là chỗ cục gạch từng tử chiến với cái sọ não uyên bác của cụ Gàn. Tôi định hỏi cách tôn thờ lạ lùng này nhưng lại chợt hiểu:

"Con cháu nhà cụ Gàn thật tuyệt cú mèo. Trên mặt đất này, hôm nay, nếu thờ cái nạn nhân thì có mà hàng triệu triệu. Thờ quách cái tội lỗi, cái nguồn cội bao la gây ra tội. Đơn giản là thờ cái hệ thống."

"Ừ, thờ quách cái Hệ-thống-thấm-máu."

Viết tại Vườn Cây Cau
Sàigòn tháng Chí Phèo, 5-2006

Một Phần Khí Hậu

[3 tiểu truyện]

I

MÙA DA CAM

II

VƯỜN HỒNG CHUYÊN

III

HÓA VÀNG CHO HỒNG CHUYÊN

"Thúy Kiều là một người con gái tài sắc vẹn toàn, song nàng đã bị chế độ phong kiến vùi vào đống bùn nhơ. Đến nỗi, chịu không nổi, nàng đã nhảy xuống sông Tiền [Mỹ Tho] tự vẫn. May thay lúc đó có một bà đảng viên đi công tác về, bà liền nhảy xuống sông cứu nàng. Sau đó Thúy Kiều giác ngộ và đi theo con đường cách mạng."

[Bài thi văn của một học sinh lớp 9 trường PTCS - T.A. Huế. Trích từ báo chí đã phát hành tại VN - 2005]

I
MÙA DA CAM

Liu lái xe ra đi lúc ba giờ chiều. Xe lexus. Đồng hồ rolex. Điện thoại đời mới nhất. Liu có một mớ bảo kê về thế lực và tiền bạc. Bố là đại gia. Mẹ Liu là cái tủ két không bao giờ khóa đối với đứa con trai yêu quý.

Liu chạy vòng vòng, chở một đám bạn như thường lệ. Mỗi đứa trong bọn được cha mẹ cho xe riêng. Nhưng bọn chúng thích đi chung xe. Dễ quậy. Quậy tới bến. Hết tiền. Cầm xe. Không tiền chuộc, thì có các bà mẹ đến nơi cầm đồ chuộc thay.

Thông thường, bọn trẻ quậy ngao du, quậy thời thượng. Có khi năm ba ngày đêm mới hồi trào. Tức là đáo lai ghế mẫu. Ghế mẫu, tiếng lóng là Mẹ. Chỉ có Mẹ. Mẹ thời xưa mừng đón các con từ chiến trường lao lung trở về. Mừng con còn lành lặn. Mẹ thời nay thường tới đồn Cảnh sát rước chúng con về. Mừng con may chưa bể sọ não trong cuộc đua xe ăn độ, nơi yêng hùng xa lộ.

Đường phố kẹt xe tợn. Đám kẹt này chửi quanh: "Đù má chạy xe lấn trái, chiếm đường, luôn kẹt xe vì cái thứ vô văn hóa này." Lại cơn mưa lớn. Giữa công viên cỏ xanh ban trưa giờ là một cái hồ nước lớn. Giữa hồ nước cỏ xanh có một tượng đài vị Cha Già Dân tộc. Tượng đài có mái tóc xi măng bạc trắng, miệng râu cười, cánh tay mặt chìa ra như chào đón, bàn tay năm ngón cứng đơ vì bàn tay cốt sắt.

Chiều lung. Một cái trời vàng nhẹ pha gió. Thằng Liu vừa lái xe vừa ví von: "Gió có mùi inh ỉnh phải không tụi bây."

- Không phải inh ỉnh, mà thối. Thằng Cờ Rết trả lời.

Cả bọn trong xe cười cợt. Xíu Mại ngả người ra phía sau. "Ôm em đi, Rết, em lạnh." Rết ôm quàng vai Xíu Mại. Xíu Mại lim dim mắt. Trời rất nóng. Xíu Mại vẫn cảm thấy lạnh.

"Em lạnh từ cha ông lạnh về tới em."

Thằng Liu nói: "Tao thấy cái xã hội này inh ỉnh, mà thằng Rết cho là tới thối. Từ đâu mà thối thế này? Hỡi triết gia Rết?"

Rết khẳng định: "Thối từ Họ. Bọn Họ làm cho thối."

**

Trong cõi người thơm lừng mùi động vật này, vật hai chân mang H5N1, bốn chân lở mồm long móng, rất nhiều chân như con tôm con cua, thảy đều có trong đầu hóa chất độc hại; vâng, nơi đây cách xưng hô trong gia đình các quan lại triều đình có đặc biệt riêng nó.

Khi vắng mặt cha mẹ, con cái gọi các bậc sinh thành ra mình là Họ. Bọn Họ. Có lần Đúp-Bờ-Liu buồn bã ta thán:

"Họ làm giàu nhanh siêu đẳng mà lừa mị man trá cũng vi diệu. Cách đây mươi lăm năm gia đình tớ thường trực có gấu ó. Vạch áo, lục bóp nhau. Mấy trăm đồng lương chó chết ở cơ quan sao anh không mang về đầy đủ để con này nuôi con cái. Nhậu nhẹt, cho đĩ ngựa hả, đồ khốn nạn. Nhưng bây giờ mày biết, Bọn Họ có nhiều xe ô tô, ba ngôi nhà tổ bự, một ở hai cho thuê. Tao được hưởng riêng một khu vườn nghìn mét vuông đất. Bây giờ, mỗi tối, đàng trai trao cho bên gái, bố mẹ tao đấy, dăm bảy chục triệu đồng. Có lần tớ đã nghe Bọn Họ tỉ tê. Đàng gái bảo anh giai: "Chú Bảy gửi trước anh năm cây vàng tiêu riêng. Nhờ anh ưu tiên cho cái hợp đồng trên mấy trăm tỷ mà hôm trước chú đã thưa với anh. Còn lại, mấy phần trăm riêng anh, theo tổng số tiền công trình, sẽ sòng phẳng tính ngay sau khi có chữ ký của anh. Chỗ vợ chồng em năn nỉ anh ký giùm chú Bảy. Chú là người biết điều, chỗ phải không."

I - Cờ - Rết tự sự:

"Nhà tớ cũng giống thế thôi. Thăng quan tiến chức vù vù. Nhưng Bọn Họ không êm ấm gì. Một hôm đàng giai mắng bên gái mày là con đĩ ngoại tình. Ghế mẫu mắng trả, "Mày mới là thằng hèn thằng điếm. Đứa nào ngồi ghế cao hơn mình là mày sẵn sáng liếm gót giày."

Sợ bọn tao buồn, Bọn Họ thôi ồn ào, nhưng người lầu trên kẻ lầu dưới nhắn tin qua điện thoại chửi bới nhau. Chưa đã, thì vào mail oanh tạc tục tĩu nhau. Một giờ sáng tớ còn nghe Bọn Họ gây chiến: "Cô là con lừa đảo cả trời." – "Hay nhỉ, tôi còn có ông trời để lừa đảo, chớ anh thì đã gom cả trời đem bán ve chai từ khuya rồi."

**

Trên đây là đám con cái viết trường thiên tiểu thuyết bằng mồm về cha mẹ. Phần cha mẹ, họ gọi con cái là Nó. Bọn Nó. "Bọn Nó hư đốn mất dạy lắm. Cho bao nhiêu tiền cũng không đủ. Cho xe chạy vài tuần thì bán xe, hết chiếc này tới chiếc khác. Chưa tới tuổi thành niên đã rượu chè, chửi bới vô tội vạ, hút xách, phá thai."

Trong cái nhân gian mờ tối vì tiền vì danh này, giữa cái chuồng người mênh mông thịt-chạy-thây-đi này, không ít Bọn Họ than phiền Chúng Nó:

"Bố Chúng Nó, từ khi bỏ cái roi giữ bò để ôm cây súng, chưa có một cái chữ lận lưng. Trình độ học vấn xem như mới biết đánh vần cái chữ. Lắm khi chữ V, bố chúng lẫn lộn hoài với chữ U. Nhìn chữ U một hồi mới nhớ ra, à đây là chữ V. Vậy mà nay, chỉ vỏn vẹn mười năm, bố Chúng Nó vừa làm quan vừa học. Mỗi tuần học sơ qua vài giờ, mỗi giờ năm bảy chữ. Có khi trò – là ông giám đốc – đưa thầy ra nhà hàng, vừa nhậu vừa nghe giảng bài. Thế mà nay bố Chúng Nó đã là một vị tiến sĩ. Quyền cao chức trọng. Bố là vậy, còn lũ con học mài miệt những mười hai năm ghế nhà trường, bao nhiêu của tiền, thi cái tú tài môn nào cũng gần con zéro. Đúng là cha làm anh hùng con bán lựu đạn."

Sau khi quậy discothèque ở Blue Star bọn Nó đến Golden Eye đã một giờ sáng. Nơi đây cuộc vui thâu đêm. Là con các đại gia bề thế ở thượng tầng xã hội, bọn nó quen biết nhau cả. Biết cả tin tức bố thằng này mới bị còng, bố đứa kia báo chí vừa rao tên chuyện xấu xa này nọ. Nhưng đó là việc của Bọn Họ. Cuộc chơi là tiến trình nhân văn không thể đảo ngược của riêng Chúng Nó.

Trước đây hơn mươi năm có một em nữ sinh vừa mười bảy, tuổi đẹp đẽ, đầy ắp hy vọng và mộng mơ, một khuya khoắt em đã uống độc dược tự tử, vì bố mình bị rao tên trên mặt báo, mang tội tham nhũng, bao che cho những quán đĩ, bia ôm. Bố phải ra tòa. Em tự giết mình. Để giữ trong sạch, không chịu được mối nhục trong gia đình.

Bây giờ có khác. Bọn trẻ quá quen với cao trào lưu manh của các bậc cha mẹ. Có đứa hãnh diện vì báo chí rao tên bố mình tham nhũng tiền tỉ, có bồ nhí, tặng người mẫu một căn nhà hằng trăm cây vàng, xài trên chiếu bạc mỗi đêm hằng chục nghìn đô la Mỹ.

"Bố tao có ngồi trên đầu trên cổ thiên hạ mới tham nhũng được cỡ đó, chớ khố rách áo ôm, đạp xích lô như bố chúng mày thì lấy cái đinh cái đéo gì mà tham nhũng."

Bọn trẻ con nhà thế lực hôm nay có sự khoái lạc mù mờ khi bố mẹ chúng là đám thiêu thân. Bọn Họ đấy, lịch sử can qua, một đời dùng nhân mạng, thân phận riêng mình, có khi cả danh phẩm của tộc họ, làm củi đun cho lý tưởng, chủ nghĩa. Ác nỗi, ngọn đèn lý tưởng, hấp lực bọn thiêu thân ấy, nay chỉ còn là một Màu Đỏ hung hiểm và bệnh hoạn. Một cái biển máu khô.

Trên bàn ngoài rượu, thuốc lá, thực nhấm, có ba cái nịt vú của bọn Mi Ca, Ti Gôn, Xi Rô. Liu nhặt một cái, tròng lên một phần chóp cái đầu húi cua; cười. Đèn màu mờ ảo. Ồn ào nhạc pop, soul cuồng điên. Rượu mềm người. Chẳng đứa nào – trong cái chuồng khói màu mênh mông pha mùi rượu bia, khói thuốc – chú ý tới đứa nào, trừ trường hợp có đứa gần như truồng quậy thì bọn chúng vây quanh thèm thuồng một cách man dại.

**

Thật ra Bọn Ta có thể giải thích với Chúng Tao như thế này:

Bọn trẻ hôm nay không phải ngu đần, không biết gì liêm sỉ. Có đứa khá thông minh, là đạo hữu của máy vi tính, biết vượt tường lửa để ngao du trên mạng; lại đàn hát hay, yêu cái đẹp, biết bịt mũi trước cái đời mà theo chúng là thum thủm. Có đứa từng nẩy lửa từ chối đặc ân bố mẹ nó dành cho, như chạy chọt để vào được trường đại học, hoặc cài vào các cơ quan, các ngành béo bở mỗi năm hái ra dăm ba chục cây vàng. Chúng không muốn ai đó ném thêm một con sâu vào cái chỗ đã đầy sâu bọ.

Bây giờ bọn chúng khá mệt mỏi. Bị ủ kín dưới một lớp cỏ tranh chờ cháy. Bị đan lát trong đầu não những răn đe không cần thiết, những tín hiệu lỗi thời. Nền giáo dục hôm nay cho chúng những bữa ăn khá thịnh soạn nhưng chúng không thể ngửi trước khi cầm đũa nĩa. Chúng đói mọi ngày. Khi thức ăn tư tưởng đã thiu thối từ nhiều ngày.

Chúng được cung cấp những phần lịch sử động trời ngay trong sách giáo khoa như Nguyễn Trãi viết Bình Ngô Đại cáo là để bảo vệ môi trường! Chúng miên man trôi theo những hư cấu anh hùng. Chúng đang ngập trong cái bể bơi nhỏ hẹp, ô nhiễm, mà mơ hồ đóng vai Yết Kiêu yêu nước, đục chiến thuyền quân phương Bắc giữa bao la. Trong môi trường ấy chúng câm điếc, vô nhiễm quá khứ.

Rất nhiều bài văn lạ lẫm kỳ quặc từ những tâm não ung bướu. Trong một bài thi tú tài gần đây, một học sinh trả lời câu hỏi môn lịch sử về thời Phật giáo Miền Nam 1963 đấu tranh chống Ngô Đình Diệm như thế này:

"Hoàng thượng Thích Quảng Đức đã treo cổ tự vẫn ở Ngã Tư Sở, Hà Nội để chống đối chế độ độc tài."

Rõ là thú vị. Hòa thượng Phật giáo biến thành Hoàng thượng. Hòa thượng Thích Quảng Đức tự thiêu tại trung tâm Sài Gòn, nay em cho là treo cổ giữa lòng thủ đô Hà Nội.

Cái gì đây? Em kém, hay em hiểu biết mà muốn trêu chọc chốn trường thi mà chơi? Theo cách trả lời này thì thời ấy, chế độ độc tài tàn bạo là ở Hà Nội, còn quân Giải phóng đóng đô ở Sài Gòn. Quân từ Sài Gòn mới bức xúc nặng nổ bổ sung, tiến ra giải phóng Hà Nội. Cho nên Hà Nội ngày nay giống y chang Sài Gòn thời tư bản chủ nghĩa trước kia.

**

Năm giờ sáng, Liu gọi bà chủ bar ra cho nó bảo: "Này, chiếc lexus em đằng kia, cái thẻ chủ quyền xe đây này, chị cầm lấy và ứng cho em năm nghìn đô." Chủ bar khá vui vẻ chuyện này. Mười lần như mười, thằng Liu biến mất, và mẹ nó mang tiền chuộc xe. Chủ bar lại có thêm vài trăm đô la tiền lời do khoản năm nghìn đô đã ứng trước nhiều ngày.

Đến Vũng Tàu, chín đứa thuê phòng. Bốn cặp nam nữ làm tình thay đổi. Không đứa là nào bồ bịch riêng đứa nào. Xã hội hóa giao cấu toàn triệt.

Riêng Xíu Mại, nằm ngồi trong đêm đơn lẻ mỗi mình. Không thằng nào được phép động tới nó. Xíu Mại xanh mướt như tàu lá, hít thuốc, uống whisky tối ngày. Có khi khóc rấm rứt. Nó hoang tưởng kiếp trước là một nữ tướng anh hùng, kiếp này không ai biết đến tên. Nó rất sợ vô danh. Lạnh lẽo và muốn bạn bè luôn gọi tên. Có nhiều lần Xíu Mại bất tỉnh, bạn bè gọi tên, nó mở mắt thoi thóp.

Xíu Mại rất thông minh, nhạy cảm, nhưng nó lăn xuống đồi đọa lạc khá mau chóng. Con nhà Hồng Chuyên, Xíu Mại mười chín tuổi, phá thai bốn lần. Bây giờ nó oải, rất sợ làm tình. Nó bảo nó sợ - đực. Đến nỗi nghe trong gió ngàn cái mùi một thằng tắm truồng bãi biển, nó cũng sợ thụ thai.

Hồi mười bốn tuổi Xíu Mại bỏ nhà đi bụi, ngủ hoang nghĩa địa tám ngày. Ám ảnh vô danh, nó nghe ngóng dư luận trong đám người chết queo dưới mộ, khùng mơ hỏi xương khô có từng biết tiếng tăm của nó không.

Bây giờ Xíu Mại nằm ngửa, dang hai tay, người ngây rượu, nghe bốn bề có tiếng ngựa hí, ngựa voi của Gia Long sắp xé thây người.

Dưới bãi nước sóng vỗ, nắng sớm vàng ươm. Xíu Mại nốc rượu từ sáu giờ sáng. Một con đường trí tưởng đầy mộng mị, những thác ghềnh xô nhau chạy, không gian đổi màu lẹ làng như màu trong một buổi biểu diễn nhạc nước. Xíu Mại rùng mình, bất an. Muốn được quấn lụa quanh mình như Bùi thị Xuân trước khi bị Gia Long cho voi xéo dày.

Muốn được làm ấm thân thể lạnh lẽo, dù rơm cỏ.

**

Ti Gôn ăn vận nghiêm chỉnh cùng đồng bọn ra đi. Nó hỏi Xíu Mại:

- Mày thích lên chùa xem bói không Xíu Mại?
- Không. Em đang chờ gọi tên ra pháp trường.

Ti Gôn vỗ về:

- Vậy mày nằm nhà mỗi mình. Bọn tao đi một lát về nghe. Khoan chết đã nghe. Nhớ là khoan.
- Em lạnh lắm. Ôm em đi anh Rết.
- Em lạnh từ đâu? Xíu Mại?
- Em như lạnh từ tổ tiên lạnh về.

**

Bọn hiện sinh tám đứa lên chùa.

Đường lên dốc, đá lát chênh vênh.
Biển xanh vỗ trắng dưới vòm.

Chúng rất khép nép vì chùa thiêng và Sư thầy thảy quẻ khá linh.

- Nào, có việc gì đây quý đạo hữu?
- Xin thầy cho chúng con một lời đoán xem cái tiền đồ.
- Trẻ thế mà xin xăm đoán số làm gì?

- Bạch thầy, nhà chúng con việc gì Bọn Họ cũng đi xem bói, cũng ém bùa. Qua tới Trung Quốc mua bia đá về ém nhà cửa, cả việc dựng bia ém tà ma chỗ cơ quan công quyền. Thành quen. Kể cả việc chọn tài xế, người bảo vệ, cha mẹ chúng con cũng tìm thầy xem xem chúng có mạng sát chủ hay không.

Chùa rộng. Vườn cây bóng mát. Người viếng chùa, kẻ xin tin rải rác. Tiếng chuông boong. Sư nghiêm chỉnh nhìn nhân dạng khí sắc bọn trẻ, lại nghe ngóng trong bao la cái núi sông ngày một lao phổi trụy tim này. Rồi Sư lim dim phán:

"Tròn không tròn, vuông không vuông. Không là có. Cũng chẳng không. Ở trong mà là ngoài. Dưới gốc côn trùng trên nóc côn trùng."

Bọn nhỏ hoảng, không hiểu mô tê gì. Đồng loạt cầu khẩn:

- Trăm lạy thầy, thầy nói cho chúng con dễ hiểu.

Sư chậm rãi:

"Ác tính rồi. Di căn rồi. Toàn hệ thống cái tiền đồ."

Một thằng mạnh miệng cật vấn Sư bói toán:

- Lạy thầy, vậy ung thư với ma túy thằng cha nào bố láo mất dạy hơn.

Sư gieo kinh:

"Ma túy có thể từ bỏ. Ung thư là kết thúc. Hiện tại xã hội các Người đã ung từ não tư tưởng. Ung trong máu lưu thông. Bạch cầu nhiều hơn Hồng cầu. Chính Máu giết Máu. Cái phải thực sự Đỏ bây giờ nó trắng nõn. Lợn cợn màu Bạch vệ. Như tủy heo mùi inh ỉnh. Cả hệ thống, tim gan phèo phổi ruột non ruột già hôm nay nát nẫm.

Cái này làm thối, chơi bẩn cái kia. Hết thuốc chữa cái
Tiền đồ này rồi."

Nghe Sư nói thẳng mạch tàu, Thằng Liu nói nhỏ
vào tai Rết:

"Tao chắc nẫm sư này không phải sư quốc doanh. Sư
nhà nước không cha nào ăn nói bạo gan như cha này."

Bọn nhóc tạ ơn Sư hai trăm đô la. Sư không nhận
tiền. Lại hỏi:

"Các cháu Việt kiều hả?"

"Bạch thầy, chúng con là Việt kiều nội địa. Là
người Việt đi ở nhờ ngay trên quê hương của mình."

**

Khách sạn khá ồn ào. Mà như có gì nghiêm trọng. Xíu
Mại chết thong dong trong phòng số 18. Chín nút. Em
nằm yên, hiền hòa. Lạy chúa, Gia Long không cho voi
dày em như đã làm với nữ tướng Bùi thị Xuân.

Ti Gôn khóc nức nở:

"Xíu Mại ơi mày chết vì bọn tao bỏ mày một mình.
Mày bị đứt thời gian vì không được gọi tên. Xíu Mại
ơi…"

II
VƯỜN HỒNG CHUYÊN

Có chuông reo ở cổng biệt thự Hồng Chuyên.
Cánh cổng vừa mở, một chiếc xe vận tải loại vừa
chạy vội vào trong sân, trước sự ngỡ ngàng của người
bảo vệ. Trong xe có một chiếc quan tài. Một đứa trai trẻ

chạy ngay vào nhà mở rộng cánh cửa lớn, chính diện. Tám nam nữ hộ tống áo quan đều để băng tang.

Ngồi đứng rải rác dưới bóng cây, một lúc bọn trẻ hiểu ra rằng trong vườn Hồng Chuyên nhà cao cửa rộng này đã vắng chủ. Chỉ một bảo vệ xa lạ và một bà vú già. Một trai trẻ nói:

"Xíu Mại, chính Xíu Mại ở trong quan tài."

Người vú già chăm nom cô gái từ tấm bé than khóc: "Xíu Mại ơi sao ra nỗi này…"

Người bảo vệ hỏi:
"Xác này từ đâu tới?"
Bọn trẻ không trả lời.

Chúng thiết một cái bàn thờ, đặt những vòng hoa, làm những thủ tục cần thiết tiễn cuộc ra đi. Bà vú nói sao các cháu không đưa xác vào chùa. Xác chết đưa trả về nhà thể này là xui xẻo cho người thân lắm đó.

Nhưng bà lại suy nghĩ, rồi than van với bọn trẻ: "Mà thôi, xui xẻo thì đã có rồi. Ông nhà đã bị bắt và bị tống giam. Nhà cửa, văn phòng bị khám xét. Bà chủ ngày nào cũng phải trình diện nhà chức trách để khai báo về quá trình tham nhũng, những sai trái của quan chồng."

Người bảo vệ xa lạ này là một nhân viên an ninh được nhà nước phái tới để canh gác ngôi biệt thự Hồng Chuyên. Hãy còn nhiều quan hệ với đường dây mối nhợ phạm tội cần tiếp tục theo dõi, điều tra thêm.

Bọn trẻ ngồi buồn bã, lác đác trên bực thềm, dưới những bóng cây trong vườn. Bầu trời mây mù. Vườn Hồng Chuyên bỗng dưng hoang tàn. Hoa lá héo úa vì không được chăm sóc. Một số các chậu hoa kiểng bị đào bới nằm nghiêng, ngã. Bàn ghế xiêu lệch, những tủ áo quần, sách vở hồ sơ, bị lục tung lên, rồi bỏ đó, chưa được sắp xếp lại. Chừng như người ta đã tháo một số máy móc, cái két sắt, mang đi…

**

Thế là Xíu Mại lại được nằm yên trong căn nhà quen thuộc của cô.

Để đưa Xíu Mại được nhanh chóng trở về nhà mà không phải trải qua những xét nghiệm rườm rà, những cuộc điều tra phiền toái đối với một cô gái bất đắc kỳ tử trong một khách sạn không là chuyện dễ dàng. Dây chuyền vàng trên cần cổ bọn chúng. Đồng hồ đáng giá trên cườm tay. Những trăm đô la trong túi. Những khoản tiền rút vội từ máy ATM. Một cuộc gom góp chớp nhoáng để đóng góp chớp nhoáng cho những câu hỏi gây khó của thẩm quyền đặt ra. Xíu Mại chết vì bị đầu độc? Ai trong bọn là thủ phạm đầu độc? Tự tử? Vì lý do gì? Tự động mà chết được ư? Phải mổ xác và khám tử thi? Ai là cha mẹ?

Lúc bọn trẻ cần giấu kín vụ này, giữ trong sạch cho niềm đau riêng, chúng hiểu là tất cả phải hóa thân để chui qua một lỗ kim luật pháp. Rất may chúng có khá nhiều thủ thuật trong việc chạy chọt. Đưa con voi chui lọt mọi khe mành cơ chế này, là do từ kinh nghiệm gia đình. Chúng nó học lóm nghệ thuật đút lót, bôi trơn, từ cha mẹ.

Bà vú già đốt một lò trầm, thắp nến. Dâng hương trên bàn thờ Phật. Cố lục tìm một số hình của Xíu Mại, Liu chọn một tấm hình đẹp nhất đưa ra tiệm ảnh phóng to để trước áo quan. Một giọng nhạc nhẹ, khá buồn từ chiếc máy đâu đó. Bà Vú bảo các cháu thay băng nhạc đi, tôi có một cuốn băng kinh Phật đây. Chao ôi Xíu Mại, Vú đưa con về Cõi Tây phương. Vú khóc.

Lâu quá, vẫn chưa thấy mẹ Xíu Mại trở về. Kinh nguyện vang động vườn Hồng Chuyên. Vú nhờ Rết đi mời vài nhà Sư đến gõ mõ. Rết phân vân:

"Chùa nào không có sư quốc doanh?"

Bóng ngả buồn tênh. Những bóng cây cụt đầu. Vì sợ những hàng cây me, sợ khỉ, nhiêu bóng mát trăm năm ngã đổ trong đường phố, nhà chức trách đã dứt khoát cưa ngang thân cây. Bỏ ngọn sum sê. Cây Sàigòn mất bóng.

Những bóng cụt đầu ma trơi đổ xuống vườn Hồng Chuyên.

Nhìn những chậu cây kiểng bị bật tung khỏi gốc, những bức tượng mỹ thuật bị nghiêng đổ trong vườn, Rết hỏi:

- Ai lật tượng, ai đào gốc cây trong chỗ Hồng Chuyên này?

Bà vú trả lời:

- Hôm khám xét nhà người ta đào xới cả vườn, xem có giấu của cải nơi bí mật không.

Một đứa ngạc nhiên nói:

- Có của chìm của nổi thì gửi cho bà con bạn bè thân thiết phòng khi bất trắc ai mà chôn cất trong vườn?

Bà vú than tiếc:

- Có đấy. Cậu có thấy cây ngâu quế bật gốc kia không? Người ta đã nhặt được dưới ấy đến tám mươi lăm lạng vàng ròng. Khu vườn này bị đào xới đến không tiếc thương cũng vì cây ngâu kia.

Như có linh tính báo, Liu bỗng bồn chồn. Những bờ tường thẳng đứng từ khu nhà đối diện trở nên gảy khúc, như có khúc xạ ngay trong nắng. Rồi hắn nghe nóng chỗ lồng ngực, mặt đất như co nhàu lại. Liu nói vội, với lũ bạn:

"Tao đi chút đã nghe."

"Mày đi đâu?"

"Tao ghé qua nhà một chút, hình như có chuyện gì rồi."

Một đứa than thở:

"Hồng chuyên đã trở thành một vườn hoang."

Một đứa thê thiết:

"Cha mẹ nào chôn cất Xíu Mại đây?"

III
HÓA VÀNG
CHO HỒNG CHUYÊN [*]

Khu nhà đồ sộ hiện lên từ xa, giữa một khu ngoại ô hãy còn lổ chổ những vườn ruộng, ao hồ. Một nhà máy cổ lỗ bốc khói đen. Một con kênh không còn mùi sình vì mùi chất thải hóa học thay thế. Bố của Liu mua một nghìn mét đất, xây cất cơ ngơi này tặng cho Liu. Mẹ Liu thương con, bỏ nhà trong nội thành ra ở chung với con.

Thường ngày Liu ngồi lexus vọt qua con đường này như một vị quan lớn. Hôm nay Liu xuống taxi ở đầu đường. Anh đi bộ qua con đường mới trải nhựa. Đám thôn dân cố cựu bám đất – khi khu xóm quê dần dà đô thị hóa – ngồi tụ tập nhậu nhẹt, đánh bài trong những quán tranh lụp xụp.

"Chào cậu Ấm Liu." Một người chòm xóm, dân lưu cư, chào thân ái.

"Chào bác Bảy, khỏe chứ?"

"Tôi vẫn khỏe, này cậu ấm, mẹ cậu bỏ nhà đi rồi."

Con Cà Tư xởi lởi khoe với Liu:

"Bà nhà trước khi ra đi có cho con nhỏ bị chồng bỏ này cả triệu đồng làm vốn nuôi con cậu Liu ạ."

Liu nhận ra anh đã sống cách biệt khá xa với cuộc sống chân quê hiền hòa này. Cái gì tạo ra ngăn cách, cái gì xua đuổi anh ra khỏi thì anh không rõ. Nhưng quả thực Liu đã cách biệt. Một cách biệt gần gũi. Tỉ như một con trâu nhốt chung chuồng với vài con ngựa.

Liu đi qua một cái ao nhỏ nước đục rêu xanh. Vài đứa bé ngồi thả cần câu. Phía vùng đất cao cỏ tốt bọn chủ ngựa chăm sóc mấy con ngựa đua. Liu nhìn đồng hồ đã hơn mười một giờ trưa.

Cách vài trăm mét tới cổng nhà có một hàng cây sứ trổ bông trắng. Một ngôi cổ miếu, nhỏ. Không biết thờ thần gì nhưng khi vùng ngoại ô quê mùa này biến thành khu phố lác đác nhà không ai dám phá ngôi miếu cổ này. Nhưng cũng chẳng ai lo cúng kiến thần linh.

Một đám mây nặng bay qua. Bầu trời bỗng mờ tối trong mắt Liu. Một thoáng anh thấy một cô gái xinh đẹp nhưng gầy mướt. Cô đứng ngay cổng miếu, một bóng sứ hoa trắng. Rõ ràng là Xíu Mại. Em đứng đây đợi Liu từ bao giờ.

Liu buồn bã hỏi:

"Em về bên kia rồi mà?"

Chiếc Bóng trả lời:
"Thì em đã về. Sao anh không quấn lụa cho em?"

Liu nói:
"Nhưng em đang trong ngôi nhà Hồng Chuyên mà?"

"Thưa vâng, em đã là hồn ma của Hồng Chuyên. Em lạnh lẽo trong một Hồng Chuyên đang tận mạng suy đồi."

Liu than vãn:
"Anh nào khác gì em."

Bóng Hoa sứ miếu cổ năn nỉ:
"Sao anh không hóa vàng[*] cho Hồng Chuyên?"

Liu lưỡng lự:
"Dù lây lất nhưng Hồng Chuyên đang là một Ngự trị."

Bóng tha thiết:
"Sắp tàn rồi anh. Đốt vàng mã xuống âm ty cho Hồng Chuyên là vừa."

Liu quả quyết:
"Đốt vàng mã mà làm gì? Sao phải tử tế với quỷ dữ?"

Bóng trần tình:
"Hóa vàng là thủ tục tống biệt. Là đoạn tuyệt. Chôn ngay đi. Là văn hóa Việt. Với bọn đâm thuê chém mướn, lâu la oan hồn, bà con ta còn cúng rằm tháng Bảy kia mà anh Liu. Vả lại chính chúng ta cũng là bào thai của Hồng Chuyên."

Liu lưỡng lự:

"Nhưng tro tàn cốt rụi của Hồng Chuyên sẽ thải vào đâu trên nước non vừa điêu tàn vừa hoa gấm này?"

Bóng hờn dỗi:

"Không có, sẽ không còn tro tàn Hồng Chuyên nào đâu. Lịch sử đâu cho lưu giữ. Sẽ không còn vết tích gì. Hóa vàng đưa ma cho Chúng, là hết. Sẽ thanh sạch nếu không còn một vết tích Hồng Chuyên nào trên nước non này trong mai sau."

**

Liu qua khỏi hàng sứ. Màu lụa của nắng. Anh nghe trong gió có khói xanh. Xíu Mại phơ phất. Giờ này mẹ nàng đã về chưa? Ai tống táng Nàng?

Liu bước qua bãi cỏ có bầy ngựa.

Tiếng líu lo của bọn nhỏ từ cầu ao vọng lại.

Trong xa xăm hình như còn một bầy trẻ đi tới.

Một bầy trẻ đi qua tương lai không cầu.

Liu buồn bã về nhà.

Cổng vườn khóa kín.

Người giữ vườn mở cổng. Cẩn thận nhìn, chào Liu và nói:

"Ông đang ngồi trong nhà."

Liu không muốn gặp bố, định quay lui nhưng đã muộn. Anh khá mệt mỏi, cần một chỗ nằm. Để tránh gặp mặt bố, Liu đi vòng ra lối sau vườn. Anh nghe mùi thối ngay từ cỏ xanh, từ bất cứ gì gọi là sự sống.

Liu nghĩ: *"Quả thật cái thối đang có mặt trùng khắp."* Lại nghĩ tới lời cầu khẩn hóa vàng cho Hồng

Chuyện của Xíu Mại:

"Không còn tro tàn nào đâu. Đốt vàng mã đưa ma, là hết. Sẽ minh bạch nếu không còn ố tích Hồng Chuyên trên nước non này trong mai sau."

**

Bố Liu không ở phòng khách mà ông ngồi trên chiếc ghế mây trong vườn sau. Ông ngắm những giò phong lan nở. Dưới chân ông con chó nhỏ nằm gọn.

Thoáng thấy Liu ông nói trổng:

- Tưởng không về căn nhà này nữa chứ?

Liu bất ngờ chạm mặt bố. Khuôn mặt ông quan sáu mươi tuổi tròn trịa, hồng hào. Một niềm tự mãn, đắc thắng được dát lên đó như lớp xi măng tô đá rửa, chắc láng trên một hộc mộ.

- Mẹ tôi đâu? Liu hỏi

Quan nhị phẩm triều đình biết mình đang tháo một ngòi nổ.

Từ lâu chỗ công đường ông nói chưa hết câu đã có một bọn nô tì hớn hở tán dương: "Anh Hai vô cùng sáng suốt." Nhưng trong căn nhà này ông thường trực chạm phải những chống đối của vợ con. Một đối kháng mang tính ác ôn, theo ông, của một bọn vô luân. Bọn vô luân chơi bài lật ngửa với bọn vô thần.

Bây giờ trước mặt Liu, ông cảm thấy cần thiết làm chậm ngòi nổ. Để cuộc đối thoại khỏi bị hỏng bét như thường lệ. Trong sinh hoạt gia đình lâu nay, những cuộc trò chuyện lẽ ra thân tình lại chỉ năm bảy phút là tiêu tan. Bọn Họ dạy dỗ, rồi nóng nảy mắng Bọn Nó nặng lời. Bọn Nó ngỗ nghịch, mắng lại rồi tự động bỏ đi.

Ông bố dịu giọng:

- Ngồi đây bố nói chuyện cái đã.

- Tôi muốn biết mẹ tôi đâu?

- Từ lâu bố không trách nhiệm sự có mặt vắng mặt của mẹ con trong căn nhà này.

Ông đằng hắng, cố tỏ ra không vì hối hận, nói tiếp:

- Nên gác chuyện đó lại. Bố muốn nói với con một việc này, đơn giản, không cần bàn luận nhiều. Hãy bình tĩnh.

- Tôi hỏi lại. Mẹ tôi đâu? Nhưng việc cần tỏ rõ là việc gì?

- Bố đã lo cho con hồ sơ đi qua Úc du học.

Liu yên lặng một lúc, giọng trở nên buồn bã:

- Tôi còn não trạng nào mà học với hành.

- Không nên lặp lại những câu bố từng mắng chửi con như thế. Cay đắng lắm. Hồi xưa bố nóng vội...

Ông ngồi yên nhìn cậu con trai khá lầm lì. Nhiều năm qua dịp may đã đến với ông như nước lũ. Nhưng cơn lũ thời cơ ấy cũng quét mất đi những niềm thân ái. Đẩy ông xa cách con cái. Quấy bẩn niềm hạnh phúc vợ chồng. Nay một người thân thiết là vợ ông đã bỏ đi. Đây là lúc ông nhận ra những mảnh vỡ thấm máu trên chiếc thảm đời.

Lúc Liu lọt lòng mẹ, đất nước đã hòa bình. Vợ ông không phải ôm con vượt dưới làn bom. Ông đã trở về sau những dặm núi rừng, rất mừng vui đã không thành xương trắng. Không thành xương trắng nhưng quả thực ông ốm o vàng võ, đã trở thành cái khung xương trong nghìn nghìn khung xương trở lại đồng bằng.

Liều thuốc an thần sau đó là một thực tế ông tự cho là vinh quang trong một đất nước thôi chinh chiến. Con đường thăng tiến là thời cơ và quyền lực. Những vết sẹo những thương tích đã tức tốc nguyên lành. Ông đã hóa thân mau chóng trong một nhân gian mới, có khi bằng mưu thuật, ngụy tạo.

Ông đắc thắng ngẫm nghĩ:

"Một thời máu xương, thậm chí số phận chính mình chỉ là cục cứt bón phân cho cái bãi xanh lý tưởng. Bây giờ cục cứt mình sắp ỉa ra là có ngay một lũ đàn em tranh nhau khen mừng, rặt mùi thơm định hướng."

Nhưng đó là chỗ triều đình. Trong gia đình này không có con đường một chiều. Ông hiểu là con trai mình đã ngoài hai mươi. Một thằng trai trẻ ngang bướng, khinh thường cả bậc sinh thành. Có lần nó bảo nó khinh bỉ cái hiện tại. Nó nói, *nó nhờm tởm cái phiên bản mọi rợ. Phiên bản ấy được nhân ra nghìn bản. Làm sưng tấy những giấc mộng ban đầu. Làm cỏ những ban mai.*

Bây giờ nó ngồi đây. Lầm lỳ. Như con hổ bị giam cầm. Chờ nổ những thịnh nộ. Bố chán cách phớt lờ của con. Con nôn mửa những bài giảng thiu hôi từ lớp người gọi rằng "Lớp trước."

Lửa đã bùng, thì nước phải sùng sục sôi. Ông nhắm một cốc rượu, cố gắng vượt khó một lần nữa, ông nói:

- Không học chữ được thì học một cái nghề.

Liu bất ngờ nổi bão cuộc trò chuyện bằng cách trả lời cộc lốc:

- Tôi không học nghề gì được.

- Vì sao?

- Tôi có nghề rồi.

- Nghề nghiệp gì?

- Lang thang.

Ông lặng người. Rồi bật công tắc:

- Khốn kiếp. Một bọn vong ân. Sống một đời không biết mang ơn. Không nuôi một lý tưởng gì.

Giọng Liu trở nên nhọn hoắc:

- Lý tưởng đóng đinh lên sọ người. Lý tưởng ông trùm.

Liu đi vào phòng lấy cái xắc, bỏ một ít áo quần. Trên bàn có một lá thư:

"Mẹ xin lỗi con. Mẹ hy vọng một ngày rất gần mẹ con chúng ta sẽ gặp lại nhau trong một hoàn cảnh hạnh phúc, tốt đẹp hơn. Đây là những phút giây tan nát. Trước khi ra đi, mẹ có chuyển vào tài khoản của con một số tiền lớn. Tiêu pha dè xẻn một chút. Nếu không, núi của cũng hết. Mẹ đã chuộc xe cho con, gửi bên nhà cậu Bảy. Chuộc xe? Không ai chuộc được linh hồn. Gia đình ta tan hàng. Theo ý của bố con thì mẹ đi theo trai đây. Con hiểu chứ? Mà con phải hiểu. Mẹ thương yêu của con."

Vườn Cây Cau,
Khu Làng Hoa, Gò Vấp 2006

Ghi chú :

[*] "hóa vàng" là tục đốt giấy mã vàng bạc cho người chết nhân dịp kỵ giỗ hay lễ lạc, cúng bái khác, cả việc cúng cô hồn tháng bảy.

CUNG TÍCH BIỀN • *xứ động vật* • tân truyện

Nghiệp Chưa Hề An Nghỉ

[3 tiểu truyện]

I

XỨ SỞ
NHỮNG NẤM MỒ HOANG

II

GẶP NGƯỜI TRĂM NĂM

III

CUỘC TRÒ CHUYỆN
NHIỀU DẤU HỎI

Lời ghi: Đây là một truyện ngắn được vẩn vơ sáng tác. Gò Dưa, Cô Bảy, gã đàn ông Tao-thù-con-đĩ-ngựa, tất cả đều là hư cấu. Nhưng cái mộ nát nằm T.V. Nghiệp là có thật, một tỉ sự thật.

I
XỨ SỞ NHỮNG NẤM MỒ HOANG

Trong tháng ngày thơ thẩn đó đây tìm mộ người thân quen, tôi nhận ra trên xứ sở này có khá nhiều mộ hoang. Mỗi hoang mộ một kiểu dạng, tuy chỉ lẻ loi một nấm đất vùi.

Quê nhà mướt máu qua cuộc chiến chinh dài dặt. Họ hàng nào cũng lâm vô chỗ bất trắc, lưu lạc. Bao cái chết đau, chết tình cờ xa lạ. Người không đâu, vì tình đồng bào, một chiều vác cái xẻng đào cái lỗ đất, chôn một cái xác thủng bể không thân quen. Rồi thôi. Tháng ngày chim rừng thăm viếng. Mộ hoang loại này đôi khi thế gian gọi là mồ vô chủ. Hồn này cô hồn. Đồng điệu trong thập loại.

Một dạo về thăm lại núi đèo Tư Yên nơi tôi theo gia đình tản cư lên đó tuổi lên mười. Dọc con suối cạn, nước trong vắt một dòng len qua những khe đá trơn, tôi sửng sốt trước hai nấm mộ nhỏ bên bãi bờ xanh cỏ.

Hai cái mộ này không có bia mộ. Không rõ nắm xương khô dưới này của xưa kia là già hay trẻ. Nhưng lạ, hai cái nấm đất rực rỡ những đóa hoa rừng trong nắng núi óng vàng. Xa hơn về phía tây là sương mù. Buồn. Cái đẹp đìu hiu. Như hình bóng sót lại của một giấc mộng ngỡ ngàng khi ta thức giấc về sáng.

Đỉnh đèo Tư Yên nay là cái bờ đê cao ngang núi của hồ nước Phú Ninh. Lòng hồ xưa kia là một thung lũng bốn bề núi rừng dựng. Nay là một biển nước trắng ngập từ lưng chừng núi này qua vách núi kia.

Một cụ già đi thơ thẩn chỗ bờ suối. Cụ là người bản địa chừng ngoài bảy mươi, râu tóc cước. Cụ hỏi tôi:

"Anh đi tìm mộ người bà con không may trong thời chinh chiến hà? Tôi quen tình cảnh này lắm."

Tôi ngồi chỗ cái mỏm đá thòi ra dòng nước. Một cây đa nhiều bóng mát. Thần linh nào bảo cụ thổ lộ tâm tình cùng tôi. Chỉ ngón tay về phía hai nấm đất hoa rừng cụ nói:

"Ở nơi đèo heo khỉ gió này nhưng tôi gặp hoài những người tha hương trở về đây tìm mộ. Tôi chỉ dẫn nhiều, thường là trúng phóc. Hai cái mộ hoa dại này đã trên nửa thế kỷ nay tôi không hề thấy người thân quen đến thăm viếng. Đây là mộ chôn cất hai đứa con còn nhỏ của một gia đình tản cư từ miền xuôi đến đây, đâu năm 1947 thời chiến tranh Việt-Pháp. Thuở trai trẻ xưa kia, chính tôi lo hai ngôi mộ này mà. Tội nghiệp hai đứa nhỏ không có áo quan. Chỉ bó một tấm chiếu mà chôn. Hồi mới chôn lần lượt hai cháu bé này, mỗi nấm mộ cha mẹ có cắm một cây trụ gỗ khắc tên họ làm tấm bia. Mấy chục năm trôi qua rồi mà, bia gỗ mối mọt ăn, đã hòa bụi."

Cụ già thở dài một thôi, thắp nến dĩ vãng, rồi tiếp:

"Hồi ấy khốn nạn cơ cực lắm, thuốc men thiếu thốn, lại đủ thứ dịch bệnh. Đau nhất, giết người nhiều nhất không phải đạn bom mà là sốt rét rừng. Nước độc, muỗi dữ. Cứ vàng da, sốt lạnh một thời gian rồi cái bụng phình chương lên, cổ trướng ăn hết ruột, là đi đoong. Bây chừ gọi đó là ung thư gan. À mà này, cậu tên họ là gì vậy, xin lỗi, tôi hỏi vì tôi biết rõ tên họ hai em bé trong mộ này. Hai nấm mộ hoang nhưng lũ này hên lắm, năm mươi năm cứ đến tháng chạp là tôi khói hương. Lũ trẻ chưa tội tình gì, nên nằm hoang cũng nhẹ nhàng."

Nghe cụ già nêu tên hai nấm xương tàn trong mồ mả, tôi lặng người. Đó chính là mộ hai em tôi, cùng họ, cùng chữ lót với tôi. Nước lòng suối trong veo. Nắng núi vàng mơ. Hơn bốn mươi năm trước, lúc sinh tiền mẹ tôi thường nhắc nhở: "Các con còn hai người em chôn cất dưới chân đèo Tư Yên." Rồi chinh chiến tràn lan. Mẹ qua đời. Chúng tôi ra đi kẻ bắc người nam. Không kịp lo gì cho những cái chết xa xứ.

Trong những đêm vắng về sau, tôi thầm mang ơn tấm lòng dân dã của con người miền Nam. Qua năm mươi năm, một cụ già đã âm thầm chăm sóc cho hai ngôi mộ không bà con ruột rà.

2

Mộ hoang trên non còn có thiên nhiên làm áo. Có hoa dại. Đó đây bước chân con hươu con nai. Bụi sạch. Lá cỏ. Tiếng ru suối, gió rừng. Chỉ những nấm mộ hoang ngay giữa những phố thị phồn vinh, sau tháng Tư năm 1975, mới đau. Bị bỏ quên giữa những tiếng hát cười của một bên. Đành cầm nước mắt mà xa lánh mộ chí người thân yêu bị tàn phá, của một bên. Người đã nằm yên trong lòng đất vẫn bị phân ranh mộ của Ta, mả kẻ thù. Nó hiển thị một tàn phá lương tri. Nó, cái ung bướu nguy nan, thù hận di căn, từ sau một cuộc nội chiến kéo dài trên hai mươi năm.

Một thời không xa, đất nước được tạm là thống nhất nhưng trong thảm cảnh *"nửa nước này xẻ thịt nửa nước kia."* Một bộ phận người không nhỏ do thù hận, do máu sôi đỏ hơn máu con tim bình thường, đã nhất tề trả thù cả đến những bộ xương cốt những ai là chiến binh của Miền Nam trước đó. Xỉ vả, đục bia, phá tường, cào bằng, xóa dấu cả những nấm cỏ. Tận diệt cái hơi hưởng thù địch có thể còn trong bia đá. Mộ người bị cách ly hương khói, cự tuyệt tưởng niệm. Sự an nhiên trong lòng đất Mẹ dành cho mỗi phận người nay bị bới ra, dày xéo, bôi đen. Thậm chí tra vấn, tù tội, hạ nhục những ai đã một lần tới viếng thăm, cúng bái, những nấm mồ bị tàn phá không nương tay kia.

**

Tôi đã từng thấy những mộ chí lẻ loi, cô quạnh, không còn ai chăm sóc ở nhiều nơi. Không chỉ tại các nghĩa trang Quân đội Cộng Hòa, mà ngay cả những nghĩa trang dân sự. Nghĩa trang Gò Dưa, Thủ Đức, Sàigòn.

Gò Dưa hôm nay là một "Thành phố mộ." Nhấp nhô dưới nắng là mênh mông mộ. Vô cùng màu sắc sặc sỡ. Mỗi ngôi mộ một cõi riêng. Lớn bé đơn sơ hay huy hoàng là tùy vào tấm lòng và tiền của con cháu kẻ qua đời bỏ ra. Mộ hai tầng tráng lệ bốn bên tường vách như một lăng tẩm, do bà con kiều bào từ nước ngoài về xây cất. Mộ khác tuy nhỏ, nhưng hoa tươi quanh năm. Mộ đá hoa cương. Mộ bia khắc cả bài thơ tưởng niệm dài dặc. Mộ có câu đối viết bằng chữ Hán, trên trụ đồng sáng bóng, dọc hai bên cửa mộ. Mộ người nhạc sĩ tả khuynh từng nổi tiếng một thời của Miền Nam, rất to rộng, có tượng đài chân dung, bãi cỏ xanh, lối đi rải đá cuội.

Trong một biển chết, mà lai láng những phô trương. Nhưng trong cái cõi ma đầy hoa tươi này tôi đã buồn thấy một ngôi mộ lạnh lẽo, đúng nghĩa bị lãng quên. Một nỗi Hoang thời thế. Một vết chàm khắc trên trán lưu đày từ văn hóa và đạo lý suy đồi, được tạo ra từ bên thắng trận.

Trên mộ này, hôm nay, là rác rưởi, đồ phế thải, phân súc vật. Đất cát lấp kín cả diện tích chưa đầy ba mét vuông chỗ xương nằm. Các trụ gạch xây bốn góc mộ bị ai đó đập gãy. Bốn đài hoa sen bằng xi măng trên đầu trụ ngã đổ, bể vỡ nằm lăn lóc. Tấm bia bể một mảng lớn, hình như bị phạng bởi nhiều nhát búa. Phần đỉnh tấm bia cát vùi từ nhiều năm bày ra lờ mờ một cái chóp nón cát kết, loại nón Sĩ quan Võ bị xưa kia. Qua nhiều năm, chu vi ngôi mộ này bị thu nhỏ dần lại, vì bị người đời lấn chiếm đất chung quanh, cho ngôi mộ khác.

3

Đất nghĩa địa bây giờ rất khan hiếm, tăng giá từng ngày. Phần nhiều, kẻ qua đời, thường được hỏa thiêu. Cái còn lại chỉ là một lọ tro nhỏ, đặt trong khóm thờ tưởng niệm. Một cách thu ngắn, làm nhỏ cái diện tích chỗ dành cho một người nằm xuống. Dù vậy, nhiều nơi vẫn không đủ đất để an táng. Do còn nhiều người muốn thân nhân của mình được yên nghỉ trong một phần mộ to rộng khang trang, con cháu mai sau, lui tới nhìn nấm đất mà nhớ cha ông.

Xưa kia Gò Dưa chỉ một nhóm mộ nhỏ trên đỉnh đồi lưa thưa cây rừng. Từ đây nhìn xa xa qua cánh đồng, sình đen bèo xanh chen ruộng, là ngoại ô Sàigòn. Xa lộ Đại Hàn rộng thênh, như một giải băng nhựa xám kéo qua thinh không nơi xa kia. Chia cắt bên này nội ô phồn vinh với bên kia là vùng An Phú Đông. Màu sắc của cuộc nội chiến lúc bấy giờ, là bên này Sàigòn nhà cao đại lộ, là tiếng cầm ca trong ánh đèn màu, là suy-tư-bốn-vùng-chiến-thuật, *"anh về với em rồi mai lại đi…"* Bên kia xa khuất của đầm lầy, là vùng mật khu, nơi đêm đêm có người hướng nòng súng, nhất tề pháo kích vào những giấc mơ Đô thành.

Hôm nay là chín triệu con người nhung nhúc, Sàigòn phình ra, đã vượt ruộng lầy. Nhà lầu đường phố kéo tới vây quanh bốn bề Gò Dưa. An Phú Đông mật khu xưa, nay đã có cửa hàng ăn, quán nhậu, karaoké, hớt tóc ôm. Xa trung tâm quậy càng dữ. Tiếng cười mùi rượu, từ phố thị tỏa rộng, từ quần thể người lấn chiếm, đã ngày đêm phả vào gáy những mồ mả từ lâu an phận, *"Lũ chết tiệt, chúng mày biến mẹ đi cho chúng tao lấy đất phát triển đô thị."*

Kẻ chết đâu có chịu thua cuộc. Dần dà, đầy những mộ chí ngùi ngụt tỏa ra từ đỉnh cao Gò Dưa tràn lan xuống chân đồi, ăn lan vào cả những xóm nhà thưa thớt quanh chân đồi. Cả đại đoàn mộ chí bài binh bố trận ngày ngày lấn đất. Sớm trưa, cũng năm bảy đám tang ma, rình rang tiếng kinh mõ Phật, lời cầu Chúa, *"Tiến về Gò Dưa."*

Thiếu đất chôn, ban quản trị bèn có sáng kiến bán cả những con đường đi rộng rãi trong nghĩa địa cho những quan tài tới sau. Tấc đất tấc vàng. Những con đường trong nghĩa địa xưa kia rộng đầy bóng mát, xe tang hai chiều chạy thong dong, nay trở nên hẹp, chỉ vừa một xe gắn máy lọt qua. Mộ chí cái nằm ngang cái dọc theo lối đi, thật chẳng còn trang nghiêm chút nào.

4

Mỗi lần thăm mộ người thân quen, tôi thường cắm trên ngôi mộ hoang bên cạnh một nén nhang. Bờ tường thấp nát vỡ, gạch vôi vung vải. Bia mộ lờ mờ hình cái cát két sĩ quan không rõ mặt người bên dưới. Nhiều lần tôi định nhờ người bới cát đất xem tên tuổi người nằm trong mộ, nhưng rất ngại ngùng. Lại thầm trách do nguồn cơn nào mộ vắng cha mẹ anh em, người bà con họ hàng lui tới. Mà đây chỉ một lẻ loi. Bơ vơ cái dấu chấm buồn lạnh, trên một cõi quê nhà, đất thiếu máu, cạn tình.

Lòng mênh mông gió bụi, nhiều khi đứng trước tấm bia có hình người sĩ quan đội nón nhà binh, nay bị đập vỡ, tôi nghĩ phần mộ này là mộ của chính mình. Tôi bị cuộc đời đày ải đến chẳng còn hơi thở trong bình an, tôi mang chôn tôi một đâu đó. Bận bụi trăm nỗi khó giữa đời, tôi chẳng một lần thắp cây nhang trên chính mộ chí của mình. Cung ơi, tôi nằm đây. Chiếc nón thân quen. Xưa kia tôi cũng từng đội cái nón sĩ quan loại này. Nó chụp lên đầu trai trẻ một thời, chụp chinh chiến, nỗi hoang mang cùng bao thao thức phận người.

Nhiều khi mình vẽ ra được cái chết của mình. Mình tả cảnh tả tình một cách đậm đà hôm mình nằm chèo queo trong áo quan. Xưa kia đời tôi, với cái nón trên nấm mộ hoang này. Xưa kia là tâm não bừng sáng Mẹ cho, nay tôi xương đen trong lòng Mẹ. Biển đời, là khơi khơi biểu trưng một hiện thực không biết phần còn lại như thế nào, ra sao. Nó là một vinh hạnh mà về sau, biến tan nhanh như một ánh sao băng. Phần còn lại của thế giới trong tôi là tự hủy. Tôi ngắm mình chết từ từ, đời không còn chi để tự biện. Tôi đây - Mộ này, mỗi hoang phế theo mỗi cách chịu riêng, thời thế.

**

Có một cảm thiêng giữa tôi và nhóm xương đen có bia đá nát vỡ mất mũi bị đục thủng, trên nắp mộ rác rưởi lông gà xương mèo bao ni lông áo quần cũ vất bừa này.

Những nắm xương cùng máu mủ, đã mất dấu đầu non góc bể hôm nay, ắt xưa kia, đã từng thủ chắc khẩu AR16 bắn trả từng tràng đạn của kẻ thù thoát ra từ AK47; có thể từng đẩy quả đạn 105 ly vào nòng, trong khuya khoắt bắn trả cuộc pháo kích từ đạn 122 ly. Những nắm xương trong lòng đất Mẹ, có thể, đã ngồi trong M.113 quần thảo nơi vùng ác địa bên dưới địa đạo dày mo. Có thể xương trong lòng đất sâu là một người lính, đã từng mặc bộ đồ trận được may từ nước Mỹ, bần thần đọc lá một thư nhà; thư viết trên trang giấy được sản xuất từ Trung Cộng, thư Trường Sơn được móc ra từ túi áo một tử thi mang tên Việt Nam được trang bị súng hiệu Liên Xô, ăn lương khô Trung Cộng. Có thể hài cốt đang nằm trong nấm mộ, bia nấm bị đục phá tan nát kia – cũng như tôi – trong những năm tháng Miền Nam, đã từng hát nhịp nhàng *"Ngày bao hùng binh tiến lên..."* những ngày đầu bước chân vào quân trường Thủ Đức.

**

Từ trường Võ Bị Thủ Đức, bước sang nghĩa trang Gò Dưa chỉ mấy cây số đường chim bay, cùng chung một quận Thủ Đức. Mỗi bên một phô bày đúng nghĩa cái bản sắc riêng có của mình. Một bên, của sức sống hùng tráng những tinh anh, sinh khí. Và kia, cái tịch lặng, xa khuất. Nhưng cả hai, theo cách suy nghĩ lêu lổng của mình, tôi thấy cả hai, cũng rất rộn ràng, giàu hình ảnh.

Nghĩa trang Gò Dưa Sàigòn có âm vang âm khí, trang nghiêm rất mực, lại lắm cái điệu đời nghêu ngao, cái ngất ngưởng riêng nó. Nó bao gồm, thu tóm mọi sắc màu, một trần gian dị dạng đêm trăng tỏ trăng mờ. Có bóng ma đi rảo hô hào đoàn tụ, hòa giải. Có ma hát lời thịnh nộ. Ma hưu trí già nua bảo thủ rị mọ, hoặc bần thần hối lỗi một tuổi trẻ của mình bị ung vữa, bèn tức tốc dạy cho xấp nhỏ sau này biết nhìn lại lịch sử. Rất nhiều hồn ma thời đại. Hồn ung dung. Hồn phẩm hạnh. Ma đúng ma. Ma tuổi xuân tóc xanh đã ung thư gan. Ma yêng hùng vỡ sọ não do tốc độ đua xe nơi xa lộ. Ma đa tình ngồi vắt vẻo trên mộ bia đêm trăng tỏ, thổi kèn xắc-xô *"Trở về mái nhà xưa."* Ma thời thượng, uống rượu Mỹ, ôm đàn ghi-ta Đỏ, hát nhạc Nâu thời Đổi gió, *"Mỗi ngày tôi chọn một niềm vui."* Rất ư phóng khoáng chỗ lập trường.

Nơi đây nắng tháng Tư chuyển mùa. Trời mất máu. Bia đá đổ mồ hôi.

II
GẶP NGƯỜI TRĂM NĂM

Nỗi băn khoăn dài ngày trong tâm dạ bắt tôi phải một lần tìm hiểu nguồn cơn. Lần này tôi quyết xem cho rõ tên tuổi người nằm trong mộ bia bị vùi lâu năm bên dưới đất lấp. Tỏ lòng trước mộ, tôi gỡ cái nón đội đầu xuống, cài lại cúc áo. Thành tâm thắp ba cây nhang. Ba đóm lửa đầu nhang như ba con kiến đỏ bốc khói. Tôi ngậm ngùi vái van:

"Gò Dưa nghĩa địa. Thủ Đức quận. Sàigòn thành phố. Hôm nay nhằm ngày 14 tháng Ba năm Đinh Hợi 2007. Tôi, kẻ ngất ngưởng dương trần, thành kính cung thân khấn xin thần hoàng thổ địa, các tay chơi bá cháy giang hồ thuở sinh tiền, bá vạn hồn linh, thập chủng cô hồn, hãy phù hộ cho tôi làm một việc động thổ…"

Tôi đằng hắng một cái, rồi tà tà vái tiếp:

"Hỡi Người anh em đang an nghỉ trong đất Mẹ yêu mến. Anh ngủ khá lâu dưới chưa đầy ba mét vuông đất Gò này. Anh được trang hoàng rất thời thượng bên trên là bãi rác, phế liệu, lông gà. Không cỏ xanh không hoa lá. Một nấm mộ bị triệt để trần trụi, bạch hóa. Nay xin phép người anh em cho tôi bới mộ anh ra xem tên tuổi quê quán, ngày sinh tháng tử, mặt mày anh trên bia đá thử nào. Lâu quá đi, chỉ thấy cái chóp mũ thôi. Tha lỗi nghe người anh em. Cũng là đồng điệu. Tôi đại úy khóa trước, anh tà tà khóa sau. Cùng là "Ngày bao hùng binh tiến lên" chỗ quân trường, thuở anh em ta chưa là Người hùng binh mang chân gỗ trở về."

Ngay chỗ ngã ba trước mộ có một cái chòi lá của bọn cai quản mộ. Vài cái bàn gỗ bày bán những bó hoa vạn thọ, cúc vàng, nhang đèn, thuốc lá, hộp quẹt, mấy chai nước ngọt. Có cả cà phê.

Chỗ cổng vào nghĩa trang, có treo một lá cờ. Đương nhiên là cờ đỏ. Và rất đương nhiên chính giữa lá cờ đỏ một ngôi sao vàng. Và, rất thường tình như mọi ngày, xa xa nó giống một giọt máu lưu lạc, lạnh lẽo, dù bầu trời Miền Nam đầy nắng vàng tươi.

**

Lều đông người và rất ồn ào. Bọn phu phen tụ tập chờ nhận dịch vụ chôn người, sửa mộ, làm cỏ, cả dẫn đường tìm mộ, tất cả đều phải được trả thù lao hậu hĩnh khi xong việc. Chỗ nền đất, trải một chiếc chiếu, quây quần hai gã đàn ông với vài mụ đờn bà ngồi vừa đánh bài tứ sắc vừa văng tục.

Tôi gọi một gã cởi trần, chỉ tay vào ngôi mộ hoang, tôi nói với gã:

- Này anh Ba, anh bới dùm cái mộ này tôi gởi tiền uống cà phê.

- Bới là bới làm sao? Đào ra làm mộ mới, hay chỉ làm sạch sẽ mộ?

Tôi từ tốn:

- Bới rác rến cát bụi cho tôi xem rõ hình người và mấy dòng chữ trên mộ bia. Sau đó nhờ anh hốt rác rến đất cát đổ đi chỗ khác, dọn cho sạch sẽ. Mộ gì thảm quá.

Thằng chả vận quần đùi ở trần, giữa ngực có xâm hàng chữ: *"Tao thù con đĩ ngựa"* mới mười giờ sáng đã nồng nặc mùi rượu, nhìn tôi rồi nhìn mộ than thở:

- Ông thầy cho bao nhiêu?

- Một trăm nghìn.

- Trời đất, cái mộ ông sĩ quan này, tôi biết mà, đã hoang phế ba mươi năm rồi. Bây giờ dọn một ngày chưa xi nhê chi. Ông thầy cho đàn em hai trăm nghìn đi. Bao năm mới bươi bới một lần mà.

- Được, làm đi. Vui vẻ. Xin cảm ơn.

Thằng *"Tao thù con đĩ ngựa"* nhìn vào quán gọi lớn:

- Ê con mụ Bảy ra "thanh lý" mấy con gà với cái lồng gà của mày, dẹp cái dây treo áo quần dơ, cho ông làm việc. Thấy mà ghê.

Con mẹ sồn sồn được gọi là mụ Bảy ném nắm bài tứ sắc, xả cái quần vén tới bẹn xuống đầu gối, bước ra nhìn gã đàn ông phân bua:

- Mộ này tôi trông coi bao năm ai cho đến nhận làm?

- Mày trông coi nổi gì mà cứt chó cứt gà giẻ rách thế này? Nói nghe? Con xạo que.

Mụ vén quần tới bẹn thịnh nộ:

- Nó hoang phế nhưng là địa phận tôi trông nom. Đây là mối của tôi.

- Tranh giành tao đập bỏ mẹ. Tao mới là đại diện ban quản trị phường đây này.

Tôi van lơn:

- Xin quý anh chị bớt nóng. Ai làm cũng được. Hay là cùng làm, tôi sẽ trả thù lao cùng giá hai trăm nghìn đồng cho mỗi người. Giúp tôi đi.

Thằng tao-thù-con-đĩ-ngựa cầm cái xẻng hươi hươi, nhìn mụ Bảy rồi nhìn tôi, nói băng quơ:

- Cái mộ này vô chủ. Mộ *ngoài chính sách*. Là con hoang từ bao năm.

"Tao thù con Đĩ ngựa" nhìn tôi rồi nhìn mụ Bảy dè bỉu:

- Con mẹ Bảy này thuộc lọai ác ôn mà thầy Hai. Nó lấy cái chổi chà quét sơ qua một cái mộ là lấy tiền người bà con thăm mộ hai chục nghìn đồng. Gặp Việt kiều thì ngon ơ, mười đô la cái chắc. Mỗi ngày cái chổi chà của nó "công tác" có đến vài chục lần. Nó thu là bao tiền. Thầy coi, mộ người ta mà nó đổ rác rưởi nuôi gà qué thế này đây. Nó mất cha nó "khả năng bức xúc." Nó tiêu dênh rồi cái cục xấu hổ. Đồ bất nhơn.

Mụ vén quần tới bẹn quát:

- Câm cái lỗ mẹ mày đi. Mới có hai trăm nghìn đồng bạc mà hết lời nịnh nọt thầy hai thầy ba.

Cô ta nhìn về phía tôi, xả tiếp:

- Thầy gì đó ơi, thầy cho thêm hắn một trăm nghìn rồi thầy ị ra cái thằng phường dỏm này nó cũng ăn cứt thầy ngon ơ cho coi.

- Mày nói ai con mẹ thối mồm?

- Tao nói cái thằng người đêm hôm chuyên đào những ngôi mộ mới chôn hôi của chôn theo. Tao chửi cha cái thằng phường dỏm.

Thằng tao-thù-con-đĩ-ngựa tưởng hung hăng hóa ra nó cười trâng tráo, hạ "nghị quyết":

- Con mẹ Bảy này sắp trật quần bày hĩm ra rồi. Thôi nhịn cho yên bề. Chạy voi đâu xấu mặt.

Tôi năn nỉ:

- Thôi tôi lạy các người, tôi không có thời giờ. Làm giúp ngay cho.

Lồng gà được dời đi. Bầy gà lúc nhúc được lùa vào một ngôi mộ kế cận có thành chắn. Lá cây, rác rưởi, giẻ rách. Gạch vụn vôi vữa cát sạn thừa người ta xây các mộ kế cận cũng được thải vào đây. Dọn một chặp, thành mộ bày dần ra. Gạch tường bể nát từng mảng. Tôi bần thần thắp thêm mấy cây nhang.

Lòng buồn rượi nghĩ tới chỗ nằm của mình sắp bày ra. Tôi sẽ biết ngay tên tuổi, ngày tháng qua đời của mình ngay trên cái bia mộ không màu. Đúng ra một màu xám cũ, buồn phiền và lẻ loi dưới nắng vàng Gò Dưa.

Phía xa kia là mộ Trung niên Thy sỹ Bùi Giáng. Bước tới, là mộ thi sĩ Tạ Ký. Những ngôi mộ khiêm tốn của những bậc tài hoa hơn người.

Một thằng nhỏ cố khom xuống trong bụi mù, dùng cái lưỡi dao nhỏ cạo dần đất bám trên mặt bia. Nó nói nhỏ với tôi:

"Lát thầy Hai cho con mấy chục con mua ba cái đồ lặt vặt. Đưa cho mấy người đó họ không cho con cắc nào… này, lòi cả cái mũ cát két ra rồi thầy Hai ạ, cái mặt đây rồi… ông này chắc còn trẻ… ôi mà ai đục nát cái mặt ông sĩ quan ra rồi… thầy ráng chờ… con cạo nốt cái phần chữ bên dưới đây này…"

Một bức tranh siêu thực hiện ra trên mặt tấm bia. Một vành nón sĩ quan chỉ còn nửa vành. Một nửa vành kia, khoảnh đá đen bia mộ trở nên trắng nõn. Một con mắt còn. Một con kia bị lưỡi búa hay rìu, khoét mất tiêu. Sâu vào nền bia từ nửa vừng trán bên trái xuống, lấy mất một con mắt, vạt luôn xuống cái sống mũi. Một đường đục khác lấy mất cái miệng. Toàn bộ mặt bia ngang dọc đường băm vằm. Phần đầu bia bị vỡ một mảng lớn. Phần bia bên dưới cũng bể vỡ.

Tiếc rằng tôi không mang theo máy hình để chụp cái tác phẩm đầy ấn tượng này.

Thằng nhỏ moi tiếp. Phải bới rất sâu trong đất lấp kín nhiều năm. Mọi người phải khom. Như mộ bia trong đường hầm. Nắng trắng mờ hòa với bụi mù. Tôi ho sặc sụa. Những hàng chữ mờ nhòe bên dưới từ từ hiện ra. Lúc đầu đọc chữ được chữ mất. Thằng nhỏ nói "Để con lấy nước con rửa. Ông phường dởm nhận tiền của thầy làm có một chút rồi giao cho con, ổng đi nhậu rồi."

Mặt mộ bia đá cẩm thạch. Thường người ta sơn màu những dòng chữ trên tấm bia. Lâu quá, đất ăn mất màu. Đến đá chừng như cũng mỏi lòng, biến dạng. Một khuôn mặt không màu, trên đầu một nửa vành nón, còn mỗi con mắt, không rõ miệng cười, cần cổ nửa đen xám nửa trắng nhạt. Hình mặc đồ đại lễ, thắt cà vạt đen. Thoạt đầu nhìn lờ mờ cái cát két tôi tưởng người trong mộ là sĩ quan cảnh sát. Không phải. Cảnh sát không mặc trang phục này. Khi mộ bia được cạo xuống tận dưới, tôi cố nheo mắt, đọc:

Nơi an nghỉ
Cố Thiếu úy
T. V. NGHIỆP
Sinh ngày 4.8.1954
Tử trận ngày 11 tháng 3.1975

Người lập mộ là cha mẹ? Vợ con? Hay đồng đội? Không hề thấy để tên trên bia mộ.

Một phút sững sờ, tôi đọc thầm tên anh được ghi rõ trên mộ bia nát nằm bụi mờ:

T. V. Nghiệp!

Chừng cái tên đã ứng vào mệnh số, vận nghiệp chung của đất nước, nên có quá nhiều điều tương hợp.

Nghiệp chào đời tháng 8-1954, sau non một tháng, năm hiệp định Genève được ký kết để chia đôi đất nước. Nước Việt Nam Cộng Hòa được hình thành. Một khởi đầu, mở rộng cửa Hưng thịnh.

Nghiệp qua đời tháng 3-1975, trước hơn một tháng, năm kết thúc hiện thực Việt Nam Cộng Hòa. Dấu mốc một Mở cửa Địa ngục trần gian.

**

"Nghiệp của 21 tuổi. Hai mươi mốt năm tuổi thọ cộng lại của các triều đại quý ngài Diệm, Minh, Khánh, Sửu, Thiệu, Hương rồi lại ông Đại tướng Tổng thống Dương văn Minh đầu hàng. Ông không đầu hàng mỗi mình. Ông hạ lệnh cả nước buông súng. Hai mươi mốt năm vận mệnh, đã rất thừa dư mọi tấn tuồng. Nhưng mà Nghiệp trẻ quá. Sao Miền Nam nhanh quá đi. Hai mươi mốt năm. một cái ánh chớp sáng lòa vừa đủ giụt mình, rồi tối đen bần thần dị dạng."

**

Nghiệp tử trận ngày 11 tháng ba 1975, thời điểm bắt đầu cuộc thua lổ của Miền Nam, khởi từ thành phố Buôn Mê Thuột. Đó là những ngày rối ren, hoảng loạn. Từng giọt máu tháo chạy. Đổ vỡ nối liền đổ vỡ. Những

"Ra đi" không hẹn "Ngày về." Nhưng Nghiệp được an táng đàng hoàng, mộ chí khang trang. Chứng tỏ anh hãy còn thân nhân.

Sao hơn ba mươi năm nay mộ chí lại đìu hiu? Tất cả, đã bày ra bao dấu hỏi.

Gió đầu mùa mưa miền Nam thổi về sao có cái nóng xa vắng trên lớp mộ hiu hắt này. Tôi khom người xuống chỗ khoảnh đất được moi sâu. Rất xa lạ mà rất anh em. Mùi nghĩa địa thơm một trùng phùng. Đôi mắt tôi đã hoa nắng. Nhìn cái nón sĩ quan trên mộ bia Nghiệp, tôi mơ màng nhớ, đời quân trường xưa kia trên đồi Tăng Nhơn Phú. Những buổi sáng thức dậy rất sớm. Rời khỏi giường cá nhân từ năm giờ sáng. Một ổ bánh mì kẹp thịt được nhà thầu ném trên nóc mùng. Một bộ đồ trận, ba lô lên lưng, khẩu súng carbin M2, những kỷ niệm học đường bỏ sau, trước mặt là đoạn đường chiến binh, những bài học địa hình, những cách đi hàng ngang tránh tràng đạn bắn trực diện xâu táo. Những đồi trọc nắng Thủ Đức, xa xa một dãy hình bia người chỗ bãi bắn.

**

Lúc này Gò Dưa có một đám tang đang tới. Một xe thầy cúng áo vàng. Một đàn tiếng buồn cùng lời ai niệm. Một huyệt mả được mua từ đất vốn trước kia là lề đường trong nghĩa địa. Lại thêm một nắm xương trở về với Mẹ.

Xương của Nghiệp dưới này chắc đã hóa đen rồi. Trời gây bao mùa mưa lũ, thịt của Nghiệp chảy theo nguồn nước ngầm dưới kia rồi. Trong ly nước hằng ngày chúng ta uống chắc có nước cốt từ xương thịt những anh em từng thù nghịch trên dương thế, nay trong Đất Mẹ khó mà phân chia.

Đất Mẹ sáng. Bàn tay Mẹ lành. Mẹ rộng lượng trải lòng nhận tất. Thịt con thiu ôi chiến trường năm ba ngày chưa kịp chôn; xương sấy khô bỏ ba lô quân tình nguyện Campu [không có chia] mang về; xác phàm những quân ma xó được một thời cho phép sâu bọ làm người, ngồi bàn độc, bàn tay vượn, óc não cáo... Mẹ rộng lòng nhận tất.

Mẹ chẳng cần thủ tục rườm rà. Chôn cũng tốt mà thiêu cũng hay. Có quan tài đàng hoàng Mẹ mừng, mà bó chiếu trần, rách nát Mẹ cũng thương. Không được thiêu chẳng được chôn, bỏ mặc thịt rã từng phần, chim bọ ăn thừa, xương trời rửa mưa, chút ít còn lại về với đất, Mẹ sẽ chan hòa. Về thôi. Chúng con đều là Con của Mẹ, từ thuở "Trứng chia phôi." Mẹ ấy là Huyền thoại, nhưng chúng con hôm nay không là những nhân ảnh hoang đường."

III
CUỘC HÀN HUYÊN
NHIỀU DẤU HỎI

Lạ thay, "con mụ sồn sồn quần vén ngang bẹn," ăn nói vong mạng buổi sáng, mà anh phường dởm tao-thù-con-đĩ-ngựa gọi là "Mụ Bảy ác ôn mất tiêu khả năng bức xúc," bây giờ cô ta có một vẻ gì lạ lạ.

Cô đã hiện ra một cô gái hiểu biết, có tấm lòng.

Cô tỉnh táo, âm thầm nhìn tôi và mộ Nghiệp từ lúc bắt đầu dọn dẹp cỏ rác. Cô thở ra dưới bóng nắng. Cô trở vào rửa mặt, thay một bộ áo quần tươm tất. Chải tóc. Cô dọn một cuộc mình sạch sẽ. Tay cầm một bó nhang, đôi mắt cô sáng, thoáng buồn. Bảy nhẹ nhàng đến ngồi cạnh bên tôi, cô nói:

- Thắp nén nhang cho anh Nghiệp, thầy Hai.

Tôi vừa sững sờ vừa ngây dại hỏi:

"Có thật cô muốn thắp một nén nhang thành kính? Buổi sáng cô làm tôi hãi quá."

Bảy nói tỉnh queo, như một tâm sự từ lâu mới được thổ lộ:

- Úi dà, em cũng có học hành chớ bộ. Thầy coi, sống trên cái xứ ma mị này, mở con mắt ra là thấy tứ bề bọn lưu manh lừa đảo hung hãn chụp giựt, dối cha lừa chú. Tối ngủ quanh đây là mả mồ, ma hiền ma dữ, ma đói ma giàu, ma ác ôn ma nghệ sĩ. Nhiều đêm trăng nhờ nhờ người ta la hét vây bắt bọn ma túy, hãm hiếp, giết người. Sáng ra, đọc báo hằng ngày thấy nghìn vụ việc nước non thời sự còn thối hoắc hơn cái xác phàm chết hai ba ngày chưa khâm liệm. Thầy hươi, cái thời cuộc, cái thế sự, nền giáo dục này, nó khiến bọn em không mất dạy cũng thành mất dạy. Không hung dữ tranh giành chúng cướp cạn ngay cái sống của mình.

Bất ngờ cô Bảy lại phom phom, đi một đường nhại Kiều:

- Thầy hà, thật là *"Bắt phong trần phải phong trần…Không lưu manh cũng đáng phần lưu manh."*

Cô lột vỏ bao nhang lấy mở giấy châm hộp quẹt cho tôi cầm bó nhang đốt đỏ trong nắng trắng Gò Dưa. Có tiếng tụng kinh gõ mõ phía đám tang đưa lại. Cô đưa tay vén tóc. Lau mấy giọt mồ hôi trán. Nhìn thoáng, tôi thấy cô rất có duyên, một vẻ đẹp rất... nghĩa địa.

Bóng cây cổ thụ chỗ đầu đường ma đã đứng bóng trưa.

Cô bỗng dưng ngậm ngùi:

- Em có lỗi thầy Hai ơi. Bao năm em không thắp nhang cho ngôi mộ này. Người ta bảo mộ này là mộ của thằng giặc. Mà có phải giặc không thầy? Mà giặc làm sao?

"Thôi đừng nói chuyện giặc giã nữa cô ơi."

- Thật mà thầy, giải thích cho em nghe thế nào là giặc?

"Cô Bảy, tôi bảo cô đừng nên biết, không nên bàn tới những gì xa hơn chỗ cô ngồi."

Bảy nhẩn nha:

- Em biết nơi này từ lúc chín tuổi. Bây giờ em bốn mươi.

"Thôi đừng kể lể tuổi thơ tuổi già được không cô Bảy!"

Bảy khá cứng cổ, cô lên gân tâm sự:

- Một bữa em tuổi nhỏ em thấy người ta vác đục búa người ta đập phá những mộ thế này. Rồi không hiểu sao người ta đục hình mặt mày trên bia mộ. Vừa đục phá vừa giận dữ hò la.

"Thôi đừng nói chuyện đập mộ phá chùa đốt nhà thờ được không cô Bảy!"

Bảy ngồi chùm hum. Hai tay vòng qua hai đầu gối chụm. Cô từng hay sao cô lại hát nho nhỏ: *"Anh không chết đâu anh người anh hùng ...."*

Đôi mắt cô ánh lên cái hoài niệm mờ mịt, hoang dại. Cô tâm tình:

- Em chẳng biết người anh hùng trong bài hát. Là ai hả thầy?

"Xin cô đừng nói bao la thế giới mũ xanh mũ vàng được không cô Bảy!"

- Bây chừ tụi em hát toàn loại nhạc xưa không hà. Hay chết mẹ.

Thằng nhỏ phân bua:

- Chị Bảy đây thích nhạc xưa lắm thầy Hai. Toàn Duy Khánh, Nhật Trường không hà.

Bảy nổi máu Gò Dưa:

- Sao cái chi chi đẹp đẽ hay ho cũng ngày xửa ngày xưa. Bây chừ toàn thúi hoắc là sao thầy Hai?

"Thôi đừng nói thơm thúi, đẹp xấu, thời xưa bữa nay, được không cô Bảy. Thắp cho tôi hai cây đèn cầy xem nào."

Hai ngọn lạp lung linh, què rạp trong gió đổi. Tôi vái Nghiệp:

"*Thắp nhang cho Nghiệp đây. Cũng là thành tâm. Sẽ tìm cách nào đó để sau này mộ người anh em được trùng tu hoàn mỹ.*"

Bảy đột nhiên nói với thằng nhỏ:

- Mày ra mua cho chị bó hoa tươi. Hoa của tao héo mẹ rồi.

Thằng nhỏ chạy đi. Nhìn cái lồng gà mấy con gà chiu chít, Bảy nói:

- Rồi em cũng dẹp mấy con gà này đi, cho cái mộ nó sạch. Mà nghe nói có cúm gà chết người hả thầy.

Tụi em nuôi gà trên mộ anh Nghiệp rồi ăn tía lia có chết thằng tây nào đâu.

"Thôi đừng nói chuyện gà qué, bò lở mồm long móng, heo tai xanh tai đỏ, những thứ bệnh thời đại đó nữa, có được không cô Bảy!"

Thằng nhỏ mang về bó hoa tươi. Bảy lấy một cái lọ. Ngắt tỉa hoa gọn, bỏ vào lọ, đặt ngay trước mộ. Cô cúi mình vái ba vái.

Cô lại sai thằng nhỏ:

- Mày lấy cái xẻng khỏa cho bằng phẳng chỗ đất trước mộ này đi.

- Làm chi vậy chị?

- Để tao bày đồ cúng.

Cô trải trên nền đất tạm bằng phẳng một tấm ni lông. Một đĩa trái cây. Cam ổi, mấy trái nho đã rụng khỏi chùm, hai trái xoài. Mấy lá vàng bạc. Cô lấy hai cái chung nhỏ rót một ít rượu đế.

Thằng nhỏ thấy đồ cúng lôi thôi nó la hoảng:

- Trời đất hươi sao chị lấy đồ đã cúng mả mồ người ta đem cúng ông này. Mang tội chết.

Bảy sừng sộ, nói tỉnh queo:

- Thì đã sao. Tao cúng bằng lòng dạ tim gan tao đã sao. Cúng xong thì mày ăn chở ông Nghiệp có ăn đâu.

Cô vái lâm râm gì đó. Chắp tay bái thêm ba bái. Lại cười, chỉ tay vào hai chung rượu trắng, cô sai bảo tôi:

- Đây là hai ly rượu tình. Thầy Hai uống với anh dưới mồ mỗi người một ly đi. Cụng ly thử em có nghe cốp cốp không nào!

Cô này ngộ. Bảy đột nhiên khuyên nhủ tôi, rất thành tâm:

- Thầy làm sao chứ cái mộ này không thọ lâu đâu.

Tôi bàng hoàng hỏi:

"Vì sao?"

- Vài tháng trước, em biết, người ta chỗ ủy ban Phường, bàn với nhau là sẽ đào cái "mộ ngoài chính sách" này, lấy đất bán. Đốt xương khô bỏ vô lọ sành.

"Thờ phụng ở đâu?"

- Úi dà mấy cha cần mẹ chi thờ phượng. Thầy ngây thơ quá. Mấy chả đào bà xương cốt lấy đất bán. Vớ bở. Tiền đất hơn trăm triệu đồng một huyệt mộ chớ bộ. Chia đất, chia quyền đã đời, rồi nay chia xương.

"Thôi đừng nói chuyện chia đất, chia quyền, chia thịt xương, chia chác... cô Bảy"

Bảy lại than thở:

- Có nhiều mộ như hoàn cảnh mộ này lắm. Hồi ấy sao lạ kỳ người ta vác búa phang đập mộ chí. Phong trào mà.

"Thôi đừng nhắc tới phong trào phong triệt cô Bảy!"

- Mà sao kỳ, có nghĩa địa người ta đập phá mộ lại đập tan hoang luôn cái tượng người lính buồn buồn ở cổng vào. Bao năm chẳng ai hương khói. Có người tỏ lòng tới đốt một nén nhang, đặt một bó hoa cũng không được phép. Người ta nhốt đầu cho. Sao kỳ vậy thầy?

"Thôi đừng nói chuyện trong đất giữa đời, xương cốt nhục vinh nữa cô Bảy."

- Thằng cháu của em nó đánh lộn với người ta bị đui một con mắt cũng chuyện đập mộ cha nó như mộ này.

"Thôi đừng nói chuyện đánh lộn đập đầu lủng ruột, lời tròng trắng tròng đen trên mả mồ nữa, cô Bảy!"

- Thầy mà lo cho mả mồ này có ngày người ta cũng gom nhốt đầu Thầy.

"Thôi đừng nói chuyện vào tù ra khám nữa cô Bảy. Đầu tôi tôi lo."

- Ủa, sao nói cái chi thầy Hai cũng biểu "thôi đừng, thôi đừng" hoài vậy?

"Thôi mà."

Sàigòn, Vườn Cây Cau -2007
Đọc lại, có chỉnh sửa, Bolsa 2017

Lời ngoại chú của Tác giả:

Truyện *"Nghiệp Chưa Hề An Nghỉ"* được đăng trên tuần báo mạng Văn chương Da Màu, *www.damau.org* vào ngày 10-8-2007. Sau đó ít lâu, Tác giả có trở lại nghĩa trang Gò Dưa, thấy mộ của anh Nghiệp được đổ một lớp xi măng, nhưng không được tô láng kỹ lưỡng như bình thường. Nhìn chung không có dấu hiệu là ngôi mộ đã được ra công tu sửa.

Tác giả có hỏi người coi sóc nghĩa trang là ai chỉnh trang mộ của anh Nghiệp mà sơ sài, làm qua loa như cho có vậy. Người quản lý nói là do Ủy ban Phường tại địa phương làm. Một sáng, có xe chở vài chục cục gạch tới xây trám những chỗ bị đập vỡ, đổ thêm đất cho đầy cái nấm, rồi đổ xi măng trộn cát lên trên, khỏa cho bằng phẳng mà thôi, không tô láng. Mộ bia bị đục thủng vẫn để nguyên như cũ.

Cách đây không lâu, nhân buổi gặp gỡ, một người bạn thân, anh Phạm V.P. hiện sống tại Sàigòn, cho tôi biết là mộ của Thiếu úy T. V. Nghiệp đã được trùng tu rất đẹp đẽ. Lại nói, có đăng hình mộ và tin tức trên một Facebook.

Tôi hỏi Phạm địa chỉ facebook, mục đích được tận mắt nhìn cho rõ ràng hình ảnh ngôi mộ mới. Nhưng Phạm trả lời, là khi lướt mạng chỉ tình cờ thấy mà thôi, không nhớ là facebook nào.

Tôi không hề nghĩ việc trùng tu ngôi mộ đã hoang phế trong bao năm, là do/từ một tác động, được khởi từ cái truyện ngắn *"Nghiệp Chưa Hề An Nghỉ"* của tôi, như một lên tiếng. Nhưng dù là một trùng hợp ngẫu nhiên, chúng ta cũng rất mừng, rất an lòng khi ngôi mộ của Thiếu úy T.V. Nghiệp đã được người thân trùng tu khang trang.

Ngay lúc này đây, hằng nghìn mộ chí của các quân nhân Cộng Hòa, tại Việt Nam, đã không nhiều thì ít bị đập phá, các nghĩa trang quân đội đã bị xóa dấu, sang bằng. Tất cả những gì gọi là chính nghĩa, thanh cao, cần thiết được trân trọng tôn vinh, đã/đang bị hạ nhục bôi vôi, bởi một thế lực bạo tàn, "Một tập đoàn thống trị nhân tính đã bị triệt tiêu."

Xứ Động Vật Mưa Hồng
[8 tiểu truyện]

I
MƯA CÔ HỒN
TRÊN XỨ TOÀN-CHUỒNG

Tảo còn nhỏ nhưng có khuôn mặt già dặn một thanh niên chừng ba mươi lăm, vừa lùn vừa ốm quắt queo, da màu gỗ khô.

Đặc biệt Tảo có đôi mắt sáng đến kinh dị, làm ta nhớ tới đôi mắt Thi sỹ Bùi Giáng. Toàn tròng đen. Tròn như mắt rắn. Hoang mơ. Mê hoặc. Khó phân biệt giữa điên, tỉnh. Nhưng người đời thường, rất tỉnh trí, có nhiều cảm tình với loại mắt điên điên ấy. Không dễ ai cũng có được hai cái lỗ đen tịch mịch minh triết như thế.

Tảo dùng dằng giữa trẻ thơ và già dặn, nửa tỉnh nửa ngây. Phải cảm ơn số phần đã gia cố cho cái xác lùn này căn bệnh đờ-mi-điên. Vì nếu là đứa trẻ bình thường chưa chắc Tảo thông minh, láu cá, lắm trò.

Trên cái bộ xương cách trí của Tảo, nơi khuôn ngực có một gò những xương xẩu đùn đống nhô cao;

sau gáy có một gò xương thứ hai, dùng ngón tay ấn vào nó như một lớp sụn; hỏi Tảo vì sao mày có cái cơ thể quái gở làm vậy? Tảo trả lời hồi nhỏ em suy dinh dưỡng, thịt teo mà xương thì mọc ra mất trật tự, thiếu độ cứng. Ánh mắt của Tảo như có một phản hồi của một phần đời khác, đã cũ nát. Có phải vậy mà tôi đã dây dưa với Tảo, mất nhiều tháng ngày vào cuộc điên tà sau này.

**

Bọn la cà chúng tôi thường ngày ngồi cà phê vỉa hè, nơi tiếp cận tạp nhạp tầm phào, nhưng nhiều chất sống, và rất tự nhiên sống. Có thể bàn đủ thứ chuyện trên trời ngoài biển. Khi hả hê câu tiếu lâm, châm biếm thời sự, có anh cười nắc nẻ như đười ươi. Nghìn chuyện lạ lùng, trong đó câu chuyện hấp dẫn lẫn đau đau, là chuyện đời thằng Tảo. Đây là một câu chuyện dài, chứa cả thế gian gỏn lọn trong lòng câu chuyện.

Hôm qua Tảo nói với tôi:

- Sắp tới rằm tháng bảy, mùa cúng cô hồn rồi, anh cho em vài cái vỏ bao thuốc lá, loại nào cũng được. Em cần "à lố" nhiều lắm.

Mặt trời lên cao. Hôm nay tôi ngồi nán lại chỗ hàng cà phê, có ý đợi Tảo. Từ ngã ba đường, Tảo xăm xăm băng tới. Lặng lẽ cười tình, tinh quái đảo mắt, Tảo chỉ nhìn bao thuốc lá trên bàn. Tôi nhặt mấy điếu thuốc lá lẻ bỏ ra, cho Tảo cái bao rỗng. Tôi biết rõ việc nó sử dụng bao thuốc lá.

Tảo cầm bao thuốc rỗng bóp nhẹ phần giữa cho tóp nhỏ lại. Áp bao thuốc rỗng vào vành tai, điệu nghệ như ta dùng điện thoại cầm tay, Tảo nghiêm chỉnh gọi:

"À lố 113 đâu, ở đây có một bầy thú đang nhâm nhi."

Một anh bạn tôi nóng mặt, chửi thề đù mạ thằng nhóc này dám gọi bọn mình là bầy thú. Tôi cười trả lời không phải đâu, nó hiền ngoan lắm, nhưng với nó quanh đây đều trâu bò chó ngựa cả. Nó người cõi trên.

Cần nói rõ, 113 là lực lượng cảnh sát chạy mô tô tốc độ cao, thường can thiệp những việc cần kíp. Như có hỏa hoạn, giết người, tai nạn xe cộ, trộm cướp, say sưa gây rối, xì ke ma cô đĩ điếm bất hợp pháp – đương nhiên là còn có hạng đĩ điếm thượng thừa hợp pháp. Nói chung bất cứ sự vụ gì nguy hiểm mà thường dân không thể can thiệp bằng lời can gián nhân nghĩa, theo lẽ đúng sai, thì gọi 113 đến dọn dẹp.

Đi quanh quanh một lúc, không thấy xe hụ còi nào chạy tới, Tảo lại đưa cái bao thuốc lá rỗng lên mồm, nghiêm giọng gọi liên hồi:

"À lố 113 tới gấp nhé. Lại có thú già thú phụ nữ thú trai tráng đang nhởn nhơ chỗ siêu thị đây. Một bầy đực lẫn cái đang hát karaoke, hớt tóc ôm đây, à lố... à... à tới lẹ lẹ nhé."

**

Sinh hoạt thường ngày của Tảo là dạo quanh quanh, xem chỗ này xây nhà, nơi kia đào đường đặt ống cống. Công viên mấy chị sồn sồn đánh cầu lông đùa vui nhố nhăng. Chán, Tảo nhìn các cô gái ngồi câu khách chỗ cà phê đèn mờ.

Mặt trời sáng quắc, nơi đây càng mờ tối. Có khi Tảo bị ăn đòn dập mỏ vì mải dòm chỗ lỗ rốn hoặc vùng da thịt trắng trắng hồng hồng của các cô. Nhìn cũng được thôi. Con gái ngon ơ mà ăn vận lòi ngực chìa mông thế này chỉ để câu đàn ông. Nhưng thằng nhóc nhìn lâu quá. Lại nằm ngửa nhìn lên. Cười đười ươi. Lại móc điện thoại gọi:

"Alô 113 nơi đây có con thú trong lũ thú mặt người."

Nhiều hôm, trời ráo quạch, Tảo ngơ ngác nhìn xe cảnh sát rượt đuổi đám người bán hàng rong. Những xe tải to đùng thu gom loáng một quãng đường là đầy nhóc những thứ tài sản rẻ mạt của đám dân đen dài dọc vỉa hè, mà theo luật định là kinh doanh trái phép, chiếm dụng lòng lề đường, cần cho lên xe cây mang về bót cảnh sát.

Đời sống khó khăn, đã gọi là buôn bán chụp giựt lòng lề đường nên món gì cũng tạm bợ, sơ sài. Xe nước mía quay tay, không có máy ép. Các bảng hiệu nét chữ nguệch ngoạc viết tạm dựng ngả nghiêng quảng cáo tô bún riêu đĩa cơm tấm bình dân. Bàn ghế soong chảo thùng nước lèo bị cảnh sát giựt gom đổ vỡ lung tung, khi anh chị, khi lão già đang ngồi chồm hổm, húp xùm xụp, cho đáng cái đồng nát bỏ ra. Có khi chiếc xe đạp dùng bán hàng rong, hình nhân vàng võ sống qua ngày đoạn tháng nhờ dăm trái cốc vài chục ổi. Những thằng nhóc bụng ỏng lưng trần chạy lon ton theo mẹ bên chiếc xe ba bánh cọc cạch, bán khoai lang củ mì bắp nướng.

Bị tịch thu mớ đồ lôm côm tuy ít ỏi nhưng là cả một gia sản, bọn nghèo khó nổi máu điên nhào vô dành giựt, bất kể chết sống, chúng vác đòn gánh đánh rượt cả cảnh sát. Lúc đó, thằng Tảo hối hả gọi qua bao thuốc lá rỗng:

"A lô 113 đâu, đến can thiệp ngay cho. Nơi đây một bầy thú đang ác chiến."

Tảo thức trắng những đêm lễ lạc. Xứ sở này quanh năm lễ lạc, cái gì cũng có thể dựng tiệc ăn mừng, kỷ niệm. Thắng một trận bóng đá chẳng hạn, bọn thanh thiếu niên, cờ xí trống cơm phèng la, gõ inh ỏi lên nồi niêu soong chảo, cười la rách mồm, lái xe hết tốc độ từ đầu hẻm ra đại lộ reo hò. Tảo lại dựng bao thuốc lá lên vành tai gọi:

"À lố 113 đâu, bọn chiến thắng đang là bọn thú lên cơn."

Quả thực bọn người chiến thắng cũng bậy thật. Vui quá hóa rú. Tai nạn ì xèo. Bệnh viện qua đêm mừng vui đã tăng bao ca bể sọ não, gãy tay cưa cẳng, tê liệt ngồi xe lăn chỉ là những đứa còn tươi xanh tóc, đang ghế nhà trường.

Nơi đây bọn người ung vữa sứt mẻ não bộ chẳng phải là ít. Ngó ngon ơ vậy chớ chỗ cái trán cao thông thái là một miếng nhựa trơn láng lót bên trong lớp da đầu thời hậu phẫu.

Cái nơi mà nàng Âu Cơ xưa kia bỏ chồng, chôm bốn mươi chín cái trứng ra đi không cần tòa thiên địa xử ly hôn – *cái trứng thứ năm mươi có thể là thằng Tảo điên tà* – tới hôm nay, những sai lầm tội lỗi cứ ác chiến phình ra. Năm nay tiến triển hơn năm trước. Năm trước, mô Phật, lại tiến bộ hơn năm trước nữa. May thay, mỗi thu đông trời đất lên cơn mưa bão tẩy rửa phần nào tanh tưởi. Biển đông rộng lòng nhận cả thứ nước rữa tận cùng đen thối từ cái xác phàm hình chữ S gầy nhom. *À lố*...

2

Một ngày tháng Bảy, mưa bụi mờ trắng phía nhà thờ Cha Tam, tôi bất ngờ gặp Tảo ở đường Hải Thượng Lãn Ông, một khu phố sáng trưa chiều tối thơm mùi thuốc bắc.

Thằng nhỏ tài tình. Hóa ra Gò Vấp, Bà Chiểu, Bến Thành, Bà Quẹo, Củ Chi nơi mô nó cũng đặt chân tới.

- Mày vào Chợ Lớn này mần cái chi?

Hai con mắt rắn đen ngòm mở rộng, Tảo cười tình trả lời:

- Coi bọn người Tàu cúng cô hồn ngày rằm tháng Bảy. Tàu cúng mới ngon. Bởi bọn Tàu sống vốn là cô hồn rồi, nên hiểu lòng dạ bọn cô hồn đã ngỏm củ tỏi. Dân An Nam coi thường âm hồn, cúng kiếng ba củ khoai lang, đốt mía, bánh vụn, kẹo thèo lèo, toàn thứ bần cố nông. Tàu cúng heo quay, đốt vàng mã sang trọng, đốt xe hơi nhà lầu xiêm y, hình mỹ nhân, đốt bà Dương Quý Phi, hóa vàng bà Tây Thi.

- Thằng này ngộ. Hóa ra mày cũng biết nhiều.

- Năm nào em cũng vào đây mà. Kìa bà Dương Quý Phi óng ánh giấy màu kia kìa... Ê anh xem, cúng xong chỗ này chú Ba tàu bụng bự sẽ đốt một cái xe mercedes vàng mã xuống âm phủ tặng thằng con trai xưa kia mê xe hơi trên cõi trần.

Trong khói hương mờ ngạt Tảo rủ tôi đi giựt đồ cúng âm hồn cùng bọn trẻ. Ngoài lễ tết nguyên đán, tết trung thu, bọn trẻ có được mấy ngày hạnh phúc vui

CUNG TÍCH BIỀN • *xứ động vật* • tân truyện

vầy là làm âm hồn sống đi giành giựt đồ tế cúng ngày rằm tháng bảy.

Nếu ai vào thăm Chợ Lớn khu phố Tàu trong những ngày này sẽ thấy một quang cảnh lạ lùng. Người ta cúng tế khói bay kín ngập những lầu phố. Nhà nhà bày hương án, vật cúng tạ trước cửa hàng cao hơn đầu người. Cúng xong người ta "hồ hởi" đốt quà cúng gởi xuống âm ty hai ba tiếng đồng hồ cháy chưa xong. Khói đen vần vũ. Tro tàn ngập cả phố.

Tôi có người bạn Tàu thương gia ở Chợ Lớn. Anh ta bảo ông bà ông vãi anh ta bỏ nước ra đi thời phản Thanh phục Minh. Khi đặt chơn tới xứ An Nam đã biết ngay xứ này rất nhiều âm hồn. Không cúng cho người sống, quan lại mà, không tế lễ kẻ khuất mặt dương gian, là cái cần cổ không còn "khả năng" đưa cơm xuống bao tử.

"Nị hà, ở nước Diệt Nam của nị thời nay cái 'Mặt chận Âm hồn' nó dộng dãi lắm. Nó dộng dãi không thua cái 'Mặt chận Tổ huất'. Đâu phải thằng đói cơm lạt mắm chết bờ chết bụi mới là cô hồn. Cho nên ngộ cúng bái hết thảy, tế lạy van vái chọng thể lắm."

Phải khen đáo để nghệ thuật làm đồ mã của những nghệ nhân tài tình. Từ hình dáng đến màu sắc, từ đại thể tới chi tiết vụn vặt đều như thật. Chỉ kích thước nhỏ hơn thôi. Nhìn những tầng tầng "kiến trúc giấy mã" trong phố xá nguy nga có thực trước mắt, tôi lại nghĩ tới chùa Một Cột ở Hà Nội hôm nay. Chùa của hiện tại sao chỉ như một đóa sen nhỏ nhoi, một mô hình hàng mã; khiến ta chạnh lòng với tổ tiên; đau thầm đây chỉ là một phó bản, loại sa bàn, của một chùa Một Cột từng có thực; to lớn đến huyền hoặc mênh mang đâu đó, trong tít mù sâu của lịch sử giống nòi.

3

Thằng Tảo hỏi tôi anh không đi giựt dọc hà? Tôi bảo mày đi phần mày, tao vào quán nhậu vài phát, khói hương buồn chết mẹ. Tảo nói:

- Rượu Tàu Chợ Lớn toàn rượu bổ cường dương, mà này, ngồi một mình anh coi chừng lũ thú. Anh cần thì em gọi 113 cho.

Tôi nạt:

- Tao không ăn thịt người thì thôi, thú nào dám xơi tao?

Thằng Tảo đi thẳng đến chỗ một cửa hàng đang đốt giấy mã. Quả thực là người ta đang đốt hình một mỹ nhân, có lẽ xuống âm phủ cho thằng con trai chết non chưa kịp yêu đương chỗ dương thế. Hình vàng mã đẹp lạ, mà thằng Tảo gọi là bà Tây Thi.

**

Vừa ngây rượu, vừa rong ruổi với chiều mưa ngâu, tôi bị cô hồn ám... *"Tôi bước vẫn vơ, nghĩ vơ vẫn. Khơi khơi, tầm phào. Tôi hiểu trên cần cổ của mình hôm nay, hãy còn một cái đầu din, y bon cái đầu Bà Mẹ đẻ tôi ra thuở lọt lòng. Nhưng nay mai người ta có thể thay cho tôi một cái đầu xơ-cua, cho hợp trào lưu chính thể mới. Chẳng là vài thập niên trước tôi có một số sáng tác đăng trên các báo nước ngoài, điều tối ky ở nơi này, xứ Toàn-Chuồng. Lại công khai cho in tác phẩm của mình tại nước ngoài, nên nhà chức trách nhất mực lượm 'Cái-đầu-sáng-tác' của tôi về đồn tra cứu.*

"*Việc Nhà đương quyền tống giam vào rọ sắt một cái đầu, một tư tưởng đối kháng, một lương tâm chân chính, là chuyện rất ư bình thường, nơi xứ sở tôi đang sống.*

"*Rồi tôi được đề nghị, xem như một ân huệ dành cho nhân dân, là phải cần thiết 'bổ sung' một cái đầu đã đúc sẵn định hướng, lễ phép hơn. Trong tro bụi của một thời mạt pháp, người người khuyên nhủ nhau:*

"*Để sống đúng theo mô-đen thời thượng, là nên triệt để làm đời thường của một-công-dân-chịu-phép'. Là, tức tốc đội trên cần cổ cái đầu 'xã hội hóa' ra phố phường. Cả khi ăn giỗ kỵ ông bà ông vãi, khi dự tang lễ, khi đi bầu cử, cái-đầu-tập-thể này chính là cái nón bảo hộ. Thật là cách thái ti tiện, nhưng rất hợp pháp, rất ư thích nghi cái khí hậu động vật.*"

Đó là cái thượng tầng cấu trúc, còn phần hạ tầng thì sao? Tôi hiểu rằng giữa cái háng của tôi còn một bộ phận gì ấy, rất ư tục lụy lại rất đỗi linh thiêng, có vai trò sinh tồn không kém bộ não. Cái ấy cũng phải răm rắp theo đúng "kế hoạch hóa," đúng hàng ngũ trong hay ngoài cái hệ thống toàn trị.

"*Lại hiểu rất rõ dưới ấy còn hai cẳng chân. Tôi chưa hề bị tê liệt. Nhưng hai chân không có nghĩa chúng-mày-có-cái-tự-do muốn đi mô thì đi. Phải được khoanh vùng, quy hoạch nơi chốn bước tới bước lui, bước qua bước về, ra vô, bước ngắn dài, thấp cao. Nói chung, được cả, nhưng trong điều kiện khoanh vùng. Trong ấy anh bị tước đi cái quyền tối thượng, 'Tự do quyết định đời mình.'*

"*Tôi có thể hăng hái cùng mình, phóng nhanh vượt ẩu, nhưng là trong một con đường vòng tròn, bụi bặm,* một trường đua ngựa; theo cái cách tự do, đương nhiên là luôn nhân danh luật pháp, của xứ Toàn-Chuồng. Một cái chuồng có mấy nghìn năm văn hiến, sóng biển Đông rì rào, và, biên giới cắm mốc.

"Trong ấy, mọi sinh hoạt của chúng tôi sẽ được chấm điểm từ khán đài. Sẽ được theo dõi khá kỹ lưỡng bởi các ống nhòm kiểm soát, hữu hoặc vô hình. Mọi rượt đuổi, có thể được trao giải thưởng, bằng khen, nếu ngoan ngoãn nghe theo lệnh cây roi của tên tuyệt phích sai khiến ngự trên lưng.

"Tôi nhớ là mình còn một đôi mắt, chưa đui mù, hôm qua hãy còn nhìn thấy em. Rõ đến sợi lông măng. Nhưng bạn ạ, nơi xứ sở này, tôi luôn bị mờ đen trước những màn hình, khó thể nhìn/nghe những hình ảnh, những tin tức trung thật. Nó luôn bị bôi mờ, nhiễm khuẩn. Tự do đã bị thiêu hủy ngay trong xứ Toàn Chuồng, vì lửa của 'một bức tường lửa' thường trực che chắn sự thật."

Tôi không hề chọc quê các bạn vì sự kiệt quệ, hết vốn riêng mình. Nhưng, giữa rừng vàng biển bạc hôm nay đã, có hằng triệu thanh niên nam/nữ vừa nhú tương lai đã cạn lòng hết vốn ráo trọi.

4

Tôi nghĩ miên man bậy bạ trong ám khói âm hồn xứ mưa ngâu. Thằng Tảo đã làm tôi rối loạn?

"Có phải mình cũng là con thú trong bầy thú? Tôi ngồi xuống vỉa hè đếm một hai một hai, lại đếm hai một một hai, kiểm tra xem mình hai hay bốn chân. "Đồ khùng điên, bộ loài hai chân là thiếu thú tính hơn loài bốn cẳng chăng?"

Cây thánh giá nhà thờ Cha Tam Chợ Lớn sao buồn quá đỗi. Dưới cõi thế, bên tượng Chúa, nơi đang mưa mù ngâu này đây, xưa kia Tổng thống Diệm và cố vấn Nhu bị bắt mang đi, bị bắn nát người trong xe thiết giáp trên đường Trần Hưng Đạo. Hai xác máu tươi nằm lẻ loi trong nắng trưa chỗ bộ Tổng tham mưu. Rồi được chôn tạm. Rồi lại bị đào lên để chôn một nơi nghiêm chỉnh hơn. Nghĩa địa này từ hơn thế kỷ là nơi an nghỉ của toàn các quan lại, cả quan Tây, công chức cao cấp các triều đại, các nhà tư sản có máu mặt, các tướng lĩnh. Sau 1975 nó không được quyền là nghĩa địa. Nó bị san bằng, bốc dời đào bới. Hôm nay nó là công viên, mang tên Lê văn Tám, một đấng anh hùng con nít, được nhặt ra từ một nhân vật hư cấu của một câu chuyện vặt.

Thời gian đầu không ai dám tới cái công viên còn ma tươi nghĩa địa. Người ta đồn rằng xương tàn cốt rụi được đào xới mang đi nhưng hồn người còn ở lại. *"Đã là âm linh hiển lộ, thì người sống quanh đây nghe ra tâm sự. Đâu phải anh thắp nhang đèn, cúng một con heo quay chỗ đền đài là các hồn linh trên quê hương này Good bye để anh phè phỡn lĩnh xướng cái dàn nhạc thời thế."*

Tôi vẫn vừa bước vừa thở cầm chừng trong mưa mù ngâu. Ê coi chừng có ngày tao cũng lột cái đầu não sao y của mày tao bỏ lò nung.

Thằng Tảo tách khỏi đám trẻ giựt đồ cô hồn, lôi tôi chạy chí mạng. Một đỗi đường nó khoe giựt được cái điện thoại vàng mã. Hóa ra chủ đích nó vào xứ cúng cô hồn chỉ để chụp giựt một thứ nó cho là cần thiết, để loan tin: *"À lố... nơi đây có bầy thú."* Tôi bảo:

- Nếu cần tao sẽ cho mày một cái "điện thoại thật" hiệu Nokia. Đừng chơi trò dởm quen thói.

Tảo thao láo mắt rắn trả lời:

- Không cần. Anh ạ, chơi với cái thật có khi anh giập mỏ, sặc máu mũi không chừng. Cứ chơi dởm mà sống dài dài.

Lần này nó vui vẻ đứng yên cho tôi chụp mấy tấm hình. Tôi chụp rất gần, cố ý ghi nhận đặc trưng của Tảo, là đôi mắt, tròng mắt, cái nhìn. Không ngờ những tấm hình chụp vô tình này lại một chứng cớ khốc liệt, khe máu sau này.

II
BÊN NÀY NÚI SƠ SINH

Một hôm Mắt Rắn năn nỉ, "Anh Cung, anh về quê em chơi."

Từ trung tâm Sàigòn tôi và Tảo vượt non năm chục cây số, đến phía bắc huyện C, quê mẹ Tảo. Thời Cộng hòa, tôi là sĩ quan trung đoàn 10 Thiết giáp thuộc sư đoàn 25 Bộ binh, đã qua vùng này nhiều lần.

Thuở ấy nơi đây, cách con đường cái quan không bao xa, là những đồi hoang với rừng trơ, thoai thoải đất trắng bụi. Vườn không nhà trống. Cách nhau vài trăm mét, thậm chí vài chục mét là hố bom sâu rộng đến khiếp. Nước mùa thu cô đặc những rêu xám đen, của máu pha thuốc nổ. Ở ngã ba đường đất lưa thưa dăm cái quán lá. Bày những chiếc bàn tre, quày nước. Không có thiếu nữ thanh niên trong quán. Chỉ mấy bà già gầy guộc, lơ láo, ánh mắt lạnh lùng nhìn đoàn quân đi qua. Đám trẻ nít lưng trần bụng ỏng nhi nhô. Tôi hiểu là những nam nữ thanh xuân nơi này đang ở trong lòng đất địa đạo. Ở dưới ấy là kho lương thực, đạn dược, và lòng căm thù.

Một hôm dừng quân chiều, lính Cộng hòa căng cái lưới đánh bóng chuyền trên bãi cỏ xanh. Tưởng bình yên, đã vướng ngay một trái mìn. Một cụt chân, một chết hai hôm sau.

Trên mặt đất vùng C thuở ấy, từ một bãi cỏ xanh tươi, một lùm cây bóng mát, một cụm hoa dại ven đường, thảy đều có thể có một trái nổ đã chôn giấu trong lòng nó. Khắp nơi, chúng tôi đều phải rà mìn nếu muốn trải một chiếc poncho trên nền đất tưởng là bình yên để nghỉ ngơi. Tất cả, cả hơi thở đều nằm sâu bên dưới một mặt đất bên trên phó mặc cho hoang trụi.

Xa xa, trên những vùng khô khan, bảng lảng màu đất trắng bụi thiếu cây xanh, là đồn lũy quân đội Mỹ.

Những cụm khói lơ lửng trong bầu trời do những chiếc máy bay trinh sát nhả ra, là hiệu lệnh chỉ tọa độ cho những tràng pháo từ xa nã tới vùng trú quân của địch. Xa xa, có thể là đoàn tăng với những lính viễn chinh mệt mỏi dưới sức nắng khắc nghiệt hành hạ. Trong cái âm vang lạ hoắc ấy, xa hơn chút nữa là đô thành Sài Gòn. Cái tên khá êm đềm nhưng đời thường của nó không bình yên tí nào.

Trong đời sống Sài gòn bấy giờ đã có những hang hố tư tưởng sâu dài nối hun hút với các địa đạo vùng C này. Có những thầy chùa, linh mục, những trí thức, tuổi trẻ, sinh viên đang đi / đứng / hít thở / học hành / tụng phật / niệm chúa / làm tình / hát hò / đấu tranh trong lòng Sài gòn, họ đã có ngay sự đồng lõa đen tối với địa đạo bí mật về tư tưởng, hoặc đã nhận lệnh đấu tranh từ trong sâu lòng đất kia. Thành phần ấy, tất thảy, được điểm tên là "Những kẻ nằm vùng."

**

Hôm nay chiến tranh đã qua, tôi và Tảo trở lại con đường đỏ máu, bụi vàng xưa của vùng C. Nó đã được nới rộng ra, tráng nhựa bằng phẳng. Hai bên đường là nhà hàng quán nước. Nhưng toàn cảnh còn nghèo nàn thấy rõ. Cuộc sống nói chung là cầm chừng, cà thọt, cách biệt giàu nghèo, quan dân, thôn quê thành thị. Chỉ con sông bên dưới là man mác, bày ra những xóm làng đồng bằng ngát xanh. Xa xa thị trấn Bình Dương như một bản vẽ phác thảo của một họa sĩ chưa có ý định phúc thảo.

Tiếp tôi là một bà cụ ngoài tám mươi tuổi. Lưng còng mắt mờ. Bà ngoại nuôi của Tảo. Giọng nói run run nhưng lộ tấm lòng chân thật, tha thiết. Bà sờ đầu nắn tay Tảo. Bà bảo bây giờ tôi nhìn nó lờ mờ như nhìn cái hình trên bàn thờ khói hương kia kìa.

Tôi nhìn lên bàn thờ, thấy trên ấy đơn sơ tấm hình một phụ nữ trạc ngoài ba mươi. Sinh thời người này hẳn đẹp lắm. Bà cụ nói:

- Mẹ thằng Tảo đó.

Bà cụ khóc rấm rứt. Lại đưa vạt áo nhàu cũ lau mặt. Tảo rút cái khăn trong xách tay ra sau hè nhúng nước, vào lau mặt cho bà ngoại. Nhìn thằng tâm thần chăm sóc một bà già đơn côi tôi muốn khóc. Bà lại than van:

- Trên bàn thờ là mẹ thằng Tảo đó. Nhưng là mẹ nuôi. Số thằng này trời ơi, không biết cha mẹ đẻ của nó ở đất trời nào. Tám năm trời mẹ nuôi ra công tìm kiếm cha mẹ thật, mà công cốc. Rồi mẹ nuôi chết. Mười mấy năm sau chẳng thấy ai đến tìm nhận con trai của mình.

Ngừng một chút tay lau nước mắt, bà cụ tiếp:

- Sao mà mau, lúc nó ngo ngoe tôi vừa sáu mươi tuổi mà bây giờ... mà bây giờ tôi sắp xuống lỗ nó lại về... mà bây giờ tôi tuy mòn mỏi hãy còn tỉnh trí, nó trẻ trung lại điên... mà bấy giờ...

Con sông dài bị chắn ngang bởi cây cầu xa nối bên này tâm sự với bên kia vùng Bình Dương Bến Cát. Bà già bảo Tảo thắp một nén nhang trên bàn thờ mẹ nuôi.

Bức màn mở dần ra, theo khói nhang, câu chuyện lạ lùng về Tảo đã bày tỏ.

2

Hồi ấy, cô Hiền, mẹ nuôi Tảo, ngoài hai mươi tuổi, khỏe mạnh, đẹp, thông minh. Học xong tú tài, cô theo học đại học Văn khoa Sài Gòn. May mắn kiếm được việc làm, cô không trở lại vùng C. Cô vui vẻ sống bên này ranh giới. Cô có một người yêu sắp cưới, đại úy quân lực Việt Nam Cộng Hòa.

Chiều ngày hai mươi chín tháng tư năm một chín bảy lăm, Sài Gòn như một con bệnh chờ cấp cứu. Đường sá loạn lạc, chật ních người, trong tinh thế chạy giặc. Vũ khí đạn dược của lính bại trận ném dọc dài. Khoảng ba giờ chiều, cũng màu nắng vàng Sài Gòn có tự hôm xưa, hôm nay pha mùi khét, hôm nay lạnh, cô Hiền rời sở làm về sớm.

Thật ra mọi cơ quan ty sở của Miền Nam đã tan rã từ nhiều hôm trước, nhưng những công bộc vẫn tuân thủ nguyên tắc làm việc, nên cố giữ tối thiểu sự liên tục chừng nào hay chừng ấy, để giúp dân chúng những giờ phút hấp hối.

Người mang lời thề "Không đội trời chung với kẻ thù" đã bỏ nước Ra Đi. Kẻ "ở lại" hoảng hốt quay nhìn quá khứ. Kiểm điểm tức tốc mình đã nợ nần gì quê hương. Phải trả giá gì trong những ngày sắp tới? Phải sống sót thế nào trong thân phận non sông đã mất. Đâu là Lối Thoát Cuối Cùng?

Cô Hiền quen thuộc từng con đường Sài Gòn, nhưng sợ hãi quang cảnh xảy ra trên mặt đường hôm nay. Bất ngờ cô nghe – trong cái đống hỗn độn là quần áo lính, nón sắt, súng trường, bi đông nước, huy chương, máy truyền tin, cả những chùm lựu đạn – có tiếng khóc một trẻ sơ sinh. Nó khóc thét trong một cái bọc vải.

Hiền dừng lại men mò trong đống lựu đạn để nhặt cái bọc lên. Tay chạm những cái khóa sắt, cái cò súng nguy hiểm nhưng cô không sợ hãi. Có một mãnh lực thúc giục cô từ tiếng khóc.

Một cái bọc rất đẹp, vải gấm đỏ, có thêu hoa văn vàng kim tuyến. Cái bọc được may theo kiểu túi xách liền lạc, túm đầu lại bởi một sợi dây rút, rất gọn, bên trong một hài nhi chừng ba bốn tháng tuổi, tròn trĩnh, đẹp lạ. Nhưng da mặt em đã tái, người co thắt. Em nằm trong bọc, trên một chùm lựu đạn bầm tê lưng và sọ ót. Ai vô tình ném cây súng trường M.16 đè ngang ngực em.

Cô vội vã ẩm cả bọc vải lên, quay quắt về nhà. Lúc đầu cô định đi ngay tới bệnh viện nhưng lại thôi. Giờ này chắc là thiếu vắng bác sĩ.

Nhà bị cúp điện.

Hoàng hôn chật và nóng. Hoàng hôn rên rỉ. Bằng cái âm vang vàng vọt của giờ hóa thân. Quân Bắc Việt đã sắp tiến vào thành đô.

Cô nấu một ấm nước, lau người thằng bé bằng nước ấm. Đặt nó nằm yên trên giường, lấy gối chèn chung quanh.

Hiền không hiểu lắm việc nuôi một đứa bé ra sao, nhưng cô rạo rực, cô nghĩ làm sao cho bầu vú có sữa.

Đêm ấy cô ru con. Đêm ấy cô nhớ người chồng sắp cưới đã kẹt lại chiến trường. Cô hiểu anh lắm. Bao nhiêu lần anh cùng đồng đội mở đường máu tới viên đạn cuối cùng.

Đêm ấy Sàigòn chờ giờ phút định mệnh. Sàigòn đóng chặt trong một không gian im bặt tiếng thở. Tiếng quạt động cơ trực thăng của hải quân Mỹ, chiếc cuối cùng, thật sự là vĩnh biệt, đã tắt.

Tiếng động rền rỉ đó đã chuyển ra biển khơi. Không hiểu làm sao đêm ấy cô hát ru con, lời thơ của một nhà thơ nữ: *"Ngày mai đi nhận xác chồng / say đi để tưởng mình không là mình."*

III
DẤU ẤN KHI LÊN TÁM

Nhiều năm qua Hiền nuôi thằng nhỏ bằng niềm thương yêu trong những tháng ngày khắc nghiệt, đói nghèo. Cô đã mang em bé bốn tháng tuổi về ở chung với mẹ già, trong một xóm làng hãy còn đầy dấu tích những hố bom, những vườn tược bị khai quang chưa tìm lại màu xanh.

Bà con cô Hiền không còn ở dưới lòng địa đạo bí mật như thuở kia. Bộ mặt thực của họ đã lộ diện. Tiếng nói lớn hơn. Cái nhìn rõ hơn. Chiến tranh đã qua nhưng họ rất dai dẳng, mãi mãi phải cảnh giác ai là bạn ai thù. Họ đẩy cuộc chiến ngoài chiến trường xưa kia vào đáy lòng. Bảo thủ và trì trệ. Họ nấu cao căm thù trong tận sâu tâm não.

Nhiều lần cô Hiền vào nội ô, đi qua con đường cũ, nơi xưa kia tìm thấy cái bọc, để dò la tung tích đứa bé. Cô rất muốn biết cha mẹ thật của Tảo. Nhưng đi mãi tìm mãi. Sau cùng, chỉ giữ cái bọc gấm đỏ hoa văn kim tuyến như một kỷ niệm. Một vật chứng cho tông họ, lai lịch Tảo sau này.

Cái tên Tảo do Hiền đặt, là rong biển. Lại là trôi nổi, bươn chải tảo tần. Một vật vờ chịu sóng. Thuở ấy, trong bọc vải không một mảnh giấy ghi địa chỉ cha mẹ, ngày tháng sinh, tên họ đứa bé. Với cái bọc vải sang trọng này, lúc bế thằng bé lên Hiền còn nghe thoảng mùi xà phòng thơm, mùi nước hoa. Thằng bé không phải con nhà nghèo khó mẹ nó đành bỏ bụi ném bờ. Thế làm sao nó lại là của rơi? Câu hỏi không dễ trả lời.

Vùng C lúc này có quá nhiều ân huệ từ chế độ mới dành cho xứ anh hùng. Nhưng Tảo tám tuổi đã bị suy dinh dưỡng trầm trọng. Cô Hiền không nằm trong diện được ưu đãi. Dưới mắt chính quyền mới, cô là một giáo chức "ngụy," lại xuất thân từ trường Văn khoa Sài gòn, một cái nôi của tư tưởng tư bản. Người Tảo vàng vọt, ngực gồ nhô những răng cưa xương. Lưng thằng Tảo nhi đồng đã còng. Người nó xiêu vẹo, khi bước tới tưởng thụt lùi.

Tảo tám chín tuổi ra rừng hái củi, lúc cả thành phố thiếu gạo, không điện. Nó theo các bà các chị ra chỗ hợp tác xã lượm mót những phần gạo nát, những củ khoai sâu sùng, những củ mỳ cong vẹo như rễ cây. Nó sắp hàng thay mẹ. Gánh nước thay mẹ. Nó ngồi chỗ đà cửa mài củ khoai mỳ thành bột trắng ngà pha với chút đường làm sữa ngọt. Mãi sau này khi được uống ly sữa bò, sữa thật, nó vẫn cười ngất, nó bảo sữa này là sữa dỏm, chỉ biết sữa củ mì.

Cũng năm ấy Tảo hụt chết trong hố bom. Trời tháng mười mưa lũ, ba bốn hố bom liền nhau đã tạo thành một hồ nước mênh mông. Bọn lớn đầu đánh bóng chuyền toát mồ hôi, nhào tỏm xuống tắm hồ chiều. Tảo lon ton theo, một thằng lớn đầu ôm Tảo nhảy ùm xuống hồ. Rồi, bọn lớn mải đùa vui bơi lội, lát sau, thằng nhỏ được vớt lên khi bụng đã đầy nước.

Cô Hiền được báo tin con mình chết chìm. Người ta không cho cô tới gần con. Theo lệ, trong lúc cấp cứu kẻ chết nước, người bà con thân thuộc của nạn nhân không ai được tới gần. Mười lần như chục, nếu cha mẹ xáp lại gần thương khóc, nạn nhận sẽ hộc máu mũi, sùi trào máu miệng máu tai, chết tốt.

Hiền tức tưởi đứng xa xa nhìn bọn thanh niên thay nhau ngồi trên bụng thằng Tảo dằn lên nhịp xuống cho phọt nước hồ ra khỏi cổ họng. Có đứa nhe răng cười như khỉ.

2

Vài tháng sau vụ Tảo chết hụt, người mẹ nuôi gặp cơn hoạn nạn. Tấn tuồng diễn ra như trong một cõi đời khác. Hiền hộc ra một đống máu tươi, tức tưởi qua đời. Tảo từ đó trở nên côi cút.

Những rừng sau chiến tranh đã trải kín những ngọn đồi xưa kia khô trọc. Những vườn trái chín đã cho bóng mát. Những dân lưu tán chiến tranh vào sống tạm trong thành phố này đã lũ lượt trở về chốn cũ. Làng xóm trở nên đông đúc. Một nửa đêm Hiền nghe có tiếng gõ cửa.

Đêm thanh vắng lạ thường. Tiếng gõ rất nhẹ, rụt rè. Nhưng âm thanh thì thầm này có thể những tai vách mạch rừng nghe thấy. Vào cái thời trong buồng kín nhà anh thừa một ký gạo người hàng xóm đã biết. Vì sao thừa? khi mọi người đều xếp hàng mà gạo ăn bữa đói bữa no. Buôn lậu chăng? Tôi từng lận một cái ống vố trong thắt lưng đã bị chặn lại khám xét. Súng lục chăng? Một người lạ đến nhà anh, tức tốc vài phút sau đã có người hàng xóm giả bộ sang mượn cái hộp quẹt, để có dịp vào nhà anh quan sát, theo dõi.

Cuộc sống đã được cái lưới thép an ninh thắt chặt, bủa vây từng ly hiện hữu vật chất, lẫn một sợi mơ tưởng trong tâm hồn mỗi con người. Cuộc sống đã là toàn bộ trần truồng. Bày ra trước đám đông cả cái lỗ chân lông riêng tư. Phải làm sao mọi người hiểu rằng trong đầu của anh là cái khuôn đúc cài sẵn, tư tưởng được phát đều chỗ công cộng.

Trăng hạ tuần trắng bạc. Vài tiếng gà lẻ loi báo tin sáng. Nghe tiếng thì thào, Hiền nhồm dậy quan sát qua khe cửa. Một người đàn ông gầy gò, khuôn mặt nhăn nhúm những lạch khô. Đôi mắt buồn rượi nhưng còn rất tinh anh. Tóc râu lốm đốm trắng. Đây là một con người khác, trong một thế giới cũ. Ông ta mòn mỏi, tay ôm chặt cái bọc vải rách bươm đựng dăm món đồ nhật dụng. Hiền nghe tiếng thì thầm:

- Anh đây mà Hiền.

Hiền hoảng hốt nhìn quanh. Có đốm lửa đâu trong đầu. Những vệt sáng xẹt ngang. Những cái chao nghiêng bạc màu trăng. Cô mở cửa. "Chao ơi anh. Là anh đây sao?"

Người đàn ông ra dấu nói nho nhỏ. Nhỏ hơn chút nữa. Rồi anh bất giác ôm chầm người vợ sắp cưới xưa kia đã bỏ biệt bao năm.

Hiền dìu anh ngồi xuống ghế.

Trước mặt anh ly nước được rót ra từ cái nồi nhôm tái chế méo mó. Mái nhà lá thưa, rui mè lợp bằng tre nứa. Qua mái nhà, thấy trời vàng, ánh trăng trắng nõn xuyên khe lá.

Một căn buồng che chắn bằng mành tre mỏng. Treo dọc bờ vách mấy tấm áo nhàu cũ, cái khăn bạc màu. Nhà trên thông xuống nhà dưới chỉ mỗi bóng đèn tròn, dòng điện đủ sức làm cho bóng đèn lờ mờ. Cái bếp chỉ cách chỗ tiếp khách chừng ba mét. Một bịch khoai lang rơi vải trên mặt đất.

Nhìn thằng Tảo ngủ vùi trong đống giẻ rách anh nghi hoặc nhìn, nhưng cố giữ vẻ bình thản. Hiền của anh già quá. Cô giáo ngày xưa đau đớn quá. Nàng là trĩu nặng gió mưa...

3

Họ ngồi một lát trong đêm thâu. Uống một ngụm nước, người Đại úy Cộng hòa tham dự trận chiến cho tới lúc bỏ căn cứ miền Trung, rút chạy về Xuân Lộc lập chốt chặn tử thủ gần như cuối cùng, cẩn trọng nhìn quanh rồi nói vội với Hiền:

- Anh trốn trại. Anh đập một thằng chết.

Giọng nói buồn bã, nhưng cương nghị. Bây giờ Hiền thấy mối nguy này to quá. Dư vài chục đồng bạc giấu trong người đã khó. Nàng nhìn ra sau vườn, lại nghĩ tới một căn hầm bí mật để cất giấu anh. Anh thều thào:

- Về thăm em là anh đi ngay. Anh có bạn chờ kín đáo bên ngoài. Cẩn thận, có thể một mũi súng đang sau lưng anh.

Tức thì có động. Cánh cửa mành tre lỏng lẻo nhà cô Hiền bị bất ngờ tung mở.

Với phản ứng lệ làng của một người lính từng hành quân cam go và từng bị lao tù trong núi rừng, Đại úy trốn trại phóng vụt ra sau vườn. Nhưng muộn rồi. Người ở đâu như từ lòng đất im bặt mọc lên. Đông quá. Cả một rừng người tứ bề tóm ngay anh.

Bọn người này đang thèm xử tội. Muốn thể hiện uy lực. Không cần đợi trời sáng mới ra công lý. Mở ngay đòn thù trong đêm. Không hề chờ một phiên tòa. Không phải. Nơi đây có ngay một phiên tòa theo cách riêng đám đông.

Không ánh đèn. Không bàn ghế. Dưới trăng nhợt nhạt về sáng Đại úy Cộng hòa bị trói chặt bằng dây thừng, ném trên mặt đất. Rồi nghìn xỉa xói. Nghìn tia mắt dao găm. Sao người ta không đập chết ngay anh đi. Không. Thế nó không đau. Không thỏa bằng sự hạ nhục. Mà da diết. Mà cay nghiệt dẳng dai. Là bão lũ thù hằn.

"Mày là con thú."

"Mày là thú trong lũ thú."

"Xưa kia mày lạ gì từng hang cùng ngõ hẻm cái Vùng C này. Mày từng ngồi xe tăng Mỹ xịt xuống miệng hầm địa đạo quanh đây bao là khói thuốc độc."

"Chính hắn, thằng ác ôn trong những trận càn đầy nợ máu."

"Sao mày không chịu học tập cải tạo đủ tháng ngày để rụng sạch cái đuôi thú của bọn mày đi?"

"Không muốn làm người ư?"

"Trốn trại được sao mậy?"

"Vượt biên dễ lắm hà?"

"Bỏ tổ quốc thân yêu mà theo giặc được sao thằng ngụy mặt người dạ thú?"

Trong cái nền gọi rằng "công lý" đỏ tươi dưới ánh trăng úa bạc quê nhà về sáng, nó nhờ nhờ ma cỏ, như đâu trong một phiên tòa chốn địa ngục. Lúc đàn quỷ dữ xỉa xói, bất ngờ có một lời hô hoán. Một giọng nói lanh lảnh, đanh như thép:

"Phải đập nó một trận thôi bà con ơi. Thằng ngụy này da thịt bằng sắt như vỏ xe tăng Mỹ."

Chỉ một lời hô hoán khích động bất ngờ là biển bão trở nên sóng thần. Một lúc thôi không ai nhận ra anh. Chỉ loáng, người yêu xưa của Hiền, thần tượng một thời bỗng hóa màu. Con người khốn khổ như một bức tượng sắp bôi kín máu là máu.

Người ta lôi anh xềnh xệch qua về trong lúc hành hình. Máu vẽ hình chữ S. Máu chữ Z. Máu từng vũng dưới ánh trăng nghiêng.

Những phần da thịt anh vỡ ra dính lại trên tay, trên mặt đám người thực hiện "công lý của nhân dân." Bọn này hóa Đỏ bởi máu người.

Mà ai xa lạ đâu? Chỉ là hơi thở quanh đây. Là hôm qua có thể thân thiết. Là bà con, người chòm xóm với cô Hiền cả thôi.

Dù phải rình mò dòm ngó kiểm soát bần tiện lẫn nhau nhưng đó đây hãy còn le lói một chút tình lân bang. Mới hôm kia Chú Tám Mâu cho cô Hiền mấy viên vitamin C bảo mang về cho thằng Tảo. Chỗ quầy thịt, chị Tư xẻo thêm ngoài tiêu chuẩn một lạng thịt trâu – con trâu già hợp tác xã hết "khả năng chỉ đạo" nó cày bừa – Tư bảo mang về "cải thiện" bữa ăn cho thằng Tảo, nó suy dinh dưỡng quá rồi.

Một năm nay cô Hiền gầy đi bốn ký vì lao phổi mấy lần mửa máu xối xả. Thím Bảy cho mượn mấy chục bạc đi bệnh viện. Hiền ơi cháu lao kinh niên rồi, chạy chữa đi, thằng Tảo ai nuôi.

Chao ơi, tất cả niềm thân thiết ấy đêm này đã trở nhọn. Dưới ánh trăng tàn, căm thù không tàn. Chinh chiến qua rồi nhưng bóng ma của thù nghịch đã thành tượng đài vĩnh cửu. Tất cả đã đồng loạt đứng hẳn sang bên kia dòng thù hận. Một đường vạch sắc rõ, một hàng ngũ gươm đao. Bỏ lại bên này mỗi cô Hiền lao phổi.

Hiền ôm lấy xác người. Những dây thừng quấn quanh anh nhuộm đỏ. Tóc đỏ. Áo quần đỏ bầy nhầy thịt nát. Mà làm sao thế này? Làm sao lúc đầu chỉ một đôi mắt sáng, rất buồn, cũng rất hờn căm; nó cô đơn nhìn một rừng mắt cũng rực hờn căm. Mà làm sao? Một mái đầu trung niên sớm bạc trắng vì lao tù trong núi trời phương Bắc, giờ đây phải chịu đựng nghìn xỉa xói chửi bới. Bỗng cái làn tóc sương ấy, từ đôi mắt rực lửa hận cô đơn ấy thét lên:

- *Chúng mày giết tao đi. Chúng mày mới chính là thú. Giết tao đi. Tao không bao giờ đội trời chung với chúng mày.*

Mà chao ôi, những bão bùng là thoi đấm, chân đạp tập thể; rồi ai xui chúng dùng cán cuốc lưỡi sắt; từ quần quại với một ít máu bầm chuyển qua máu vọt thành vòi. Thay vì thấy thịt nát đã chùng tay, chúng lại cuồng máu say thù, bằm thêm cho nát, cho vụn cái khúc ruột không đâu xa nghìn dặm, mà ngay đây, cái đống đồng bào đã máu nát thịt tan...

Cô Hiền gục xuống. Đôi ba lần gắng gượng dậy ôm anh. Bỗng cô hộc ra một dòng máu xối xả lên cái xác người cạn máu.

Thằng bé Tảo được moi ra từ đống vũ khí vất bừa chiều hai mươi chín tháng tư một chín bảy lăm; thằng bé Tảo tám tuổi suy dinh dưỡng, hụt chết dưới hố bom; thằng bé Tảo có gò xương ngực nhô cao, gò xương ót xương sụn chưa đủ cơm mắm để cứng thành xương; thằng Tảo hôm nay mơ hoang đôi mắt rắn, "Ầ lố 113 đâu? Nơi đây có bầy thú trong lũ thú" đã nhìn thấy trọn vẹn cảnh Thú và Người này; đã hiểu ra làm sao một con người mới cười cười nói nói đó mà ra ngay cái đống máu sông thịt gò này, trong đêm trăng nghiêng trên quê nhà này.

IV
CÒN MỘT SỰ THẬT BÊN KIA BỜ

Văn chương, khó thể lột tả tận ngọn nguồn, dẫn tới, chỉ ra chỗ di căn của hoạn nạn, hố thẳm của đọa đày trong kiếp con người, như tiểu thuyết phô bày, dù dưới ngòi bút của một nhà văn đầy tài năng. Chữ nghĩa cổ kim chỉ mô tả cái vỏ của từng số phận con người. Lắm khi tô màu một cách vô tội vạ lịch sử, chỉ làm con người mủi lòng, khóc đau chốc lát, hoặc kiêu hãnh trong ngu mê dại muội, mà thôi. Mỗi việc riêng của thằng điên Tảo, hậu trường chưa muốn khép. Nó mở dần, mở dần ra, những hang động.

Có một chi tiết nhỏ. Hôm tôi đi cùng Tảo về thăm vùng C, bà ngoại Tảo đã mở cái hộp đặt trên bàn thờ, gần di ảnh của Hiền, bà từ tốn lôi ra một một cái túi vải gấm màu đỏ, những hoa văn chỉ vàng kim tuyến.

Bà cụ khá buồn bã, nói với tôi:
- Đây là cái bọc gói thằng Tảo ba bốn tháng tuổi

năm xưa. Mẹ nuôi nó giữ lại để mong một ngày trao cho một người. Nhưng chưa tìm ra ai là cha mẹ thật của nó. Nay con gái tôi không may chết rồi, tôi cũng không còn bao ngày nữa. Thấy anh thương yêu đùm bọc, xem thằng côi cút điên tà này như anh em trong nhà, tôi cảm động lắm. Tôi xin giao cái bọc này cho anh. Mong anh giữ đời. Sẽ có một ngày vật này làm tin để thằng Tảo có tổ có tông.

Tôi cầm xấp vải cái bọc. Bà cụ khóc mưa bão.

Lại một chi tiết tầm phào nữa. Tảo rất khoái tấm hình phóng lớn tôi đã chụp cho hắn ở Chợ Lớn trong mùa cô hồn trước đây. Hắn mang ra khoe với bà ngoại, và đề nghị:

- Bà đặt tấm hình này lên bàn thờ. Ông này chụp hình con đẹp lắm. Bà coi, hai con mắt đen tợn, tròn din. Bà ngoại ơi, bà thờ con chung với mẹ con cho tiện.

- Mô Phật thằng khùng này ăn nói dại dột. Bà ngoại mắng.

Tảo lại hỏi:

- Làm sao đêm cầm thú ấy người ta bỏ con lại?

Bà ngoại thều thào:

- Mày mắc mớ chi trong đám đó. Có dây mơ rễ má chi với giáo gươm đâu.

Tảo than van:

- Nhưng sống vầy chết sướng hơn.

2

Về Sài gòn tôi đi chơi với Tảo một thời gian, cốt để moi thêm chút gì trong cái kho tàng bi hài. Nhưng một hôm thằng cà chớn biến đâu mất. Như làn khói.

Tôi có cái duyên quen biết, cả đời thân thích với mấy anh khùng điên. Hình như có cái đồng khí tương cầu sao ấy. Tôi đi tìm quanh quất nhiều nơi không thấy Tảo. Phố phường đã vắng thằng bé mắt tròn như mắt rắn, mồm luôn *alô 113 đâu nơi đây có bầy thú.*

Buồn lắm, mỗi tuần một vài sớm mai tôi đến nhà hàng Brodard, Givral ngồi uống cốc cà phê nhìn phố phường. Lại đêm đêm vào các phòng trà với cốc rượu ngồi mỗi mình nghe đêm qua mau. Đêm của một Sàigòn áo mới. Diêm dúa. Lắm trò.

Một tối cuối tuần, trong một quán bar nhiều khách nước ngoài thường lui tới, tôi bất ngờ bị lôi cuốn bởi một thanh niên trạc ngoài hai mươi tuổi. Cậu ta tác người to lớn, tóc hớt cao, khá điển trai. Đặc biệt cậu có một đôi mắt tròn, sáng quắc giống hệt đôi mắt Tảo.

Chỉ nhìn khuôn mặt cậu thanh niên này tôi có linh cảm chừng như anh em sinh đôi với Tảo; hoặc thằng Tảo đã hóa phép, bỗng trắng ra, mập lên, bơ sữa bất ngờ.

Đêm khá khuya, trong quán rượu, cậu ta còn ngồi đăm chiêu bên quầy ghế cao, đầu nghiêng, gối trên một bàn tay mập mạp, những ngón thon múp. Cậu nhìn ra đường khuya như muốn tìm một người thân quen.

Vì hình ảnh đôi mắt của Tảo quyến rũ, tôi đến bên cậu gợi chuyện.

Cậu chuyện khá buồn, khá dài. Làm cầu nối tôi với người trai trẻ này gần gũi nhau suốt mấy tháng liền.

Cậu tên là Jim, Việt kiều quốc tịch Mỹ. Nói tiếng Việt không sõi lắm. Cậu rời Việt Nam vào một ngày tháng tư một chín bảy lăm, lúc vừa mấy tháng tuổi.

Jim hiểu biết khá lờ mờ về quê cha đất tổ. Cậu có một giọng nói ấm áp, hiền hòa; một thái độ khiêm tốn, đặc biệt rất tôn trọng những tin tức về gia tộc mà cậu cần tìm tại Việt Nam.

3

Câu chuyện về người mẹ nuôi của Jim.

Nhờ một cuộc sống suốt đời sung túc, vợ một nhà đại tư bản trùm xuất nhập khẩu, nên nay đã ngoài tám mươi tuổi bà hãy còn khỏe mạnh, rất minh mẫn.

Một chi tiết khá đặt biệt, là lúc năm mươi chín tuổi, tuổi không còn sinh đẻ bà phải nuôi một đứa con mọn. Hơn hai mươi năm qua bà rất thương yêu cậu con út này. Di chúc bà để lại một nửa tài sản dành cho cậu. Đó là Jim.

Tháng Tư Bảy lăm, miền Nam bại trận, bà rời khỏi Sàigòn. Bạn bè của bà, các nhà tư bản, tướng tá, vợ con các ông lớn, ra đi rất sớm khá an toàn. Bà nấn ná, trễ nãi vì hãng này còn nợ hơn trăm nghìn đô la, đại lý kia nợ năm ba chục cây vàng. Chờ gom của, đã là ngày xe tăng quân Bắc Việt tràn ngập Biên Hòa; phi trường Tân Sơn Nhất bị pháo, máy bay không cất cánh được. Chỉ còn mỗi đường biển nhưng các tàu lớn đã ra khơi.

Bà xuống được chiếc tàu gần như cuối cùng, đã là chiều tối ngày hai mươi chín. Sàigòn bị đóng kín bưng trong hoang mang. Chừng như lúc này cô Hiền đã nhặt được Tảo nằm trên bãi lựu đạn, hài nhi khóc oa oa bên vệ đường.

Bà ngồi thu mình nhìn ra ngoài một cảnh tượng vô cùng hỗn độn. Có tiếng súng tranh cướp nhau lên tàu. Rồi chiếc tàu quá tải nằm ụ không thể rời bến.

Bà ôm chắc một cái bọc, ngoài tiền nước ngoài, còn là đồ tế nhuyễn, vàng và kim cương. Chúng được niêm phong trong những chiếc hộp nhỏ bằng kim loại, hàn chì những khe hở cẩn thận. Bà ngụy trang bằng một bọc vải thô thiển, nhìn qua khó ai nghĩ đó là gia sản của một nhà tư bản.

Không khí trên tàu lúc này nóng bức không chịu nổi. Bà chưa từng chịu đựng một đám đông hỗn tạp và nháo nhác thế này. *Đây là con tàu tuyệt vọng, không giống chuyến tàu được tổ chức ra đi có trật tự, rời cảng Hải Phòng vào Nam hai mươi mốt năm trước, 1954, theo hiệp định Genève, chia đôi Nam Bắc.*

**

Có tiếng khóc nhỏ nhoi, tức tưởi, của một phụ nữ ngồi cạnh bà. Rồi tiếng khóc lớn dần, chì chiết, kể lể. Người phụ nữ ôm một cái bọc vải quý bên trong là một đứa trẻ. Nước mắt ràn rụa, cô gục đầu lên vai người chồng. Một trái lựu đạn nổ vang chỗ vọng gác bến cảng. Đám lính giữ cổng khóa cổng không cho người di tản xuống thêm khi tàu đã quá tải. Thế là lựu đạn nổ. Một tràng súng tiểu liên bắn tìm đường di tản.

Chiếc radio một người mang theo nghe rõ bản tin đài phát thanh Sàigòn loan đi quân Bắc Việt đã có mặt bên kia cầu Sàigòn. Nhưng tất cả không át được tiếng khóc than của người phụ nữ mất con. Cô rên rỉ. Cô than phiền chồng cô nhẫn tâm không nghe lời cô quay lại tìm đứa con rơi dọc đường lúc tháo chạy.

Nghe khóc than hoài mãi, một người chỉ vào cái bọc màu gấm đỏ sang trọng có tiếng khóc oa oa của trẻ, hỏi:

- Cô đang ôm con trong lòng mà khóc than mất một đứa con là làm sao?

Người chồng trả lời thay vợ:

- *Đây là thằng em, thằng anh rơi mất tiêu trên đường chạy loạn rồi. Hai đứa sinh đôi. Mỗi đứa một cái bọc giống y chang nhau.*

Mọi người thở dài. À ra thế...

Anh chồng lại mắng vợ:

- Cái chết đang quần thảo trên đầu mà khóc than hoài. Bây giờ xem như bà không đẻ sinh đôi. Còn một thằng chèm bẻm ôm trong lòng đó.

Có một giọng nói từ loa phóng thanh vang động, vừa lo lắng loan báo, lại vừa có nội dung như một lệnh ban ra:

"Bà con tràn lên tàu quá hỗn độn. Tàu bị mắc cạn rồi, không thể rời bến được. Mọi người nên cấp tốc tìm mọi cách để rời tàu. Tìm phương tiện khác mà ra đi. Sài gòn hấp hối rồi."

Bây giờ trên mặt sông chiều thẫm bóng tối có một vài chiếc ca nô của Hải quân Miền Nam lướt nhanh trên mặt sóng, cố tìm vớt những người cuối cùng.

Một chiếc ca nô bỗng cặp ngay hông tàu. Lẹ làng một người đàn ông vặm vỡ, chừng là lực lượng Người Nhái, đã xuất hiện ngay bên người đàn bà ôm chặt cái bọc vải thô bên trong đựng toàn vàng và kim cương.

Người nhái nói nhỏ, rất hối hả:

- Xin lỗi, bà có phải chị ruột của trung tá M. hạm trưởng?

- Vâng tôi đây.

- Bà theo tôi xuống ngay ca nô bên dưới. Hạm trưởng đang đợi. Phải nhanh. Phải tất tất nghe theo lệnh tôi. Không thì chết. Tôi hộ tống bà.

Tức khắc, anh người to lớn bê ngay người đàn bà gọn nhẹ như ôm một đứa bé, lao ra cái thang dây được thòng từ boong tàu. Nhanh đến nỗi bà không kịp một phản ứng nào. Chỉ tích tắc đã có một dòng năm bảy thanh niên liều mạng lao theo cái thang dây. Từ ca nô một loạt tiểu liên bắn chỉ thiên hăm dọa.

Khi vừa lọt vào trong khoang chiếc ca nô bà sực tỉnh, thét lớn:

- Cái bọc của tôi, bọc gia sản của tôi!

Tức thì một cái bọc đẹp đẽ vải gấm thêu kim tuyến được ném ra từ boong tàu. Đó là cái bọc có đứa bé bốn tháng tuổi bên trong. Ai đó theo lệnh người nhái, nhưng ném lộn, không phải cái bọc xấu xí bên trong đựng vàng và kim cương của nhà tư bản. Người nhái đã tài tình nhặt bọc đứa bé ngay từ trong không, khi chưa rơi mạnh xuống sàn tàu. Chiếc ca nô phóng nhanh với hết tốc lực, để tới kịp chiếc chiến hạm hướng biển.

Cái bọc ấy chính là Jim sau này. Jim đã thoát chết nhờ sự lanh tay của Người-cứu-người.

Như vậy chiều tàn cuộc chinh chiến ấy có hai cái bọc lạc loài. Một cái rơi trên đống lựu đạn ven đường Sàigòn. Một cái bọc khác được ném ra trên mặt sóng để theo con tàu biệt ly.

4

Hơn hai mươi năm sau, cái khối băng lý lịch ấy mới bắt đầu tan chảy.

Sau khi Jim tốt nghiệp bằng MBA, một ngày sinh nhật, một đêm vui vẻ, bà mẹ từ tốn bảo Jim ngồi nán lại. Bắt đầu dòng tâm sự.

Bằng một giọng ấm áp của người mẹ ngoài tám mươi bà kể hết nguồn cơn. Vào một hoàn cảnh, bằng một nhầm lẫn giữa hai cái bọc, thuở xưa, bà đã đánh mất một gia sản trăm cây vàng cùng đồ tế nhuyễn, nhưng có một đứa con mấy tháng tuổi.

"Giữa bao la biển, con tàu lênh đênh, trong cảnh ngộ bỏ quê cha đất tổ, tiếng khóc trẻ thơ làm mẹ nức nở. Mẹ tưởng nghĩ con chưa đủ tháng ngày để chịu đựng cuộc hải trình sóng gió. Con sẽ chết trên tay mẹ. Ở vào tuổi sáu mươi thuở ấy, việc phải cưu mang, mớm sữa, hát ru, là ngoài tưởng tượng của mẹ. Vậy mà con đã sống. Đã thành niềm hy vọng của mẹ nơi đất khách quê người."

Bấy giờ Jim khóc. Một sự thế hoàn toàn đảo ngược trong cậu.

Bà mẹ tiếp:

"Từ lâu mẹ đã chôn đi một sự thật, để con sống với một sự thật khác. Hơn hai mươi năm qua con đinh ninh mẹ là mẹ đẻ của con. Tất cả chỉ là do ngụy trang nơi mẹ.

"Con ạ, có một Sự thật khởi nguồn cho nhiều sự thật. Cất biệt nó đi là mẹ có trọng tội với con Jim ạ. Con không phải là đứa con do chính mẹ đẻ ra. Tới nay con chưa hề biết ai là cha mẹ đích thực của con.

"Chúng ta cùng chung một dân tộc nhưng có riêng mỗi dòng tộc. Nó chia phân rạch ròi nguồn cội, để tránh những sai lầm, vi phạm đạo lý nhiều đời về sau.

"Mẹ thương yêu con nhất trên đời. Từ đáy lòng mẹ chưa hề nghĩ con là đứa con nuôi của mẹ. Nhưng nay mẹ đã già, mẹ cần giải bày một sự thật. Mẹ tin ngoài hai mươi tuổi con đã đủ bản lĩnh, đủ tâm huyết nhìn thẳng vào nhân thân chính mình."

Bà lấy ra một cái bọc bằng vải điều có hoa văn thêu bằng kim tuyến óng ánh vàng. Bà nói:

"Mẹ cất giữ vật này như một báu vật nhiều năm qua. Nó chính là cái bào thai trôi nổi nhiều ngày trên mặt biển, đây là phận người. Bây giờ mẹ trao lại cho con. Con hãy về Việt Nam tìm người Mẹ đã mang nặng đẻ đau. Không hiểu sao mẹ có linh cảm là Mẹ của con hãy còn sống, dù phải trả cái giá không nhỏ cho những nhục nhằn khốn khó mấy mươi năm qua. Mẹ tin như thế, vì nếu đã ra nước ngoài bà ta đã đăng tin đó đây tìm hạt máu thất lạc của mình."

Cái bọc gấm từ nhiều năm được cất giữ trong một hộp sơn mài vẽ phủ. Trên nắp hộp có hình lưỡng long chầu nguyệt. Hai con rồng được dát vàng. Bà mẹ tiếp:

"Theo lời người đàn ông khuyên vợ trên chuyến tàu di tản năm xưa, thì con còn một người anh sinh đôi thất lạc. Trong lúc tháo chạy người mẹ hốt hoảng đã đánh rơi người anh của con ở dọc đường. Ngày ấy đau lắm. Ngày ấy não nùng lắm. Vội vã làm sao, trốn chạy thế nào mà đánh rơi mất tiêu một trong hai đứa con sinh đôi. Đứa còn lại, là con, bị ai đó ném nhầm vào tay mẹ từ boong tàu.

"Phải về thôi con ạ. Là một công dân Mỹ nhưng mẹ bảo con 'Về' chứ không phải 'đến' Việt Nam."

V
NHỮNG BỌC

Jim đã "Về."

Cuộc gặp gỡ tình cờ giữa tôi và Jim hóa ra thân thiết, dài dặc. Jim tâm sự rất nhiều. Tha thiết tìm mẹ và một người anh nào đó theo lời dặn dò của người mẹ nuôi.

Jim là một thanh niên có may mắn được sống trên một đất nước của tự do, dân chủ, văn minh và tiến bộ; của một nếp sống đã quen với suy nghĩ hợp lý, việc gì làm cũng phải có mục đích rõ ràng, không tin vào những điều huyễn hoặc.

Tôi đã thất lạc Tảo một thời gian khá lâu. Dẫn dắt Jim đi tìm Tảo cùng những liên hệ mà nay mơ hồ như khói biển khơi, thật không phải dễ. Giàu tưởng tượng lắm cũng chẳng hình dung ra cái dây liên hệ chiều thất lạc hai mươi chín tháng tư xưa, giữa ba cái bọc. Một bọc vàng, đồ tế nhuyễn cùng kim cương, bây giờ không biết đã vào tay ai. Một bọc nay lưu lạc điên tà, nhìn đâu cũng thấy bầy thú, lũ thú nhởn nhơ phố thị. Một bọc là một thằng Mỹ con gốc Đại Cồ Việt.

Một hôm tôi đưa tấm hình Tảo cho Jim xem, và hỏi:

- Jim, em có thấy người này giống em không?

Jim giật mình như nhìn thấy khuôn mặt chính mình trong gương soi. Bàng hoàng một lúc, Jim nói:

- Chao ơi giống như khuôn đúc. Nhưng sao gầy gò quá, kích thước bé tẹo?

Tôi đùa:

- Cùng hai con công. Một con ở đúng nơi có điều kiện sinh tồn thì lông ngũ sắc vũ múa tươi vui. Con ở trong lồng sắt giam cầm thì trơ cành mất máu, xám màu, vũ múa cà thọt mà thôi.

Nhanh chóng, tôi có một so sánh giữa hai anh em sinh đôi:

Jim em:

Cao 1 mét 77, nặng 80 ký, tốt nghiệp đại học, da trắng màu bơ sữa.

Tảo anh:

Cao 1mét 47, nặng 40 ký, học lực đủ chữ để có thể ký tên vào tờ giấy xin tạm trú, vào biên bản vi phạm trật tự. Da màu gỗ nâu của gỗ còn nguyên xơ, chưa bào.

Jim em:

Thiếu hiểu biết về quê cha đất tổ, không sành tiếng mẹ đẻ, nhưng đã từng du lịch khắp thế giới.

Tảo anh:

Quá thừa hiểu biết về xã hội quanh đây, biết cả những điều phi lý tàn độc trẻ em không cần biết, đã từng rong ruổi khắp cõi cô hồn mộng mị.

Jim em:
Dùng điện thoại cầm tay loại xịn.

Tảo anh:

Thường trực dùng điện thoại dỏm đồ mã cúng âm
hồn.

Jim em:

Rất thực tế trong đời sống, mọi việc luôn được lập
trình, hợp logic.

Tảo anh:

Hoang mơ, mong ngóng ngày tháng mưa ngâu đi
hòa mình cùng cô hồn thất thểu, rất mê muội khói hương.

Lời cầu nguyện của tôi nhân mùa cô hồn:

"Rất mong hai anh em cùng bào thai, mau chóng
gặp nhau, hợp lưu trong-ngoài. Nếu Hóa công còn chỗ
công bình, Hóa công hãy chịu chơi bỏ hai thằng Đại cồ
Việt nội-ngoại này vào cối tái sinh, giã nhuyễn, rồi chia
đều lương bột nặn làm đôi 50/50, cho mỗi đứa, để nhân
gian bớt đau lòng."

2

Xứ Mỹ xài toàn xe hơi không ai chạy xe gắn máy hai
bánh. Những ngày đầu Jim rất sợ phải ngồi xe gắn máy.
Xứ An Nam người ta chạy xe loạn xà ngầu, chen lướt,
giành đường. Jim sợ bể sọ não. Nhưng riết rồi cũng
quen. Tôi chở Jim đi tìm Tảo khắp nơi. Chợ Lớn. Biên
Hòa. Bình Chánh. Long An.

Chúng tôi về vùng C, bà ngoại Tảo đã qua đời. Bà
con chòm xóm không ai thấy Tảo về chịu tang. Chỉ
thấy cái hình Tảo hồi tặng ngoại, và bắt buộc ngoại
phải thờ khi hắn còn sống nhăn.

Tìm không được anh Tảo, Jim ngày ngày ngồi quán
nước chờ Mẹ Việt Nam. Tối, lang thang phố phường

mong gặp Mẹ. Thuê xe ra Đà Nẵng Huế. Đáp máy bay đi Hà Nội. Hay Mẹ đang ở Cần Thơ ? Jim xuống miền tây ngồi Bến Ninh Kiều nhìn sông nước Hậu Giang mang mang.

Jim mua vé xem chương trình Duyên Dáng Việt Nam. Sân khấu đèn màu hoa hậu, người mẫu, ca sĩ toàn giai nhân. Nhưng không phải Mẹ, Jim nghĩ. Bây giờ mẹ không còn trẻ thế đâu.

Thế mẹ đã già cỡ nào? Có phải ốm o nhăn nhúm người đàn bà vừa chìa xấp vé số trước mặt Jim. Như người hoi hóp chỗ âm ty, nón lá chụp mái tóc trắng, cây gậy tre chống lưng, xin đồng tiền bố thí. Nhiều mẹ quá nhưng không phải Mẹ. Mẹ tôi đâu trong triệu mẹ này?

Nước Mỹ mênh mông. Việt Nam càng mênh mông trong cuộc dò tìm một người xưa không hề để lại một mẫu khai sinh, không người quen biết, không rõ họ Trần họ Lý.

Phải chi tôi được nhặt ra từ một cô nhi viện, nay may còn phần hồ sơ, lý lịch. Đau lắm, ước gì tôi là đứa con hoang một người lính viễn chinh Mỹ, Phi, Úc, Ma-rốc, Thái Lan, Đại Hàn. Nay hãy còn dính cội cha, dù cha hãm hiếp, để lần ra tông tích mẹ.

Mẹ tôi hai mươi ba năm xưa bây giờ chắc không còn trẻ, để ngồi trong công sở. Hay mẹ đang buôn bán ngoài bãi chợ? Bán rau. Bán vải. Xì dầu tôm cua rùa ốc. Mẹ đang ngồi chỗ quầy thịt, hàng cá với con dao to bự bằm con vật sống máu me, xẻo mỡ thịt ôi ôi ruồi nhặng bu đầy, mồm vang dội lời mắng mỏ. Mẹ Việt Nam đâu tệ hại vậy.

Nhưng vẫn còn hơn mấy mẹ nơi bến tàu hôm kia, lúc tôi tìm đến. Dưới lùm cây bóng mát mấy mẹ hút thuốc lá đánh bài tây, chung quanh là bọn xì ke ma điểm. Mẹ bắt cóc trẻ em cho thuê. Bọn thuê trẻ nít bỏ chúng trong bọc vải, lại những bọc, đi rong sáng chiều xin tiền bá tánh. Mẹ thu bộn tiền khi đứa bé đã bốc mùi sau một ngày say nắng.

Jim vào siêu thị, lúc tần ngần chỗ bến đò sông nước đưa người từ bên này nội ô Sài gòn về bên kia Thủ Thiêm, Jim lặn lội trong chợ cá bẩy hầy tanh tưởi. Jim đứng hằng giờ bên lề đường phố thị để quan sát từng khuôn mặt người đàn bà bôn ba qua lại. Jim vào các chùa xem các ni sư ai là Mẹ. Nửa đêm chiêm bao Jim mong thấy Mẹ về.

Mẹ nơi đâu trong triệu triệu phận người này? Trong cái bùng cháy thôi thúc miếng cơm manh áo, mẹ hiền cũng đâm ra dữ dằn, mẹ khôn ngoan cũng đành câm nín trước thực tế hiểm nghèo.

Sao mẹ tôi ở Cali hôm nay bắt buộc tôi về tìm Mẹ-Việt-Nam hôm xưa. Mà không bảo tôi tìm cha? Hay cha là cái gì quá thừa, là kẻ đi qua tình cờ trong đời mẹ.

Tôi đi qua năm tháng, rót lòng tìm kiếm nên đã xuyên suốt xứ sở Việt tổ tiên. Tôi lặn lội, chạm gặp nghìn mảnh đời của những mẹ mà không bao giờ gặp được Mẹ chính tôi.

Tôi thuê thuyền đi dọc biển Nha Trang, cát thơm mùi Mẹ. Vào động Phong Nha, tiếng thời gian thì thầm trong hang hốc. Nhẹ nhàng, phiêu nổi. Có đâu đây một hồn Mẹ sơ khai. Xa lạc. Tôi đứng lặng dưới trời trăng ngoại ô. Mẹ đâu trong gió ngàn?

Hôm kia tôi qua sông Tiền. Mẹ đâu trong lục bình trôi...?

VI
MỘT NGÀY TRÊN
QUÊ HƯƠNG TOÀN CHUỒNG

Tảo hôm nay thay đổi nhân dạng một cách lạ lẫm. Điên chuyên nghiệp rồi. Gầy, đen hơn. Đôi mắt lửa hận thù. Đầu đội chiếc nón chỉ mỗi vành nón bằng cái đai nhựa, phía sau ót cắm một chùm lông gà. Chắc là lông đuôi một con gà trống hùng mạnh ở trường đua gà, màu sắc rất đẹp.

Tảo mặc nhiều lớp áo quần, có cái rách rưới, pha chen nhiều màu như màu cờ Phật giáo. Bốn lớp màu sắc chỏi nhau. Nhìn chung, là cực kỳ lạ lẫm. Chừng như Tảo bắt chước Bùi Giáng. Lăng đăng tươi hay rất mực sầu héo, là do cái nhìn nơi mỗi con người.

Tảo gồ ghề nghệ thuật trình diễn. Xa xa trông thằng điên Tảo như một cái chấm hào quang nhỏ nhoi trên đường phố Sàigòn.

Vật thể lạ ấy di chuyển chậm rãi, nghêu ngao. Nó là câu hát đồng quê lẻ loi trong quãng phố chiều.

Hôm nay trời đẹp. Hình như một ngày lễ lạc gì đấy. Tảo đi rong trên bến sông Sàigòn. Đến chân tượng Trần Hưng Đạo to lớn ở công viên Mê Linh hắn ngồi bệ đá nhìn vị anh hùng tay cầm kiếm tay chỉ xuống

CUNG TÍCH BIỀN • *xứ động vật* • tân truyện

sông nước. Cha này chơi ngon. Chỉ đạo nhân dân giết quân thù nào nữa đây.

Đi một thôi đường, là chợ Bến Thành. Tượng nữ sinh Quách Thị Trang trắng thạch cao nhỏ nhoi cạnh chân tượng Trần Nguyên Hãn thả bồ câu tìm tin tương lai nhiều trăm năm trước. Khối cờ ngũ sắc Tảo lê la qua các nhà hàng khách sạn to lớn là đến ngã Sáu Sàigòn, tần ngần nhìn tượng Phù Đổng Thiên Vương. Thằng chả mới vừa thôi nôi được đúc bằng bê tông cỡi con ngựa tương truyền ngựa sắt, cầm cái chổi chà tre, phóng hỏa đốt quân thù như anh hùng niên thiếu đốt kho xăng thực dân Pháp trong tiểu thuyết viễn tưởng.

Thực ảo, thiên thần ác quỷ, anh hùng bọn phàm phu, chạy lung tung, cháy lùng bùng trong cái đầu điên thằng Tảo. Điên tà đi tà tà tiếp. Chiều tà. Chỗ ngã tư đường Lê văn Duyệt và Phan Đình Phùng thời Cộng hòa có cái miếu thờ một vị hòa thượng hóa bồ tát xưa kia tự thiêu. *Toàn là xưa kia. Thành phố hôm nay sao đầy rẫy bọn anh hùng hóa đá.*

Thằng Mắt rắn định vào Chợ Lớn. Đã tới mùa cô hồn. Khói hương gọi rưng rưng máu me. Nhưng trời tháng Bảy bỗng thét giông tố, đổ mịt mùng cơn mưa lớn. Sét đánh sập hàng dây trụ điện chỗ đường Huyền Trân Công Chúa, một cây sọ khỉ hơn trăm năm tuổi ngã đổ, xe cộ dập bể, có một thằng người vong mạng tích tắc, ngay chỗ.

Thánh Gióng Phù Đổng cầm chổi chà cỡi ngựa sắt bất lực trong mù mưa. Lửa sát thù tắt ngấm ngay mõm ngựa. Mưa ngập cả phố xá. Người lội ngang bụng. Ước gì có thuyền bè.

Tảo định đi ngược về hầm cầu Thị Nghè nơi cư trú qua đêm cùng bọn sống vô gia cư chết vô địa táng. Nhưng đi mãi không tới. Dòng sông phố dằng dặc. Nước ngang lỗ rốn cản đường. Tối mịt, hắn co ro trên băng ghế đá lạnh, chỗ trạm ô tô buýt. Đói kinh khủng. Hắn vốc nước mưa uống phình bụng đỡ.

Trong đêm Sàigòn, Đô thành xưa, hôm nay ngập mưa, từng đoàn người ma ốm o, đầu đội nón lá, trong lớp áo mưa mỏng, còng lưng trên xe đạp chở những bao tải ni lông vụn, đồ ve chai. Gió thổi ngược đánh bật cả nón bay, đến xiêu vẹo người.

Bọn ma đói này là dân nhập cư từ Bắc vào Nam, từ những miền quê đói khó, không công ăn việc làm, không phải là quân có chức quyền, lận lưng con dấu đỏ thủ trưởng rất mau chóng giàu có. Bọn ma đói này dai sức đến khiếp. Muốn có dăm đô la trong một ngày đêm hai-mươi-tiếng-đồng-hồ làm việc chết bỏ, bọn ma sống phải vượt trên năm mươi cây số trên chiếc xe đạp cà tàng, đến bến cảng Sàigòn phía nam thanh phố, chờ chực tranh nhau mua/lượm các loại phế liệu mang về bán lại cho các lò ve chai tận phía bắc thành phố, miệt Hốc Môn Củ Chi.

Đèn Đa Kao mờ tối một lúc. Rồi điện cúp luôn. Tảo ngủ vùi trên băng ghế trạm xe buýt chỗ lề đường. Bỗng hắn nghe một câu chửi thề: *"Đù mẹ thằng thầy chùa ngũ sắc tí hon này nhường cái băng đá cho tao ngủ chút coi."*

Tảo chưa kịp phản ứng đã bị thằng to bự hất văng xuống nền mưa lạnh nhơm nhớp bùn đất. Thằng to bự vật ngay một đứa con gái đi cùng xuống cái băng đá, lột quần. Rồi hắn đút cái gì ấy vào cửa khẩu con nhỏ. Con nhỏ cười rúc rích trong đêm ma.

2

Hôm nay Sài Gòn kinh tế thị trường, không cần qua thời kỳ quá độ, mà xấn ngay bon vô thời quá xá cỡ. Sài Gòn ngày đêm có đầy những vũ trường – nơi đây độc nhất trên thế giới một tháng cả ba mươi ngày nhảy đầm ban ngày không ngưng nghỉ; ba suất sáng, trưa, chiều; tối tính sau – đầy ngập quán bar, tiệm karaoke, quán ăn cao cấp. Những khu du lịch ao hồ, với những túp lều tranh nho nhỏ dành riêng cho từng đôi nam nữ tâm tình. Những nhà trọ, khách sạn cho thuê phòng tính tiền từng giờ, đáp ứng ngay cho những hĩm cùng những bầy chim cu muốn gáy ngay tức thì.

Có những câu lạc bộ dành cho bọn người già nhảy nhót, hát với nhau nghe những bài ca sét rỉ thời thượng thế kỷ trước. Những trung tâm sũng ướt đam mê dành riêng cho dân đồng tính. Bọn này cũng làm tình. Cũng quần quại tập thể. Sài Gòn của By Night, Golden Eye chuyên hip hop pop rock, bọn trẻ say sưa thâu đêm dục lạc chết bỏ, xài đô la chấp cả con nhà tư bản Luân Đôn, Paris.

Sài Gòn những tụ điểm, dù lén lút, nhưng cung cấp đầy đủ thuốc phiện, bồ đà, thuốc lắc, các loại bột trắng. Thuốc kích dục, chơi lâu, thì bán công khai. Lại bày bán đầy đủ các loại thuốc ngủ, độc dược, cả thuốc trừ sâu rầy, thuốc chuột, tuổi trẻ nào buồn tự tử khỏe re...

Saigòn thời quá-độ lẫn quá-xá-cỡ tiến lên xã hội chủ nghĩa, không tự do nào thể hiện tới bến như tự do nạo phá thai. Có trường đua ngựa. Có sân đá gà. Có trung tâm số đề. Cá độ bóng đá. Chơi bời cá độ bán cả vợ con chức vụ cửa nhà. Chơi mút mùa lệ thủy, lúc nào cảnh sát tóm cổ tính sau.

Sàigòn có khu Tây ba lô. Có đàng điếm rẻ tiền hạ cấp hôi nách kiểu bọn tây tàu ba xu. Đĩ già trôi giạt về đây đông như ruồi. Đàn trẻ em chạy lon ton xin tiền, bán những sản phẩm thủ công. Bọn giựt dọc chuyên nghiệp, cò mồi có hạng quốc tế. Những động lắc hàng trăm thanh thiếu niên say thuốc lắc, chích thêm bạch phiến cho phê, rồi ở truồng trật cu chìa bướm tập thể, nhảy nhót cuồng điên, nhầy nhụa thâu đêm, tận ngày hôm sau, tận đêm hôm sau nữa, tận giọt tủy sống cuối cùng.

Như thế, thời sự hai mươi bốn giờ Sàigòn thân yêu của Tảo rồi cũng trôi qua. Tảo về tới gầm cầu. Lại vốc nước con kênh đen hôi thúi rửa mặt, trật quần đái vòng xuống kênh. Bọn vô gia cư vẫn vang hát những bài nhạc sến cùng mình. Đực cái ôm nhau ngủ; muốn ngủ đứng ngủ ngồi, dâm tròn dâm nghiêng; bán miệng bán trôn; lột cả xì, hay chỉ trật ngang đầu gối; chơi mặn hay xài chay bóp vú xào khô, tùy theo túi tiền; thì tùy, tự do tận mây, chả "định hướng xã hội chủ nghĩa" cái mẹ gì.

Sớm mai, bọn vô gia cư lại tản mác khắp nơi trong thành phố văn minh anh hùng. Lương thiện thì đi xin ăn, đi móc rác lượm ve chai, bán vé số. Muốn xài cho hết núi lưu manh thì thuê trẻ nít bỏ bọc quyên góp lòng từ thiện, đi giựt dọc, lừa gạt, làm ma cô đầu gấu.

Tảo không nằm trong nhân loại đó. Mắt Rắn thơ mộng. Đi làm đẹp phố phường bằng cách, "À lố nơi đây có bầy thú, có con thú trong lũ thú."

"Hôm xưa, tao xử mày phải làm sao học tập cải tạo cho rụng cái đuôi thú lủng lẳng. Hôm nay chính tao, bọn Ta, lại mọc đuôi. Mà bự. Mà dài ngoẵng. Con vượn phải lao động chết mẹ mới thành người, còn tao sao nhanh quá, chỉ một sát na nhà Phật, chỉ nửa ngày quê hương, tao hóa lông mặt mày."

VII
RỪNG MÁU

Quán nhậu, rượu gái. Sàigòn, chẳng nơi nào thiếu. Quán thịt chuột Miền Tây chính hiệu. Làng nướng, bò thui, tùng xẻo, khói bay như có cháy nhà. Quán rắn, chín loại món ăn, thêm rượu bồi bổ. Giái dê hầm thuốc bắc. Tai gấu, ba ba, chồn hương, nhím. Quán đặc sản Ba Miền. Quán Hồng Hà, Sông Thu, Sông Trà. Nhà hàng Sông Lam, Sông Hương, Sông Nhuệ, Sông Cầu. Vườn chim Cửu Long, Dơi Sóc Trăng. Lẩu sông Ông Đốc. Quán máy lạnh. Quán lều tranh ao cá ngoài trời, nắng Sàigòn, lồng lộng gió Đồng Nai. Quán kín đáo có phòng riêng dành cho hai người tâm tình từ chuyện con khỉ Tề Thiên tới duyên nợ trăm năm. Lũ lượt gái cao cẳng xinh đẹp, cô nào cô nấy hai vú tổ chảng, mắt nai tơ mơ tiền, quần cao ngang bẹn, đùi vế nõn nà; chào mời quảng cáo hằng chục loại rượu tây, ta, mỹ, tàu; khuyến mãi thuốc lá mgoại, mấy thằng ghiền hút, hút thử phổng mỏ khỏi trả tiền.

Mênh mông quán. Thiên hà bảng hiệu. Quán nào quán nấy to rộng như một cái sân quần vợt. Lạ, không một nơi nào vắng khách. Đông như kiến trên xác cá chết. Hình như ngày mai tận thế. Ngày mai Ông Trời đứt gân máu đột quỵ tiêu dênh. Nên hôm nay cả nhà, gom tụ dòng họ, ông bà cha cháu, nội ngoại dâu rể, "ma đầm" con sen, cùng vội vã mang mồm ra quán, nhai nuốt cú chót.

**

Tảo dừng dưới một mái hiên rộng. Trong quán nhạc nổi cà xình. Một bọn sáu bảy thằng lực lưỡng ngồi quanh một bàn tròn. Áo thun ba lỗ lòi sợi dây chuyền vàng như sợi thừng quanh cổ. Cườm tay lủng lẳng sợi xích bạc. Đồng hồ mạ vàng. Ngón tay đeo chiếc nhẫn nhái nhẫn phi công thời Cộng hòa.

Đám con gái ngồi chung bàn tóc nhuộm xanh đỏ vàng xen kẽ, sống mũi nhựa cao thẳng như cái cán dao, mắt lé một mí được phanh mổ thành mắt hai mí bồ câu. Giữa bàn, ngoài chai Hen-nét-xì, có một chai Vốt-sờ-ca [phát âm theo cách của anh Sáu huyện ủy] không phải sản xuất từ nước Nga anh em mà là sản phẩm của Ở-mê-ri-cà, Mỹ chính hiệu.

Rượu 45 độ chờ pha với máu rắn. Con rắn sẽ được gã bồi bếp điệu nghệ biểu diễn để cho rắn có khí thế ngẩng cao đầu, thẳng cổ. Lúc này máu hòa rượu mới là máu ác chiến, giàu khí thế.

Tảo thích cảnh này lắm. Hắn mê nhìn bầy rắn đang bò quanh quất trong cái hầm xi măng bên trên có lưới sắt. Một hồ cá bằng kính, nước trong vắt, bầy cá bơi lượn chờ nướng hấp chiên xù. Một sân rộng là rùa, chim, nhím, chồn hương. Những con vật tội nghiệp đang giam giữ trong cái sống giới hạn này có nhiệm vụ là diễn viên, là người mẫu qua về biểu diễn. Thực khách chọn con tôm hùm con diêu hồng nào, con nhím con ba ba nào thì chỉ ngay vào. Đầu bếp bắt ngay nó ra, máu tanh bỗng thơm tho, món ăn tức khắc dâng tận mồm.

Kiểu này giống như ở vũ trường, sau hai tua nhảy là có ba mươi phút đít-cô nhạc giựt. Hàng chục vũ nữ áo quần thiếu vải đổ ra sàn nhảy quảy mông lắc ngực chìa háng, để chào hàng với các đại gia đang ngây rượu, dưới ánh đèn được bật sáng hơn. Đây là giờ phút chọn gà. Cô tài bán kiêm tú bà lắng nghe lời khách đã ngà hơi men. *"Gọi cho anh cô váy hồng,"* ngài Tổng phán. Anh giám đốc ra lệnh: *"Gọi tôi cô áo hở ngực váy xám."* Một nhà đại-gia-súc đề nghị với ngài thứ trưởng: *"Anh dùng cô áo dài đen kìa. Cô ấy có vẻ ma nhưng lạ, lại cao cẳng, trường túc mà."* Tất cả sau đó biến theo nguyện vọng. Bụp. Đương nhiên "tiền dần túi cho em" sẽ hàng hàng lớp lớp.

Chai rượu 45 độ được mở nắp, rót ra một cái tô sành gốm bát tràng có hoa văn đẹp đẽ. Rượu tây thuộc dạng cognac pha máu tươi không mấy khí thế. Phải là whisky. Mấy chục con mắt thực khách nhìn gã chuyên nghiệp một tay cầm ngang cổ con rắn hổ, một tay kia vuốt thân rắn, chọc sao cho rắn nổi cuồng. Một lát, thân rắn láng mượt đã hằn lên những đường thịt như vân gỗ. Cổ rắn vươn cao, cứng như một cái gậy. Hai cái nọc trong mồm rắn thò ra lắt lẻo. Anh bồi bếp chuyên nghiệp canh đúng lúc con rắn nổi giận đến mức máu lạnh cũng biến thành bầu nhiệt huyết xung phong. Phụp. Nhanh như cắt, một nhát dao, chỉ một nhát, đầu rắn đứt lìa.

Gã bồi hạ cổ rắn cho máu phọt thẳng vào bát rượu. Cả bọn thực khách vỗ tay, rồi cụng ly rượu máu trong lúc chờ bảy món rắn được trình tấu sau.

2

Tảo đang nhìn cảnh hấp dẫn, cười vui rồi bất giác mặt hắn tái đi. Tay chân Tảo run rẩy. Trong mắt có làn sương máu. Như là máu mưa ngâu. Một bầu trời hồng lạnh lẽo.

Trong bộ nhớ của Tảo bật ra những hố bom nối liền. Hắn ngoi lên thụp xuống trong cái màn trắng nhờ nhờ ánh sáng mặt nước trên cao, trong hố bom, pha lẫn bọt bong bóng từ mồm thằng nhỏ không biết bơi, người lịm dần chìm dần. Hắn chết ngộp trong nước hồi lên tám.

Lần nữa Tảo cố trấn tỉnh nhìn bọn người cười vui cụng ly rượu rắn, một màu đỏ nhạt hơn màu máu, hắn nhắm mắt.

Trong cơn máu hoang mơ lúc này, Tảo có bầu trời về sáng, trăng lụa bạch, một người vừa vượt trại tù bò lê, bị đám đông chửi mắng mày là con thú trong lũ thú. Bị đánh đập tàn nhẫn, bị đám đông kéo đi xềnh xệch. Dây thừng cán cuốc lưỡi nhọn. Cũng máu. Những vết thương máu ngoằn ngoèo trên sân nhà của mẹ. Những sợi thừng như là rắn oan khiên đỏ. Là máu. Một mảng trời máu trong tiếng gà về sáng.

Tảo xây xẩm. Bằng một thói quen được điều khiển từ vô thức Tảo rút điện thoại cầm tay bước tới sát bàn nhậu nhìn bọn du côn, rồi gọi:

"A lô 113 đâu nơi đây có một bầy thú đang vui cười với máu. Đang uống máu."

Bọn giang hồ này rất kỵ 113. Nhưng nhìn thằng nhóc bọn nó chỉ cười, tiếp tục cụng ly. Lúc đầu có thể là lời gieo rắc vu vơ của một thằng người lập thể. Tảo lảo đảo ra ngồi cạnh cái bể xi măng hôi mùi rắn. Em vừa hồi tỉnh chút đỉnh lại chợt thấy một người bồi bếp đang cắt cổ mổ bụng một con chồn hương. Con vật tội nghiệp kêu vang, giẫy giụa trên nền máu.

Nếu gọi cái ăn sang, cái ăn vui, cái ăn ngon bồi bổ là hạnh phúc cho con người, thì tất cả hạnh phúc trên nước non này, ngay hôm nay, đang ngự trên cái nền máu, trong vũng máu hòa máu.

Tảo rùng mình. Nghe lạnh châu thân. Hắn muốn khóc. Ma bắt, Tảo lại gắng đứng dậy, quày quả bước ngay tới bàn nhậu lần nữa, nhìn thẳng vào mặt một gã to lớn, khiêu khích:

- *Này con thú, sao mày không đi cải tạo cho rụng cái đuôi thú mày đi. Không muốn làm người hà.*

Câu nói lần này không được bọn du côn coi như câu đùa chơi của một đứa dở hơi, mà chạm ngay mạch điện. Tức khắc một bàn tay hộ pháp chộp ngay cần cổ Tảo. Bốc thẳng nó lên. Dần mạnh nó xuống nền quán. Chỉ một chiêu đầu thằng nhỏ đã hộc máu mồm.

Quán đang náo nhiệt bỗng lặng phắc.

Chủ quán cũng là một tay giang hồ, có khuôn mặt khá cô hồn, to cao, tóc rễ tre, đứng im nhìn. Hắn là tay trùm nên quá biết bọn đang giết Tảo là một bọn đầu gấu, đang là lực lượng bảo kê cho các nhà hàng, vũ trường, hàng đầu băng nhóm mafia.

Bọn này gian manh, thế lực tận trời. Chúng không chỉ có đường dây trong một khu phố, một thành phố này, mà cả Đà Nẵng, Hà Nội, Hải Phòng. Chúng móc ngoặc sâu rộng từ đứa đâm thuê chém mướn rẻ tiền đến những thế lực có thẩm quyền bao che cho những vụ công khai giết người. Thế lực liên kết giữa nhiều ngành liên quan. Có thể nhất trí cao thay đổi hồ sơ, nội dung vụ án từ tử hình sang chung thân, có thể mười năm tù giam xuống thành nhẹ hều hai năm án treo. Cái rẹt, miễn có đấm mõm hậu hĩ.

Bọn giang hồ đang bị thằng Tảo chỉ mặt lúc này, đã từng thanh toán bè đảng bằng súng ngay giữa đường phố. Đã từng cho xe chặn bít bùng hai đầu một con đường giữa ban ngày để thanh toán một quán cà phê. Bằng dao Thái Lan, mã tấu, chúng chặt tả hữu hàng chục người không gớm tay. Đương nhiên là rút êm. Thậm chí có "tay trên" hộ tống ngầm, như từng hộ tống bọn xe buôn lậu chạy trót lót qua những trạm kiểm soát có tiếng là nghiêm ngặt.

Chủ quán đầu gấu mà lặng nhìn thì mọi người kinh hãi. Khách trong quán vội trả tiền rồi lần lượt rút êm. Một người khách đứng tuổi một bàn kế cận thấy cảnh bất bằng, nhỏm dậy định ra tay nghĩa hiệp. Một người bạn cùng bàn khuyên can:

- Ngồi im. Một thằng đổ máu là đủ rồi. Một ngày không nên thí mạng hai vị anh hùng rơm.

3

Tảo nằm thở ngoi ngóp trên sàn nhà nhơm nhớp nước bia rượu, nước bã thức ăn. Bọn du côn tiếp tục vui vẻ cụng ly. Hình như máu rắn trong ly rượu và máu người trên xác còm của Tảo thúc giục, bọn nó muốn quậy. Chúng liếc quanh quán xem lúc hứng chí có thể đập thêm một vài thực khách nữa chăng. Không thấy ai dám khiêu khích, một đứa trong bọn cúi xuống nắm tóc Tảo lôi ra hè phố. Hắn kéo bờ ngực răng cưa ít thịt nhiều xương của thằng nhóc ghì ngay xuống cái đầu gối to bự. Hắn tra khảo lần chót thằng người còn thở, đôi mắt rắn giận dữ, một cách nhìn chờ chết.

- Ai dạy mày nói? Mày bảo ai là thú, là bầy thú thằng khốn?

Hai con mắt bỗng sáng quắt, như lần cuối bừng cháy, Tảo nhìn ngược lên thằng người to lớn gấp ba, nói rành rọt:

- *Mày là con thú trong lũ thú. Chúng mày đích thực là bọn thú.*

Thằng đầu gấu hung tợn gằn giọng:
- Nói lại lần nữa xem nào.

Không do dự, Tảo máu đầy miệng thều thào nhắc lại chậm rãi, rõ ràng hơn:
- *Mày là con thú trong lũ thú. Đời kiếp tập thể chúng mày là thú.*

Mọi việc đã tức khắc được dàn xếp rất gọn theo sinh hoạt giang hồ. Thằng khốn nạn lên gối, quật Tảo liên hồi. Nhanh quá, Tảo không trải qua đau đớn nhiều. Nghĩa là không mất thì giờ trút hơi thở cuối cùng. Em chết ngay sau vài cái quật, nhưng thằng lưu manh quật liên tiếp cho chắc ăn, hả cơn giận dữ.

Em nóng hổi giây lát trên mặt đường. Duy đôi mắt còn mở, nhìn trừng trừng. Lạ lùng, sau đó, đôi mắt trắng ấy dịu đi, nhẹ nhàng, như được giải thoát, phía dưới là một khóe miệng cười. Làm sao Em có thể nở được nụ cười. Một-cái-chết-nụ-cười.

Xưa kia, ở Vùng C, thằng bé Tảo từng chứng kiến một bọn người mắng một con người là con là thú; rồi cùng nhau giết người bị mắng nhục không nương tay. Hôm nay một đứa có tiền án giết người cướp của, đồng lõa với một tập thể cùng khắp thượng tầng, đã hạ thủ một người dám mắng chúng: "Mày là thú trong lũ thú."

**

Lúc xảy ra vụ việc bất thường, giết Tảo chẳng hạn, tức khắc nhà nhà chung quanh quán rượu từ lâu đã quen cách là đóng vội cửa nhà, để tránh điều liên lụy, phòng ngừa bất trắc. Bọn đâm chém nhau nhiều khi điên cuồng rượt đuổi ngoài đường bỗng tràn vào nhà anh gây vạ oan, vì đứa bị hành hung chạy vào, mong trốn thoát.

Cũng có người tỉnh queo. Một cô gái tưới hoa trên ban công nhà đối diện ngừng tay nhìn cảnh ngộ, xem như không việc gì xấu xa xảy ra. Người người qua đường dừng xe đứng ngó xác Tảo một thôi rồi lặng lẽ bỏ đi. Chẳng ai can thiệp. Không ai dám nhìn lâu. Việc ai nấy lo. Đời ai nấy sống. Can dự vào lại mất công ra phường khóm khai báo, làm chứng. Lại bị vặn vẹo tra vấn phiền phức. Cho nên bất đắc dĩ thờ ơ. Tức tốc hóa lạnh máu có sẵn trong người.

Một anh phu xích lô đạp xe qua, thay vì chở nạn nhân vào nơi cấp cứu, anh ta vội vã đạp xe dông tuốt. Có người gọi cũng chẳng dám quay đầu lại. Dửng dưng. Dại gì. Anh có kinh nghiệm quá rồi.

Mấy tháng trước, trên đường đạp xích lô long nhong tìm khách, anh tình cờ chứng kiến một tai nạn. Một thanh niên chạy xe hai bánh tốc độ nhanh đâm vào một chiếc xe tải; bị thương rất nặng; có thể chết, nhưng hãy còn thở thoi thóp. Anh ra lòng tốt khi gặp chuyện bất bằng. Dừng ngay xe. Chở ngay nạn nhân, một người không quen biết đến bệnh viện cấp cứu. Tưởng vậy xong việc. Làm phước không cần trả tiền công. Hóa ra đâu phải vậy. Anh được mời ở nán lại, để khai cho rõ đầu đuôi sự vụ, và ký chứng vào biên bản, trước sự điều tra của cảnh sát.

Bao nhiêu là câu hỏi hóc búa, từ trời rơi xuống. Thật rủi ro, hôm ấy anh quên mang theo giấy tờ tùy thân. Lòi ra việc, anh là dân tạm cư, chưa có hộ khẩu.

Thằng Tảo nằm queo trên mặt đường, khá lâu, chẳng ai mời gọi 113. Bọn giết người rút nhanh như khói tan. Một đống máu trên vỉa hè giây lát trời đổ mưa sẽ nhòa xóa trong dòng sông phố phường ngập nước. Đâu có gì ồn ào. Chẳng có gì thay đổi thế giới. Tích cực, thiện chí báo cho nhà chức trách ư? Có điên mới tự nhận thêm phiền hà.

Bọn 113 lắm khi cũng điên đầu. Mỗi ngày có trăm cuộc gọi đến cơ quan hữu trách. Trong đó rất nhiều cuộc gọi dỏm, hiện trường không có thật, để chọc quê cảnh sát. Xe cứu thương, xe chữa cháy, xe mô tô nổ máy phì phùng, còi hụ inh ỏi, tới nơi chẳng thấy máu me khói lửa nào. Cho nên *khi gọi vì thực sự có tai biến, người báo cấp cứu với cơ quan có trách nhiệm phải khai kèm tên tuổi, số điện thoại, số nhà, địa phương mình cư trú, để xác minh sự thật.* Thế có điên mới gọi, trừ phi anh có cái điện thoại bằng giấy mã âm hồn như điện thoại của thằng Tảo.

VIII.
BỌC NGOÀI
ĐẮP MẶT XÁC TRONG

Rất may, khi tôi và Jim tới nhà xác người ta mới bắt đầu làm thủ tục là xác của Tảo vô thừa nhận. Xác sẽ được chuyển qua cho sinh viên y khoa thực tập mổ thây. Đau lắm, nhưng với nhà xác tôi có cóc xơ gì trong người, giấy tờ hoặc những chứng cứ gì liên hệ, để có thể nhận xác Tảo đem em về khâm liệm. Tôi họ Trần, Tảo có họ mẹ là họ Lý. Hai họ này chỉ có cướp ngôi nhau, Trần Thủ Độ mần lobby, trong lịch sử một dân tộc lắm cô hồn.

Tôi chở Jim cùng đến quê Tảo.

Bà ngoại Tảo, người thương yêu, có liên hệ đùm bọc Tảo từ tấm bé, đã qui tiên từ khuya. Nói Tảo mới vừa chết chẳng ai tin. Người chòm xóm chỉ vào tấm hình Tảo, mà tôi chụp ngày rằm tháng bảy ở Chợ Lớn, đang trong khung lạnh lẽo trên bàn thờ. Cái thằng người không có hộ khẩu trong làng, nó khùng điên, đang được thờ chung với mẹ và bà ngoại từ bao năm, khi nó hãy còn sống nhăn. Nhà hư nát, mưa dột, tấm hình của Tảo đã nhòe thời gian, khung gỗ đã mối mọt nhai gặm hơn một nửa. Bây giờ ai tin tôi khi bảo thằng Tảo đang còn thấy trong nhà xác? Có mà xác của nhà văn chuyên hiện thực huyền ảo.

Cần Jim xác nhận anh em ruột thịt ư?

Một Mỹ một Việt. Hai khai sinh hai xứ xa tít mù khơi. Hai bà mẹ đều lấy ngày nhặt được đứa con rơi làm ngày sinh. Cùng ngày cùng tháng sinh, anh em lại rất giống nhau, nhưng đâu có giá trị pháp lý để Jim nhận người anh song sinh về chôn cất. Còn đây hai cái bọc vải giống hệt nhau bằng gấm đỏ thêu thùa hoa vàng kim tuyến nào phải hai tờ khai sinh.

Chúng tôi không chứng minh được gì để nhận Tảo về chôn cất. Có Tề Thiên hóa phép tôi mới có được quyền tống táng đứa em thân yêu.

Thế mà có trời cao xuống giúp tôi và Jim.

Thật lạ, lúc tôi chán nản, một tên môi giới đến gạ tôi giá cả chôn cất Tảo. Tôi đâm hoảng. Tôi nhớ tôi còn đang đứng trên một mặt đất hãy còn mặt trời có thật. Không hề có một dấu hiệu mơ hồ nào trong mọi sinh hoạt. Tôi thành thật nói với gã môi giới cái xác này vô thừa nhận, không thể nào làm thủ tục tống táng được.

Hắn nhìn Jim rồi nhìn tôi từ đầu tới chân, hỏi:

- Hê, ông thầy với chú em đây là Việt kiều hả?

- Việt kiều thì sao?

- Vì em thấy ông thầy với chú em không quen với "khí hậu" quê ta tí tị nào.

Tôi nói chậm rãi, như để giải thích cho chính mình:

- Tôi không là Việt kiều. Tôi nhắc lại lần nữa thi thể này nhà chức trách không cho tôi nhận. Anh làm cách nào mà lo thủ tục tống táng cho em tôi được?

Gã môi giới có lớp da mặt trắng nhờn, mồm đầy râu thở phào, mừng đã vào áp phe. Hắn an ủi:

- Ông thầy chớ lo, tụi em chăm phần chăm có tay trong tay ngoài. Đây là chu trình khép kín, bao thư bôi trơn từ A đến Z, từ tít mù thượng cấp tới hạ tầng cơ sở. Em sẽ lo cho ông thầy mọi giấy tờ hợp lệ để hoàn thành hậu sự. Nhưng thưa ông thầy giá cả không mềm.

- Không mềm là bao nhiêu?

Nhanh hơn máy tính, thằng chả nói một thôi trơn bóng:

- Quan tài gỗ xịn, mộ tô đá rửa. Bia mộ cỡ lớn khắc chữ mỹ thuật, có nhà bia cẩm thạch. An táng nơi rộng rãi, đường xe hơi sau này thăm viếng vào tận mộ không phải cuốc bộ xa xôi. Thêm hai xe buýt có máy lạnh đưa đón thân nhân…

Hắn ta thở một phùa lấy hơi, rồi nổ tiếp:

- Ban nhạc kèn trống đầy đủ. Thầy ưa nhạc tây, tàu, hay boléro thời thượng, nhạc dân tộc? À mà thầy đạo gì để em lo thầy cúng hay cha cố. Tiễn linh hồn về Cõi Phật hay Nước Chúa tùy thầy. Tất cả, giấy tờ, tiền hòm, tiền đất, tiền con dấu đỏ cán bộ thông qua, tiền bôi trơn để khỏi mổ thây giảo nghiệm, tiền khỏi chính quyền làm khó, tiền xe, tiền chôn, tiền nhạc, tiền tôn giáo qua thầy chùa cha cố… vị chi tám mươi hai triệu Việt Nam đồng, coi như giá ba cây vàng. Ông thầy trả cho em tiền USD càng tốt.

Hắn nuốt nước bọt cái ực, không cho tôi nói chen vào, hắn nổ ra phanh:

- Ông thầy chỉ đứng chơi là mọi việc hoàn hảo ngoài nguyện vọng. Em cam đoan ngọt ngào như sáu câu vọng cổ. Không một ai thắc mắc hỏi han, gây trở ngại trong suốt quá trình. Mọi giấy tờ có đầy đủ con dấu tròn đỏ hoét của chính quyền. Mọi giao tế bọn em đều giữ đúng nếp văn-minh-văn-hóa-nhà-hòm. Mọi đường đi nước bước theo logic kinh tế thị trường có định hướng. Từ đầu chí cuối, một tiếng trống kèn tới làn hương bay, không một ai có thể làm khó dễ thầy. Có tiền là có tất cả. Thời dịch vụ, thời mở cửa mà thầy. Vả lại thằng nhóc này thuộc loại… thiếu nhi. À, thầy có muốn một giàn khóc mướn cho trọn nghĩa tình từ thương mến thương? Em có ngay một tốp khóc chuyên nghiệp, bọn này khóc ép phê, rất chi điệu nghệ, nước mắt ròng, khóc thống thiết hơn khi chính cha mẹ chúng chết. Nhưng xin ông thầy boa thêm cho hai trăm đô.

- Tôi không cần khóc mướn. Chú lo cho em tôi đi.

- Ông thầy ứng cho em một nửa. Nửa kia đưa thêm vào lúc xe tang vừa lên đường. OK? Ấy coi như xong việc, về pháp lý.

- Được.

2

Trước khi mọi việc ngọt ngào như tuồng cải lương, Tảo được nhà xác đặt nằm trơ trụi trên một ô xi măng hình chữ nhật. Không một nén nhang cắm đầu. Jim khóc ngất.

Tảo bận mấy lớp áo quần lập thể như nhà thơ Bùi Giáng thuở sinh tiền. Nhưng giờ đây không nhận ra màu. Chỉ nham nhở một màu máu úa đen. Chỗ sọ não em vỡ ra. Khuôn mặt em, tuy thế, không buồn. Hình như một nụ cười đọng lại. Hình như em mang cả máu oan khiên của thế gian này ra đi.

Thật lạ lùng, khi tẩm liệm em tôi nhặt được cái điện thoại cầm tay bằng giấy vàng mã thuở trước em chộp được ở Chợ Lớn trong ngày cúng cô hồn. Chao ơi em luôn xin tôi bao nhiêu là bao thuốc lá rỗng làm điện thoại qua ngày, để gọi *À lố nơi đây có con thú trong bầy thú, nơi đây bầy thú đang ăn chơi mút mùa.* Còn cái điện thoại này, cái lưu dấu cô hồn này, em biết giữ làm của tùy thân.

Chín giờ trôi qua em chưa được đắp mặt. Mắt còn mở, hiu hiu nhìn. Quanh tròng mắt em là máu đen đặc. Tôi vuốt mắt Tảo. Bảo Jim làm theo. Sau cái vuốt mặt, em nhắm kín hai mắt tạ từ.

Tôi lấy hai cái bọc gấm ra. Bằng y như nhau. Màu sắc đường kim múi chỉ y chang. Chỉ cái bọc bọc Tảo ngày xưa nay không còn sợi dây túm ở trên. Và màu sắc phai mờ hơn. Bà mẹ của Jim bảo quản kỹ lưỡng cái bọc của Jim trong một cái hộp sơn mài có hình hai con rồng trên nắp hộp. Lưỡng long chầu nguyệt.

Hai con rồng vàng trên nắp hộp từ Mỹ do Jim mang về, đẹp đẽ, bằng nhau. Hai con rồng chung nhau một hạt châu. Nhưng hai con rồng Tảo-Jim hiện thực nơi đây, trên Cõi đất này, con này thân xác bằng nửa con kia. Một con một đời cơ cực, ám ảnh điên tà, chết máu me không kịp ngáp. Một con kia trắng trẻo to đùng, hiền từ đến ngây ngô, khóc em song sinh theo kiểu Mỹ.

Tôi bảo Jim đỡ cái đầu của Tảo. Jim run tay sợ sệt. Tôi trao cho Jim giữ cái bọc bọc Tảo bốn tháng tuổi chiều Hăm Chín tháng Tư, ngày Miền Nam sắp được "giải phóng," hay sắp lâm nạn, là tùy theo định nghĩa hai chiều thuận nghịch. Tôi thấy mây trôi trời bạc, tôi nghe xa sóng kêu rừng thở, tôi thơ thẩn nói với Jim:

- Jim ơi, em giữ cái bọc của Tảo làm kỷ niệm cốt nhục.

Tôi lấy cái bọc xưa kia bọc Jim ngoài đại dương, cũng đêm lênh đênh xưa, tròng qua đầu Tảo. Tôi đắp mặt Em bằng một trong hai cái bọc.

Một bọc xưa kia trên ven đường thất thủ. Một bọc được ném ra từ boong tàu chiều chia biệt. Một cái bọc hôm nay thấm máu. Một bọc kia nước mắt.

"Tảo ơi, thôi Em đi. Tôi còn nán lại."

Vườn Cây Cau,
Mùa Ngâu 06 - 2007

Xứ Động Vật Vào Ngôi

[6 tiểu truyện]

CHUỒNG TRẠI MÙA XUÂN

II

MÙA HUYẾT

III

HÀNH TRÌNH MINH TRIẾT

IV

GIÁ TREO NGƯỜI

V

HIỆU ỨNG

VI

NÀNG VÔ BAO

I
CHUỒNG TRẠI MÙA XUÂN

Ngoài ba mươi tuổi, kiến trúc sư Khúc thuộc loại tài năng. Tính tình hơi bất thường, nhưng giao thiệp rất chọn lọc. Biết vài ngoại ngữ; ngoài hiểu biết chuyên ngành, Khúc đọc khá nhiều, mọi lĩnh vực; có hệ thống thụ nhận tư tưởng, tinh tế trong thẩm định nghệ thuật. Khúc không hút thuốc, không rượu; nhưng nghiện cà phê rất nặng.

Trên đây là những biểu hiện dễ thấy về Khúc. Một số tình tiết bí ẩn trong đời tư, ít người biết, xảy ra khi Khúc còn bé thơ. Đã là ám ảnh, chi phối khốc liệt lên toàn bộ cuộc đời Khúc sau này.

Năm lên tám, một buổi sáng, Khúc tình cờ thấy một người đàn ông nhàn nhã giết vợ mình. Cách giết người khá kỳ lạ. Cách chết của nạn nhân còn kỳ cục hơn. Người bị giết chừng như sẵn sàng, âm thầm thụ hưởng, như được ban một chung nước thánh.

Hơn vài thập niên sau vụ này, cuối thế kỷ Hai mươi, báo chí Sài Gòn có rầm rộ đăng một bản tin về một vụ giết người khác, do một kiến trúc sư trẻ tuổi gây ra, khá man dã, ná ná vụ án mà Khúc đã thấy thuở bé. Nhưng lần này kẻ gây án thứ hai không giết vợ, mà giết một người tình còn rất son trẻ.

Như thế trong vòng tròn gần ba mươi năm, sau mỗi mùa xuân, đã có hai vụ giết người rất giống nhau. Phong cách cũ hay mới, xã hội Vàng hoặc Đỏ, chỗ lưỡng cực vẫn luôn tiềm ẩn một thứ tai nạn khó giải mã, rất phi nhân văn:

"Để thoát khỏi Xứ-Toàn-Chuồng, con người có một phản ứng tuyệt vọng, như một hội chứng, rất mực phản kháng cái gọi rằng Khí-hậu-động-vật. Người ta dùng chính sinh mạng thân ái để giải quyết, chung chi cho một rủi may lúc hỗn mang."

**

Trở lại cuốn phim cũ, là cuộc dĩ vãng ngộ vang trong tâm linh Khúc. Bờ tường thời gian đã cách âm, nhưng không ngăn được hình ảnh, tuy hóa màu, trong trí nhớ của Khúc… Bấy giờ, người chồng, một khuôn mặt chữ điền gầy ốm chỉ còn cái khung; trên khung xương hai con mắt sáng rực, nó như nơi hội tụ sau cùng của đau đớn lẫn hờn căm; đôi mắt sáng đã nhìn khắp bốn phương không thấy một lối nhỏ trú ẩn; hai bàn tay to lớn nổi những đường gân xanh; Ông làm việc giết chóc một cách chậm rãi; giáp mặt cơn rùng rợn thật chậm rãi, như chúa sơn lâm no mồi, vừa thiu thiu ngủ, thỉnh thoảng choàng dậy gặm một miếng máu.

Lại rất từ tốn như một anh thợ sửa xe rành nghề, tuần tự tháo từng bộ phận chiếc xe. Tháo cái ghi đông ra. Yên xe ra. Hai bánh xe rời bộ máy. Tháo xong, bỏ mỗi bộ phận vào một chỗ riêng biệt. Chỉ có khác, là, sau đó người thợ làm lành lặn chiếc xe, màu sơn mới, mọi bộ phận trở nên hoàn hảo, rồi anh ráp chiếc xe, lại đâu vào đó.

Người chồng này tháo người vợ ra. Rã từng phần. Bỏ mỗi phần thịt xương vào mỗi chiêc bao tải nhỏ. Rồi tức tốc phân tán những mảnh thân thể người vợ thân yêu khắp nơi trong thành phố – trước cửa nhà hát, trong bãi cỏ xanh công viên, dưới chân một tượng đài, chỗ cái bến đò, đông người qua về bên kia vườn cỏ dại – theo cách riêng Ông, khá độc đáo.

Một đặc điểm cần ghi nhớ, người đàn ông này giết người vì lòng xót xa, vì tam muội đen, hoặc do kinh nguyện mở nguồn. Có thể bảo ông ta điên. Dĩ nhiên có thể. Nhưng Ông hành sự cùng lời chú trí huệ:

*"Có một cách tìm kiếm tự do mà không phải vượt biển, hay mong đợi một chuyến bay nhân đạo nào. Đâu thể hóa phép cởi mây bay bổng như thần tiên, chúng ta dân đen trần tục mà. Chỉ bảo vệ nhau, gìn vàng giữ ngọc, tuy tuyệt vọng, nhưng **giúp nhau chọc cho hết huyết trong người,** vẫn là cách tự xử cần được tôn trọng."*

Trời hôm nay nắng hay mưa đâu là quyền của nắng mưa.

2

Bây giờ mùa xuân đã qua. Nền Cộng hòa đã bị xóa sổ.

Bây giờ chừng như mùa mưa miền Nam. Chen trong nắng mềm là rắc hột hanh hao. Đường phố Sàigòn bỗng vắng vẻ lạ thường. Cây lá buồn. Gạch ngói buồn hơn. Từng dòng người gầy ốm gò lưng trên yên xe đạp dong ruổi. Chùa chiền, giáo đường vắng tín đồ, đúng nghĩa Giáo-đường-im-bóng.

Con đường Tự Do, con đường cổ nhất và sang trọng nhất của Sàigòn, nối từ nhà thờ Đức Bà ra bờ sông được đổi tên thành Đồng Khởi. Đường Công Lý, con đường rộng nhất, dẫn từ Dinh Tổng Thống ra phi trường Tân Sơn Nhất có tên gọi trong chế độ mới là Nam Kỳ Khởi Nghĩa.

Có điều lạ, thời Cộng hòa con đường Tự Do cấm không cho xe đạp và xe ba bánh chạy qua; đường Công Lý thì xe chỉ được chạy một chiều. Để mỉa mai chế độ Cộng hòa, công lý cũng như tự do chưa tới bến, dân chúng xưa kia từng truyền tụng:

"Công lý một chiều, Tự do giới hạn."

Hôm nay nhân gian xã hội chủ nghĩa lại ví von sự đổi đời qua câu ca cay mừng đắng như vầy:

"Nam Kỳ Khởi Nghĩa tiêu Công Lý,
Đồng Khởi vùng lên mất Tự Do."

Buổi sáng, có một người chị từ Tự Do đến thăm người em gái Công Lý. Ngồi một lúc với chén nước mưa không đun sôi, nhìn ngôi nhà tàn tạ của cô em Công Lý, người chị Tự Do thở dài, nói:

- Đất nước đã hòa bình, nhưng thời thế đảo ngược rồi em ơi. Là những kẻ chiến bại, loại thường dân hạng hai chúng ta lâm vào hoàn cảnh đốn mạt. Cả nhà thất nghiệp. Tiền gởi trong ngân hàng bị khóa lại, nhà nước tịch thu cả rồi. Vợ chồng em mất công ăn việc làm. Nhà cửa trống hoang trống lốc thế này; máy móc, xa lông, sách quý, thậm chí áo quần, tủ thờ ông bà ông vải cũng mang cả ra bán chợ trời kiếm chút tiền độ nhật. Chao ôi rồi ra vợ chồng con cái em sẽ sống làm sao đây. Chồng em dạo này tính khí bất thường. Dượng ấy điên rồi. Có khi giết cả lũ nhà này...

Cô em lặng thinh khi nghe chị nói. Ý nghĩ trong tâm não sao bỗng bay tan đi. Cô chỉ khóc nhìn đứa con tám tuổi. Thằng Khúc nhỏ gầy ngồi chỗ hàng hiên cạo vỏ mấy củ khoai lang.

Hơn tháng nay các kho lương thực trong thành phố bất ngờ cạn sạch gạo. Cửa hàng hợp tác xã độc nhất phân phát thực phẩm chỉ có thể thay thế gạo cho dân chúng, bữa có bữa không, bằng hạt bo bo, khoai lang, bột mì Liên Xô, những trái ngô ốm o chỗ nông trường...

Đây là thời kỳ tem phiếu, việc phân phát lương thực thực phẩm hạn chế theo đầu người có trong tờ hộ khẩu. Không có hộ khẩu thì không được cư trú và đương nhiên không tìm đâu ra cái ăn, không thể tìm được việc làm.

Không có thị trường tự do. Dân chúng không có điều kiện mua thừa thực phẩm để dự trữ, nhưng cửa hàng có quyền bán thiếu tiêu chuẩn thực phẩm theo đầu người. Mọi thứ khan hiếm. Mua nửa lít nước mắm cũng phải chờ có phiếu phân phối. Phải đợi năm bảy ngày may ra có tin mừng hơn mẹ tái sinh: *"Hôm nay nước mắm về."*

Lại phải sắp hàng trong nắng mưa hàng vài ba tiếng đồng hồ mới đến lúc mình được gọi tên, để mua một lít nước vàng-vàng-mặn-mặn pha chín phần mười là nước muối; hoặc một vài lạng thịt cá đã đầy ruồi nhặng.

Năm bảy ngày bếp nhà toàn muối với rau, hôm nghe tin cửa hàng có thịt cá, người khu phố như nước từ sườn non đổ về dòng chung; con suối người lơ láo ấy chảy tới chỗ ruồi nhặng. Sắp hàng trật tự. Chờ. Chỗ khung cửa hẹp một cô phát thực phẩm gọi tên, nhận sổ, xem mặt người. Một cô cân đong. Có được nạc, mỡ, chỗ ngon dở, phần tươi thiu, là tùy vào chỗ ưu tiên, là anh Tám bác Ba, hay gia đình cái bọn hạng hai.

Một nền kinh tế quốc doanh lúc này cao vững như thái sơn. Cả nước bị khoanh vùng, giới hạn mọi lưu thông kinh tế thương mại. Mỗi tỉnh, mỗi thành phố là một vương quốc. Đúng ra một cái Chuồng. Tự lo cái ăn cái sống trong vòng rào, nghiêm cấm hàng hóa ra khỏi tỉnh, thành. Ngồi trên xe đò, trong túi xách của anh có vài ký gạo, hay một cân thịt – đó có thể là thứ người bà con nhường cho nhau – là anh bị kết tội buôn lậu, gian thương.

Sàigòn đói gạo nhưng miền đồng bằng sông Cửu Long gạo thừa mứa nấu bớt cho heo ăn. Người miền núi thừa gỗ, chặt cả gỗ quý, danh mộc như cẩm lai kiền kiền làm củi đun, trong khi dân miền biển dùng tre nứa thay cho những công trình cần lâu bền. Ở thôn quê nông dân thừa sản vật nhưng thiếu tiền mặt, thiếu thuốc chữa bệnh; không có điện, khan hiếm xăng nhớt

CUNG TÍCH BIỀN • *xứ động vật* • tân truyện

xi măng sắt thép, không tìm đâu giấy vở cho học trò đến trường.

Xã hội buổi này có nhiều loại thành phần, giai cấp, tuyệt đối rạch ròi. Công dân hạng chiến thắng ngày ngày hát mừng, đi tiếp thu nhà cửa gom nhặt tài sản máy móc của kẻ chiến bại. Toàn bộ còn lại, dân chúng Miền Nam chiến bại, đã là thường dân, lại thường dân hạng hai.

3

Thằng Khúc xanh xao đầu thai trong nhà thường dân hạng hai.

Khúc lên tám cạo cắt củ khoai làm sao cắt cả vào bàn tay máu chảy ròng ròng. Nó đưa ngón tay lên miệng nuốt máu. Máu nhiều, nó cởi áo, lấy vạt áo bụi bẩn quấn chặt bàn tay. Không có bông băng, không thuốc tím thuốc đỏ, nắng ngoài kia rát bỏng, chỉ có thể làm thế thôi. Quấn chặt một hồi rồi máu chỗ vết thương cũng ngưng chảy thôi.

Xã hội đang trong hầm chuột hun khói. Nhân ảnh dị dạng. Mọi thứ bậc đổi ngôi. Cái gì lạ lùng quái gở nhất trên thế gian cũng có thể thường trực xảy ra.

Một người hàng xóm đau ruột thừa, thông lệ là mổ dễ dàng như mổ ruột gà, nhưng bệnh viện được tiếp thu bởi các bác sĩ Miền Bắc, họ giàu-tinh-thần-súng-đạn hơn là chuyên môn y khoa – các bác sĩ chế độ Cộng hòa, các chuyên viên giỏi đã đi tù hoặc tự bỏ quê nhà, ra nước ngoài tìm lối thoát – đã để người hàng xóm chết queo. Bởi, thay vì mổ ruột thừa ngay tức thì, bác sĩ đời mới chẩn đoán bệnh nhân bị sạn thận nên chưa cho mổ. Một ngày sau ruột thừa vỡ, bệnh nhân trở thành nạn nhân của sự nhầm lẫn, chết vì "viêm phúc mạc toàn bộ" nghĩa là nhiễm trùng thối rữa cả ổ bụng.

Không có gì phải đau lòng, là đáng ngạc nhiên cả. Đó là chuyện thường ngày trên một xứ Rồng Tiên mọi sinh hoạt xã hội đang bình thường lật ngửa, bỗng nhiên nhào đầu, lật úp cái rụp. Bộ não đang dạng tươi, bỗng một chiều được sấy khô giống nhau, trong cái lò bát quái.

Một người bị nhức đau hàm dưới, nha sĩ – từng có hơn ba cái bằng tuyên dương chống Mỹ – nhổ một lúc sáu cái răng hàm trên, cả răng cấm. Bệnh nhân trợn ngược mắt trắng, giãy đành đạch bất tỉnh, giống con cá lóc bị đập đầu trước khi hy sinh cho bàn nhậu.

Báo hàng ngày đăng nghìn tin lạ. Không hề là tin đồn, thổi phồng đó đây.

Một bác sĩ mổ người làm sao khi khóa ổ bụng bệnh nhân mới nhớ là đã quên trong ấy một cái kềm. Một chị bị nhiễm trùng âm đạo, khám thế nào lại mổ cắt mất tiêu cái tử cung. Từ đây thôi đẻ. Một cô gái mới hai mươi sáu tuổi ở Miền Tây, xuân xanh no đầy, đau cổ họng, bị mổ thế nào, cắt mất tiêu cả thực quản. Phần đời còn lại thôi ăn hết uống. Thực phẩm được từ một cái ống bên ngoài đưa vào bao tử.

Một loạt học sinh mẫu giáo chủng ngừa siêu vi gan xong, một vài đã lăn đùng ra chết tươi. Một người bị chó dại cắn, chích thuốc ngừa trị thế nào, một tháng sau cơ thể bệnh nhân bị phản ứng thuốc, nạn nhân bị lột da tươi, từng mảng da beo. Chết thối tha trước khi chết vì cho dại. Một sinh viên bị viêm màng nhĩ, bác sĩ khám xong mổ cắt mất tiêu cục a mi đan không cần thiết phải cắt. Thằng sinh viên hụt chết vì bệnh máu chậm đông.

Buổi sáng, báo đăng tin đàng hoàng. Một cụ già, có tên tuổi rõ ràng, đang nằm viện điều dưỡng bệnh trĩ, bị gọi lên cho bác sĩ gây mê để mổ tim. Cụ Bệnh trĩ vừa ăn sáng xong thì bác sĩ vặt đầu gây mê, cụ bị sốc phản vệ chết tốt. Chẳng là, hoặc ấy là, cùng nằm viện có một cụ quả thực đau tim, trùng tên cụ bệnh trĩ. Thay vì trước khi gây mê, bịnh nhân phải được hỏi kỹ lưỡng có ăn uống gì không. Chao ôi! Là do bởi, tại vì, quên... kiểm tra. Là do khó khăn chung, cán bộ ta thiếu bài bản trong thời kỳ quá độ, như lời đồng chí viện trưởng giải bày, mà thôi. Tất cả sẽ "cho qua." Cuộc sống quê nhà, hôm nay lẫn bây chừ, "nghìn lẻ một đêm" là phối hợp tuyệt kỹ giữa thần tiên quái ảo "tây du ký" với hợp tan "lương sơn bạc," là hòa ngẫu cực kỳ lãng mạn "hồng lâu mộng" với gian dâm có định hướng "kim bình mai."

**

Người chị Tự Do nhìn thằng Khúc Công Lý nhăn nhó vì mở máu trong vạt áo bụi bẩn. Căn nhà đối diện bọn buôn ve chai đang ngồi định giá cả mở vỏ đồng hồ, quạt máy, radio những cái ống vố loại xịn, mấy bộ ly tách uống rượu tây quý giá. Bọn thu mua ve chai ép giá rẻ mạt theo cách ve chai. Chị chủ nhà thay vì bảo chúng thêm tiền chị lại ngó quanh, cảm thấy xấu hổ cảnh nhà sa sút, đành nói vội:*"Bao nhiêu cũng được các anh hốt hết rồi chuồn lẹ cho."*

Chị Tự Do nói với cô em:

- Em cho thằng Khúc chị đem về nuôi. Nó phải được học hành, nó còn tương lai mà em. Trong cái lò thiêu xác này rồi ra nó cũng hóa tro.

Người em Công Lý không nói được gì. Lại khóc rấm rứt. Cô còm cỏi quá. Khóc rung chuyển e tan tành cái khung xương.

Chỗ hàng hiên có tiếng gọi lớn của bác Năm tổ trưởng:

- Đêm qua, họp liên hoan, thằng Khúc nhà chị hát hay quá. Lý lịch thằng nhỏ đen lắm nhưng tôi sẽ tranh thủ, ưu tiên cho nó vào tốp ca nhi đồng. Ráng phấn đấu nghe.

II.
MÙA HUYẾT

Trời đổ cơn mưa lớn. Một người đàn ông to cao, ngày trước vạm vỡ như một tên giác đấu, nay gầy guộc, lưng còng, người ướt sũng, dựng vội chiếc xe đạp ở hàng hiên.

Buổi sáng Ông ra đi túi rỗng. Ngó quanh căn nhà sa mạc. Còn một chiếc áo mưa loại poncho nhà binh Mỹ để che mưa, Ông mang ra chợ trời chỗ Lăng Cha Cả bán được sáu đồng bạc. Uống ly cà phê đen năm hào, mua bao thuốc rê năm hào. Vị chi mất một đồng.

Đói bụng dữ, nhưng Ông nghĩ là trong dạ dày đã có cà phê, trong phổi có khói thuốc. Hạnh phúc chán. Hai món ăn chơi đã có đủ. Vả lại thời bao cấp khan hiếm, trong ly cà phê đã có chín phần mười là bắp rang đen trộn vào. Ngũ cốc chớ bộ. Rất đỡ đói. Ông rất thèm thuốc điếu nhưng phải hít thuốc rê tự vấn. Thuốc điếu, nhãn hiệu Sao Mai, Lá Đỏ, chỉ toàn lá đu đủ khô mà thôi. Hút vài ba điều thì cần cổ bỏ cơm, bao tử thôi bóp.

Vào nhà. Ông ta nhìn thằng Khúc. Chào chị vợ. Trao cho vợ năm đồng bạc, rồi phán:

"Ngày mai trời lại sáng rồi."

Vợ hỏi:

"Sáng làm sao?"

Người chồng nói nghiêm chỉnh:

"Ngày mai tôi đi làm lao công cho lò sát sinh."

Người chị vợ hỏi:

"Lý lịch dượng đen thui ai cho vào làm, dù đi rửa nhà tiêu?"

"Làm nghề giết mướn mà chị."

Người vợ e ngại than thở:

"Anh lại sát sinh hả?'

Người chồng giải thích:

"Anh có nhiệm vụ kẹp cổ con bò cho người ta thọc huyết."

Vợ lơ láo nói:

"Gầy nhom còm sức đâu?"

Người chồng an ủi vợ:

"Yên chí, hôm nay anh thử việc rồi. Bốn thằng trai tráng kẹp bốn chân trước sau con bò, mỗi mình anh cầm hai cái sừng ghì chặt con bò vào giữa hai cây cột dọc, bò không nhúc nhích nổi. Thọc một dao to, sâu."

Ông ta ngồi xuống vấn một điếu thuốc, ngó mông ra nắng phố, rồi tiếp:

"Em đừng lo, thời buổi này người gầy ốm xuống cấp theo cách người thì bò chó cũng còm nhom theo kiểu chó bò chớ. Có riêng gì người. Thần thánh chó bò tiên nữ chúa phật cũng nhất trí trơ xương."

Ông ta đi làm ở lò sát sinh được ba bốn ngày bọn trai tráng đã khen đáo để nghệ thuật chặn cổ bò. Ông thấy làm việc này mỗi ngày kiếm được một đồng rưỡi, khi công nhân viên nhà nước một tháng lương năm chục đồng, cũng không đến nỗi bất công. Nhưng ngặt một nỗi, ở chỗ lò mổ bò Tư Diêu thời Cộng hòa, nay được đổi tên là "Cơ sở GIẾT MỔ THANH NIÊN phục vụ thịt bò và xương lòng bò tươi sống." Chẳng là lò mổ này do Đoàn thanh niên phụ trách. Ông ta vừa tởm vừa thương tâm cái cảnh tại lò mổ bọn trâu bò trào máu cổ, còn bọn trẻ nít với đám bàn bà chen nhau hốt thứ huyết thừa đỏ hoét chảy tràn lan trên nền xi măng pha lẫn đủ loại nước. Có khi nước kinh nguyệt đũng quần, nước đái bò.

Đàn bà trẻ nít tranh nhau cái đo đỏ huyết bẩn này đem về nhà nấu một nồi cháo huyết mang ra đầu hẻm bán cho dân lao động kiếm đồng nát. Loại huyết bò pha lẫn với nước dội trên nền lò sát sinh này khi luộc chín nó có màu nhạt nhạt, lại mềm nhũn chứ không săn đặc như huyết nguyên xi. Đôi khi mùi thum thủm.

Chẳng sao. Là thường dân hạng hai, một ông giáo sư hôm trước hôm nay chạy xe ôm; một ông trung úy thương binh không phải vào trại tù, đang cà niểng chân gỗ lượm ve chai; hai ba ông nhà văn họa sĩ trải vài tấm khăn ni lông trên lề đường bán đồ lạc xon, tháo ráp xe đạp cũ, bán mớ sách may mắn chưa bị văn hóa phường gom đốt; một vài nhà tư sản bị kiểm kê tịch biên tài sản, buồn bã mang những vật sản cuối cùng ra ngồi với bạn bè nhìn lề đường thời đại mới. Bọn họ, mỗi sáng lót dạ, có khi thay bữa cơm chiều, bằng một tô cháo huyết bò pha lẫn kinh nguyệt năm mươi xu, cũng an ủi chán.

Bọn thường dân hạng hai này rất cao ngạo, lại bình thản, không ân hận chi. Thế thôi, ở thiên đình thì bè bạn với Nam Tào Bắc Đẩu, không may địa ngục phải thích ứng với quỷ ma. Bình thường chuyện nắng mưa lịch sử.

Bọn hốt huyết thừa đều là chỗ vợ con hoặc thân thuộc với bọn thọc huyết. Nên bọn nhân viên ở lò sát sinh thường tìm cách hứng huyết vào chậu cho hợp tác xã nhà nước thì ít, mà tìm cách cho rót đổ ra sàn nhà là chính. Cái lai láng đỏ tanh tưởi trên sàn nhà mới là cái sống của lũ con cháu nuôi dưỡng tương lai. Hốt đi con. Hốt lẹ lẹ rồi chuồn mau. Hôm nay mẹ con chúng mày có bạc cắc.

Bọn nhân viên cắt chia thịt thường lén lút ném những mớ thịt tươi ngon vào các thùng rác, thùng đồ dơ; sau đó vợ con nhanh nhẩu lượm về bán cho các bệnh viện, hoặc các nhà hàng quốc doanh chuyên mua thực phẩm chui.

Hôm nay trời nắng hay trời mưa? Mặc mẹ trời.

2

Làm việc đến ngày thứ mười thì Ông ta suýt lâm nạn. Một con bò đực đã thoát khỏi dây trói, húc Ông suýt phèo ruột non ruột già. Vì lý do đó mà sau này bọn trai tráng vác búa đập chí mạng vào đầu con bò cho nó gục mới chọc cổ lấy huyết.

Lúc con bò quậy phá, có một người đứng tuổi than phiền với ông chủ nhiệm hợp tác xã:

"Sao không dùng cái ngòi điện như hồi chế độ cũ, châm một phát là điện giật con bò lăn quay, ôm vật làm chi. Ta thắng đế quốc dễ dàng nhưng đâu dễ quật ngã một con bò điên. Bò-người biết ai thắng ai."

Chủ nhiệm tức tốc phê bình:

"Sai quan điểm rồi. Lại bày đặt trò tư bản. Thành phố, nhà máy thiếu điện tràn lan, điện đâu ban ân huệ cho trâu bò. Chở sức lao động vinh quang của con người để mần chi."

Nghĩ dưỡng thương vài tuần Ông xin vác xi măng ở bến cảng Sài gòn. Vác ngày hai đồng. Ngày có ngày không, tùy lượng tàu ghe cập bến. Ông đã từng thử sức mạnh vặn cổ một con bò – đương nhiên là bò dạng hưu trí, thôi kéo cày ở các nông trường – thì bao xi măng ăn nhằm gì. Nhưng ác nỗi, cái cầu nối từ thành ghe với i bến sông không phải là cầu tàu chắc chắn, mà chỉ là hai tấm ván nối lại dài chừng ba bốn thước. Tấm ván nhịp xuống phùng lên, bề ngang chỉ ba bốn tấc, bên dưới là sông dài nước chảy, chỉ có chuyên viên bốc vác mới qua được – thì Ông không quen.

Một chiều Ông trở về nhà người ướt sũng vì không giữ được thăng bằng nên cái xác phàm cùng bao xi măng vác vai rơi tõm xuống sông. Báo hại, bị đuổi việc, còn bị trừ lương đền bù vào bao xi măng chìm lỉm hư hao.

Trong lúc thất nghiệp, một cái tin khá đột ngột làm Ông quẫn trí. Ba tháng trước một người em ruột đề nghị:

"Anh cho thằng Phùng nó vượt biên với em. Phải có một đứa thoát làm vốn. Thằng Khúc còn nhỏ quá."

"Tiền của đâu?"

"Chỗ ruột rà em sẵn lòng giúp cho anh chị mà."

"Tiền tàu ghe, xăng nhớt, tiền hối lộ lo bến bãi đâu phải ít, chú lo sao nỗi."

"Chu toàn cả rồi, anh chỉ cho tôi thằng Phùng là đủ."

Biển lặng. Nắng tươi. Tàu ra tới hải phận quốc tế mọi người ôm nhau vui mừng thì bất ngờ gặp hải tặc. Vàng bạc bị lột sạch. Đàn bà con gái bị hãm hiếp tàn nhẫn trước mặt người thân quen. Thằng Phùng tánh khí giống cha, nó nổi máu hào hiệp đánh nhau với bọn cướp. Có chút võ nghệ Phùng đánh trả ra trò. Nhưng bọn cướp là đám đông, đã hành hình gã trai trẻ gan dạ ngay trên tàu. Chúng chặt Phùng máu me ra làm nhiều phần rồi ném cả xuống biển.

Đêm đã trở nên dài dằng dặc. Hằng khuya Ông ra khỏi nhà sau mười hai giờ đêm khi vợ con đã yên ngủ. Ông đi quanh quất trong thành phố không bóng người, chỉ thỉnh thoảng một vài toán an ninh dân phòng vác gậy gộc đi tuần tra.

Sài gòn hòa bình,
Sài gòn tịnh vắng,
Saigòn nhớ cha khóc mẹ.

Đã không còn tiếng súng pháo kích vọng từ ngoại ô vào. Không còn từng đoàn xe nhà binh tuần đêm trên đường phố. Không tiếng máy bay nào cất cánh trong đêm đi oanh tạc. Không có lịnh giới nghiêm nhưng không quán xá nào mở cửa giờ phút này. Giấc ngủ Sài gòn trở nên kỳ ảo, mộng mị. Như có nắng hoang đường giữa đêm dày. Như có tiếng gọi thầm từ những mảng tường rêu. Ê, ông già, Ông đen đen nhòa nhòa, xiêu xiêu vẹo vẹo thế này, Ông ma hay người?

Đường phố rộng đầy bóng tối. Công viên bóng tối. Mười bóng đèn đường đã hỏng bốn, năm. Đập mẹ đèn công viên đi nào, tối trời tao kiếm chút cháo, đâu có khách sạn nào cho gái vào mà mần đĩ? Đói chết mẹ sức đâu chơi đĩ? Ủa, bọn thường dân Cộng hòa hạng Hai rạt gáo áo ôm thì bọn Cách mạng hạng Một có ô tô nhà lầu, có tiền ăn chơi, chúng cũng có con chim cu gáy vang, có bướm đa tình chở bộ. Những hè phố rộng được đào lên trồng khoai lang khoai mì. Nhiệt liệt tăng gia sản xuất. Đêm sâu như huyền. Lòng Ông hoang phế. Ngồi chỗ ghế đá một lúc nghỉ chân đã bất ngờ nhận ra chung quanh đầy bóng tối và mùi phân người.

Lại đứng dậy đi. Lại ngồi đầu ngõ một ngôi biệt thự thân quen nay đã có chủ khác, là gia đình kẻ ở ngôi, đã vào ở. Ông đi dọc đại lộ Nguyễn Huệ, bước qua những viên gạch vỡ, xưa kia bên trong nơi đây có phòng ca nhạc Đêm Màu Hồng. Tiếng hát Thái Thanh trong màu trăng, xanh ngọc. Ly rượu nồng thơm đã hóa kiếp từ sau cửa khép. Ông tới ngồi bờ sông. Thủ thiêm bên kia sông, bóng tối chìm.

Trong đêm thâu Ông nhớ con bò gầy nhom bị thằng người gầy gò không kém, chặn hai cái sừng tội nghiệp cho người ta thọc dao vào cổ. Nó rung chuyển thảm thương rồi ngã uỵch. Đầu óc ông sau cuộc vật lộn với bò cũng đuối sức, tứ bề bỗng vàng tanh xây xẩm. Ông nhớ màu máu nhờn nhạt, pha lẫn đờm giãi, nước kinh nguyệt từ những cái háng ốm o, loang trên nền nhà, bọn trẻ nít giành nhau hốt vào cái thau nhôm méo mó. Một lúc bọn nhỏ cũng hình người đỏ lòm, lem luốc. Có thằng trượt ngã áo quần ướt đỏ trên cái nền Đỏ máu tưởng như mênh mông đến cuối trời. Ngã. Rồi cả lũ bò dậy. Bọn trẻ tiếc máu, vội vàng cởi áo vắt vội cái thứ máu bò lông cứt — như ta vắt cái áo ướt — vào chiếc thùng đựng máu. Ít ra, với máu này, mẹ nó cũng nấu được vài tô cháo huyết, kiếm đồng nát lúc cả thế gian quanh đây đói gầy.

Hằng đêm đi mộng du quanh quẩn, Ông trở về nhà lúc rưng rưng chân trời màu hồng nhóm lửa. Ghé quán nước đầu hẻm uống năm hào cà phê. Năm hào thuốc rê. Mua cho thằng Khúc vài củ khoai lang.

Thằng nhỏ luôn bụng rỗng. Nó thường thức dậy rất sớm. Ngồi nhìn mông lung phố buồn, đợi vu vơ ở bậc cửa. Đôi khi nó gặm bàn tay, nuốt thứ nước bẩn ngọt ngọt thay sữa.

Người mẹ còm nhom nhóm một bếp lửa nấu gì đó tính sau. Đôi khi nước sôi, củi tàn mà Mẹ không biết mình có gì để nấu.

3

Đêm tới, lại rảo bước phố buồn. Ông nhớ vết thương xưa hãy còn lưu dấu một vệt dài khâu vá, thịt tím tím như con rết trên đùi vế. Ông vẽ ra một hình nhân anh hùng, nhưng cái huy chương vinh dự lại được gắn ở chỗ gần bộ hạ. Huy chương hình rắn rít. Nhớ đồi nương hoang tàn những mái tranh tro đen hóa thân trong chiều. Con suối mát đủ cho cơn khát và những bi đông nước đong đầy. Những cụm khói trắng từ chiếc L19 nhả ra lơ lửng không trung, báo hiệu những tràng pháo 105 ly sẽ bay tới mục tiêu. Đạn nổ chụp bung trăm mảnh từ cao, trên một xóm làng bên dưới, trong đất đã cài đầy mìn bẫy. Đã quen giữa mùa thù hận, những tín hiệu được báo, những tọa độ được xác định cần hủy diệt, những căn hầm, cả những mái lều trẻ thơ.

Một hôm đi quanh quất chỗ chợ trời Ông gặp một người bạn trước kia là một giáo sư, nay có gian hàng bán đồ lạc xon. Thời này khắp thành phố là chợ trời. Chỗ nào có thể tụ họp là có chợ trời hoặc hàng quán cà phê lề đường. Ông ngắm trong la liệt những món hàng cũ có một con dao găm trong một cái vỏ bằng bạc rất đẹp. Ông nhặt lên xem. Con dao găm sao mà dài, cỡ ba tấc bằng thép sáng loáng. Cán dao bằng bạc có hoa văn hình rồng giống như hoa văn trên vỏ bọc. Nó giống như một cây đoản kiếm. Ông hỏi người bạn:

"Con dao như một báu vật vậy mà không có ai mua hà?"

Người bạn cười trả lời:

"Ai mua cái ngữ này trong khi tiền không có để mua gạo mắm. Mà thà tớ biếu không cho người sành điệu, chớ bán thì phải bán giá theo giá đồ cổ thôi."

Người bạn cười nụ, nhìn con dao lại nói tiếp một cách đắc chí:

"Có thể đây là cái đoản kiếm của một tướng lĩnh đi mở nước thuở nước non chúng ta còn bên Phiên Ngung."

Ông cười, nói phiêu phiêu:

"Không chừng cái ngữ này đã từng đính trên thắt lưng của một tên Nhật lùn bên xác chết đói Bắc Hà, hàng triệu xác xương la liệt Thăng Long."

Sau cùng người bạn có đồng ra đồng vào chỗ chợ trời đãi Ông một tô cháo huyết năm mươi xu. Và biếu Ông con dao quý.

Vừa húp cháo loãng, nhìn những miếng huyết nhạt màu trong tô cháo, ông nói:

"Tớ biết trong cái tô cháo tanh loãng này có máu kinh nguyệt của đàn bà. Ta đang nhâm nhi kinh nguyệt."

"Nói kỳ?"

"Không kỳ quái chút nào. Tớ đã từng quần thảo trên cái nền máu cùng đám con trẻ thời thế và lũ đàn bà có máu, bất cứ ngày hay đêm. Con mụ đàn bà khi có kinh nguyệt, dù tắm rửa sạch sẽ cách nào, tớ cũng nhận ra. Đó là cái mùi thần thánh. Nó ngai ngái, lung lung."

"Thế Ông là Thánh trong nghề nhận ra Mùi?"

"Phải đâu? Ta là sợi lông trong âm hao."

Lúc đó trong màu nắng tháng năm có dăm bảy anh nhà quê, trong bọn khỉ vượn đắc thắng, đi tham quan chợ trời. Ăn nói khoác lác bi bô. Bọn thiếu đói trong nhiều năm, nay vào Miền Nam, chúng rất lạ lẫm với máy móc, với xã hội vinh hoa. Dừng lại trước cửa hàng lạc-xon, thấy cái máy xay tiêu nho nhỏ, vỏ ngoài có nạm bạc trắng xinh xắn, trên nắp có một cái tay quay i-nốc sáng loáng, rất lạ mắt, một gã cầm bạnh răng vẩu hỏi:

"Cái máy này thu thanh à?"

Người lang thang chỗ chợ trời trả lời:

"Đây là cái máy xay tiêu cho thành bột mà dùng."

"Ối giời tiêu với tỏi thì bỏ mẹ nó vào cối đá mà đâm chứ? Rõ tư bản bày đặt. Sao trong nam này nhiều cái máy tào lao thế nhỉ."

Húp hết tô cháo, lấy tay áo quệt ngang mồm chùi miệng, Ông được tặng đoản kiếm chào cảm ơn. Người bạn chợ trời, trước kia cũng đã từng đứng chỗ bục giảng trường đại học dặn dò:

"Một cái đoản kiếm giết thế nào cho hết bọn thù. Nếu hành sự phải làm một việc gì có ý nghĩa với con dao quý tộc này người anh em nhé."

"Trời đang mưa,
có bao giờ mưa kinh nguyệt.
Nhưng tiếng đàn bờ cỏ lối thơ
đã rẩy màu
Kinh và Nguyệt"

III
HÀNH TRÌNH MINH TRIẾT

Bây giờ người đàn ông khởi đầu cuộc tháo rời một con người. Ông ta phập một ngọn dao thẳng, nhanh, vào ngực, nạn nhân gục ngay. Trước đó nạn nhân cười. Vì buồn quá, chị chỉ cười nhẹ nhẹ thôi, khi người chồng cầm con dao bước đến.

"Em ạ, anh nhìn khắp thập phương chẳng nơi nào là nơi em có thể nương náu."

Thằng nhỏ Khúc lên tám thấy rõ ngọn máu phụt ra từ người đàn bà, như một ngọn lửa mơ hồ cong vòng. Rồi lửa ươn ướt, đỏ một vùng trên nền nhà. Như hắn từng chơi trò đốt thuốc đạn. Bọn nhỏ thu gom thuốc đạn còn rải rác trong hầm hố, trộn với thuốc pháo, hò reo đốt chơi đêm tối trời.

Ngọn lửa xanh lè chạy vòng, mùi khét của sự chết xa xưa nay lại rất thơm trong trò chơi thời bình.

Người đàn ông bế xác người phụ nữ – ông từng ôm nựng hôn hít làm tình bấy lâu – đặt trên chiếc giường sạch sẽ. Ông ta hôn lên xác người.

Lại niệm chú:
"Ta tháo lồng tử sinh em đây.
Xa xưa thời ảo vọng Ta có vào núi tìm trầm.
Em là tiếng rừng mây trắng suối trong.
Xin lỗi Em trái chín."

Ông ta lần nữa hôn lên xác người đỏ màu.

Buổi ấy sáng sớm.
Sương mai còn đọng trên sông cỏ.

Khúc ngồi chỗ bậc cửa. Em thấy rõ trên bờ tường nhà còn treo một khung hình khổ lớn có ảnh của cha mẹ trong ngày cưới. Ông áo vét thắt cà vạt, bà nghiêng vai tình tứ nép vào chồng. Tấm hình nay nhạt màu, xao xác trong tình huống trước mắt. Khúc không thể hiểu cái thảm trạng đang diễn ra. Nó mong manh hoang đường. Sau này khi lớn khôn, Khúc nghĩ mình đã lỡ coi một đoạn phim cấm trẻ em, hay đã trót thấy nó trong một cơn ác mộng.

Có tiếng hát trong trẻo ngoài đường phố.

Một toán thiếu niên ăn mặc đồng phục áo sơ mi trắng quần xanh, chỉnh tề. Chúng hô vang khẩu hiệu mừng đất nước tiến lên, quê hương hòa bình. Bọn trẻ phất cờ, lại nhịp nhàng hát.

Khúc tám tuổi giật thót tim khi người đàn ông vừa cười vừa cắt khoanh vòng cái cần cổ người phụ nữ ốm nhỏ, trắng màu da thiếu máu.

Những ống thực quản khí quản thời lòi ra. Em đã từng thấy trước kia trên cần cổ thân yêu ấy một sợi dây chuyền. Hồi ấy cần cổ mẹ còn mập mạp, trắng xinh nổi lên trên lớp áo màu tím than.

"Mẹ đi lễ chùa tháng Giêng."

Ông ta quấn mớ tóc đen dày của người vợ lót dưới cái đầu vừa tháo ra. Ông làm rất chậm, bình thản như anh thợ sửa xe rã từng phần chiếc xe trước khi làm máy.

Đoàn trẻ nhỏ hát lễ đi qua quãng phố.

Tiếng hát và tiếng trống thùng thùng nhỏ dần, nhỏ dần... tan trong nắng mai.

Ông ta đi ra ngoài rót một ly cối rượu trắng. *"Một ly cối này là bằng nửa lít đấy thằng nhóc,"* ông ta nói với Khúc. Và an nhiên nhấm nháp ly rượu nồng. Thằng Khúc đông cứng trong cái khối mê hoang.

2

Đã bảo là chậm rãi mà.

Giải thoát một phận người đâu phải là tức khắc được. Ông nghe rượu nồng cay trôi qua thực quản. Một chút lửa cháy thịt chỗ cái bao tử rỗng. Không gian tối một cái lỗ đen, lẽ ra thuần nhất, lại cực kỳ hỗn mang.

Trong cái khối đen lạnh, ông nhận ra, kia kìa:

Một khuôn mặt hình thằng Người sừng sững đó,
chỗ bờ tường,
nơi công viên,
ngự khắp nơi có máu.
Hắn vẫy tay chào,
tóc râu trắng đạo sĩ.

Đối diện nhà Ông là một căn lầu ba tầng. Nhiều tháng trước những người thân thuộc trong nhà ấy đã bỏ đi. Không hiểu làm sao chúng đành bỏ lại một bà cụ già với căn nhà gần như chẳng còn tài sản gì.

Để chống cái đói, đôi ba hôm bà già gọi bọn chợ trời đến bán một đôi món đồ sờn cũ lấy tiền sống qua ngày. Sau cùng hết thứ bán bà bán cả những cánh lớn cửa sổ. Bọn chợ trời đem máy hàn xì đến cắt sắt tháo cửa, bỏ lại những cái lỗ trống hoác trên tường nhà như những con mắt rỗng của chiếc đầu lâu.

Trong đường phố từng phần hoang vu không chỉ mỗi cái đầu lâu này. Nhiều nhà đã tháo cửa bán. Nhiều nhà đã bán hết hai phần ba mái tôn. Cuộc sống ấm êm thu lại cha mẹ con cái trên một chiếc chiếu đêm. Ánh trăng, và, có thể mưa, ngay trên nền bếp tro than.

**

Bây giờ người đàn ông ngây rượu nằm dài bên cạnh người vợ thân thể chỉ còn từ cái cần cổ trở xuống.

Ông hận đau nhìn gã Người tóc râu trắng mây cái đầu thành tượng vô tri chỗ công viên ngay trước cửa nhà, rồi âm thầm lặng ngắm xác vợ hiển linh, một biểu tượng thiếu vắng phần đầu.

Lim dim mắt, Ông chìm xuống đáy hồn kích hoạt. Trong đại dương xanh đen màu khói, con dao bén có hoa văn hình rồng nằm yên thấm máu. Ông thấy mình cũng qua đời, chết theo người.

Trong u mê màu khói "Ta nghe Ta đi rồi." Ông phân thân. Ông mỗi mình lo việc tẩm liệm mình. "Đây là cái vô thức, cái bản năng đứng ra tẩm liệm con người ý thức, cho vào áo quan. Từ đây còn lại con người rừng rú, cái phần bản năng động vật đối xử mưu sinh với cuộc đời…" Rồi tôi đưa tang tôi. Tôi nhà Phật. Một vị hòa thượng đi trước quan tài tôi niệm kinh. Bọn tống tiễn rải giấy vàng mã dọc đường hối lộ bọn âm binh thôi quấy phá cái phần lương tri đã bị khâm liệm trong áo quan hôm nay.

Trên đường phố quan tài tôi đi qua có người lịch sự nghiêng mình tống tiễn, có đứa thản nhiên đứng vừa nhìn vừa đái lên gốc cây vỉa hè. Thằng Đạo sĩ ma mãnh tượng đài chỗ công viên bãi cỏ xanh vẫy tay chào. Hai bàn tay xi măng cốt sắt. Miệng nó toe cười, râu trắng bay. "Đừng giỡn mặt thằng hóa hình." Xe tang tới chỗ ngã Sáu Sài gòn bỗng nhiên từ đầu mỗi ngã đường xuất hiện một vị đại diện tôn giáo đứng mời đón linh hồn. Sao mà đa nguyên ác chiến thế này. Tôi ngóc đầu lên khỏi cái quan tài âm u, nhìn thấy một linh mục đứng xa xa. Tôi thưa với vị Hòa thượng đi đầu đám tang tôi: "Thầy ơi hãy cho quan tài của con vào nhà thờ, con muốn được rửa tội." "A di đà Phật Thầy sẽ chìu theo ý con. Đạo nào cũng đưa con đến Bực thềm Cửa mở. Từ đó con tự cứu lấy mình."

Lại xa xa đầu những con đường ngã Sáu ngã Bảy khác, giữa thành phố văn minh anh hùng, tôi thấy bác Stalin, bác Mao Trạch Đông, con ngựa Hốt Tất Liệt. Anh hùng Hitler, Ngài Mafia Năm Cam… Muốn đi đường nào tự do chọn lựa. Trong cõi u minh đường đi không qui định lối tới chiều lui. Không có bảng hiệu Tự Do hay Đồng Khởi. Chao ơi muộn tàn canh muộn màng. Khi thẳng cẳng trong áo quan, mới được thấy một quan lộ đa nguyên.

Lão nhấm nháp rượu. Tiếp tục công việc tháo lồng.

Nắng lên cao. Bọn trẻ thôi hát. Nhưng thời sự hãy còn diễn trò. Cái loa to bự sét rỉ treo tòn teng trên cành cây cao bắt đầu giờ phát thanh bản tin buổi trưa. Sản xuất vượt chỉ tiêu. Nhà máy phát triển nhanh chóng. Cai đẻ toàn quốc thành công vang dội. Phấn khởi triển khai chiến dịch "Ba Không bốn Gắng." Phòng cháy hơn chữa cháy. Phòng bệnh hơn chữa bệnh.

Cái cục loa to đùng sét rỉ tuyên truyền vang vang mấy bài nghiên cứu của một số nhà khoa học, các Phó tiến sĩ từng tốt nghiệp ở Đông Âu Xã hội Chủ nghĩa, rằng trong một bó rau muống có lượng bổi bổ bằng hai cái hột gà. Báo chí Sài gòn có đăng lại nguyên xi bài bình luận cao cả này, của Tiến sĩ T.G. Rằng trong một cân khoai-mỳ-yêu-nước (cân cả vỏ) có đủ các loại vitamine A, B, C, D, E, K...

Lại rằng:

Có một phương pháp mới rất có "định hướng xã hội chủ nghĩa," dành cho người nghiện rượu hoặc nghiện thuốc lá. Là, cai thuốc lá bằng cách mỗi ngày nên uống một xị rượu. Muốn bỏ rượu thì tốt nhất nên hít liền một lúc vài điếu thuốc, khi thèm rượu.

Hết chương trình. Phần âm nhạc chỗ cái loa rỉ sắt là cực kỳ lênh đênh nhạc đổi gió... *"Em nông trường anh ra biên giới."*

3

Rất tỉnh táo, kẻ tháo lồng người lấy một ly rượu trắng rửa bàn tay vợ đã được cắt rời khỏi cổ tay. Bàn tay trắng trẻo. Ông ta làm việc này thận trọng, như để nhớ lại những kỷ niệm về bàn tay.

Hồi ấy có lần nàng thọc bàn tay cười vui vào bụng Ông, bàn tay lần xuống bên dưới, rồi nàng tê dại bật ngửa người ra. Bây giờ Ông ta rửa bàn tay nàng sạch sẽ. Vuốt từng ngón không sơn màu móng tay như thuở xưa. Ông nắn nót mấy chỗ sần sùi, tội nghiệp quá, nàng mới chìm xuống đáy vực khốn nạn, mới lam lũ vài năm mà da dẻ thế này đây.

Trong lúc rửa, máu người pha với rượu trắng đổ xuống hồng hồng một vạt trên ra giường. Khuôn mặt Ông như một bức tượng bằng gốm nung dang dở. Sự thù hằn, hạnh phúc giải thoát, hay xúc động gì gì đó đông cứng một nền gốm vô tri.

"Không thể sống sót ư?
"Không một tiêu chuẩn nào cho sự sống còn lảng vảng ư?
"Thôi Em Về."
Ông ta lẩm nhẩm.

Mỗi phần người được đặt mỗi nơi trong phòng. Ông gói một vài vật thịt nhỏ như các ngón tay, hai đầu núm vú, hai con mắt, đặt trong cái tủ gỗ trước đó bọn chợ trời chê không mua, vì tủ đã hư mục. Cái tủ sống sót này thay nhiệm vụ cái tủ lạnh trước đó, tuy mọi thứ có mùi ôi ôi.

CUNG TÍCH BIỀN • *xứ động vật* • tân truyện

Công việc tháo củi xổ lồng, tuy chậm, rồi cũng xong xuôi.

Bây giờ đến phân bố. Gửi đi thông điệp. Trên nền nhà là chừng vài chục cái bao nhỏ, loại vải bố. Người đàn ông bỏ mỗi phần người vào mỗi bao. Bao có hai cánh tay. Bao đựng cái đầu. Bao vú ngực – hai núm vú đã ủ trong tủ. Bao lườn bụng phèo ruột. Hai bắp vế được cắt rời khỏi cẳng chân. Cẳng chân trái và bắp vế phải nằm chung một bao, và ngược lại.

Lúc đầu Ông định bỏ mỗi phân mảnh người vào một cái bao ni lông trước khi cho vào bao vải bố, ý muốn kín đáo. Nghĩ lại, Ông không dùng lớp bao ni lông. Ông muốn máu phải thấm trực tiếp vào chính bao vải bố.

Nhãn hiệu chính là Máu. Nỗi đau, cái Nhục phải được nhân gian nhận diện, không lập lờ.

Ông định lấy viết ghi tên trên mỗi chiếc bao:

"Phải có tiếng nói.
"Không hề vô danh.
"Không thể không tháng ngày.
"Cuộc tự xử này không mang tính huyền thoại.
"Nó là có thật trên một quê hương có thật, được tác dựng bởi một hành trình mang tính gội rửa, tháo gỡ."

"Sống nơi này Sống cách nào cũng là một cách Chết."

Nhưng Ông tìm mãi không có một cây viết loại lớn có thể viết lên bao bố. Vả lại, ngay lúc này hình như có một vài người ngang qua nhà ông muốn nhòm ngó. Rình mò nhà hàng xóm là nghĩa vụ công dân.

Xong mọi việc, Ông tắm rửa tạm sạch sẽ. Ngồi yên một lát. Hít thuốc lá liên hồi. Bất giác ông thấy cần rời ngay khỏi nhà, khi con dao hãy còn nằm đó, khi bàng hoàng thấy thằng Khúc như cũng muốn chết theo mẹ.

"Không. Nó phải Sống và phải biết Đợi chờ."

Ông bắt đầu tải từng bao thân ái đi phân tán nhiều nơi trong thành phố. Phải trưng bày những nơi thật đông người qua lại, nơi tập trung Cái Nhìn.

Đây không là cuộc chạy trốn. Không là một giấu giếm.

Ông sẽ thấy một bờ cỏ xanh, con sông rộng trải. Ông đặt nơi đó một dấu ấn thời đại. Trong gió xanh là hương thơm của một minh tuệ tự hủy.

Lần cuối trước khi rời khỏi nhà, Ông nhìn thằng Khúc, bảo:

- Đừng đợi cha. Ai gõ cửa không mở. Hỏi cha đâu nói không biết. Cha tính phần cha. Dì con sẽ đón con ra ngoài nuôi dưỡng. Nếu có may mắn tới trường hãy ráng mà học hành. Hãy quên cha đi.

IV
GIÁ TREO NGƯỜI

Có sợi dây vô hình luôn dẫn dắt những con người có tình cốt nhục, hoặc liên hệ thân yêu, đeo đẳng mãi cùng nhau. Rất nhiều năm sau Khúc vẫn đi thăm người đàn ông sống sót ấy. Khi thăm trong trại giam – Ông đã hóa lão – là một tên tử tù, sau, được phúc thẩm là án chung thân. Mừng. Vì nếu y án tử hình lão đã bị chém bắn chết queo từ khuya.

Sau nữa, Khúc thăm lão trong bệnh viện. Lại mừng. Vì nếu không được giảm án chung thân, lão đã bỏ xác già giữa bốn bờ tường nhà tù. Một cái mừng rất đau cho Khúc, cho kiếp người, là lão hai lần tự tử mà đều được cứu sống.

Chung cuộc, Khúc – thằng bé lên tám suýt xào chín nêm thêm mắm muối những bộ phận mẹ trong tủ để ăn cơm – nuôi một ông già tâm thần trong nhà thương điên.

Thường, vào mỗi chiều thứ Bảy, lúc rỗi việc, Khúc đánh xe theo xa lộ trực chỉ nhà thương điên Biên Hòa. Dưới bóng vàng hoang phế, chỗ tàn địa, bên gốc cây già, lão ngơ ngác không còn nhận ra con trai của mình.

Với hàm răng rụng sạch, chỉ còn hai cái lợi hôi hám, màu thịt tim tím, lão già ra sức gặm một cục đá to bằng nắm tay. Lão thè lưỡi liếm đá. Nụ cười trắng, lão nói:
"Nước chảy đá mòn mà con."

Lại dạy rằng:
"Ngày xưa có một Nho sĩ chống Pháp bị đày đi đập đá Côn Lôn, đã làm thơ để đời tỏ rạng khí phách của mình. Bây giờ cha liếm đá."

Lão nhe răng nhểu nước mồm như trâu cày trưa nắng. Nước miếng nói:
"Cha liếm đá cho mòn, cho nhỏ nhỏ nỗi đau."

Khúc ngồi cạnh, nhận ra một mùi rất khó ngửi nơi cha mình. Đây là mùi minh triết? Mùi của một con người bị Người tước đoạt Quyền làm người? Hay mùi của một động vật ngoài bảy mươi hãy còn là một bào thai mong tái sinh một trời khác?

Một lần Khúc nghe lão già điên nói tỉnh queo:

"Sống nơi này Sống cách nào cũng là một cách Chết."

Con khỉ gãi người bằng cái bàn tay khô tháp, đầy gân lộ, làn da mất máu. Lại than van:

"Lạy Chúa Cha con không là thần tiên. Lạy Em, tôi giết em-một-cái-đã-chết-khi-còn-đang-thở. Sự hủy diệt đã lên ngôi."

**

Trong nắng chiều héo, chỗ lòng trời xám xịt Khúc thấy một cái sao Hôm lơ lửng và nháy liên hồi. Chỗ cổng nhà thương điên phất phới một lá cờ sao năm cánh – những tín hiệu báo tin Thần Đêm đã bao trùm.

Khúc lấy một cái bánh đưa cho cha. Ông nhả cục đá. Cầm bánh ăn. Nước miếng nhểu xuống cằm. Khúc liên tưởng hình ảnh xưa. Một loáng là con dao bạc cắm phập vào ngực người. Những hành động nhanh nhẹn ấy tương phản với hình ảnh chậm chạp, tàn lực này.

Khúc mạnh dạn hỏi cha:

- Thưa cha, làm sao cha đành giết mẹ?

"Ta đã nói rồi, ta chỉ thanh lý cái Đã-Bị-Giết. Những Công dân Xác chết. Ta không chịu được quanh ta đầy hơi thở một nhung nhúc thây người. Lạy Cha, con không là thần tiên."

- Thưa cha, cha không hối hận gì?

"Về mặt tình cảm cha cực kỳ đau xót. Về giải pháp cha làm đúng."

- Nghĩa là sao thưa cha?

Ông chậm rãi:

"Con ơi tao là cha mày. Tao từng ngồi nhẵn ghế nhà trường, đã ung vữa đôi mắt vì chữ nghĩa thánh hiền. Tao hiểu cái đời hạ ngươn này từ khi các hiện tượng càn khôn thoạt nảy sinh từ phôi."

- Con không thể nào hiểu cha đang giảng giải những gì.

"Cũng như mày không thể nào hiểu vì sao một kẻ sát nhân, sát từng bộ phận, giết từng con vi khuẩn trong xác người thân yêu như tao, hãy còn vừa đang thở, lại vừa đã chết trên cái Xứ-Toàn-Chuồng này."

- Theo cha là vì sao?

"Vì bọn khát máu giết triệu người chỉ xem như một rủi may lịch sử. Nó giết chục triệu người không hề bị quy tội sát nhân. Tao giết một người, dù không thể còn một giải pháp nào khác, cũng đã đủ sức nặng rơi tõm xuống địa ngục."

Ông già nghỉ một giây, lại tiếp:

"Nhưng số mệnh đểu cáng không cho tao vé tàu. Chúng bỏ tao lại trên một cõi đất vừa trơ trụi vừa rợn người này. Chúng hiểu rõ là tao sẽ bị băm vằm dưới nhiều hình thái vi diệu khác, lâu dài và hờ hững dưới bóng trời nghi hoặc này. Cái ngày Hôm qua, Hôm nay, và mãi ngày Hôm kia sẽ đến, chúng đốt lửa người."

Ông trở nên buồn phiền than thở:

"Cha đang bị treo lơ lửng, cái chết chưa tới, cái sống không hề quay lại."

- Con sẽ cầu phục sinh cho cha.

"Chớ làm chuyện tầm phào. Kiếp sau không bao giờ lẻ loi mình nó. Nó không thể không bị trói buộc bởi kiếp này."

- Cha ôi!

"Lạy Chúa Cha con chỉ là côn trùng bé nhỏ. Con có thể lệ thuộc vào một giọt sương."

V
HIỆU ỨNG

Có lần kiến trúc sư Khúc đã kể cho tôi nghe một câu chuyện thế này:

"Ở sở thú Sàigòn có một người chăm sóc thú một hôm tắm cho sư tử con bằng một loại xà phòng khác loại đã tắm cho nó thường ngày. Tắm xong, sư tử con được trả về chuồng cùng mẹ. Sư tử mẹ quay quắt khi nhận ra một mùi lạ. Nó ngửi con, cố liếm lông cho sạch mùi. Nó nhìn quanh quất cái chuồng sắt, những bức rào cao, con roi sắt của đám cai quản. Cái mùi ray rứt còn mãi. Sư tử mẹ giận dữ cắn chết ngay con sư tử con."

Nghe xong câu chuyện, tôi im lặng. Khúc lại kể tiếp chuyện thứ hai về mùi:

"Hồi bé, nhà mẹ em có nuôi một con mèo cái. Con mèo này đi hoang dữ lắm. Nó mang trộm đủ thứ thức ăn từ hàng xóm về khuya khoắt ngồi xơi một mình. Trong đêm nó như một con ma già. Một hôm mẹ em thấy bụng nó bự. Mẹ nói đùa con mèo này có chửa hoang rồi. Rồi nó đẻ một đám mèo con.

"Một hôm có người bà con đến thăm. Thấy mèo con xinh xắn dì em bồng bế ve vuốt. Mèo mẹ thấy nguy hiểm, vì mùi dì không là mùi người quen thuộc trong nhà, liền tha con đi lót ổ chỗ khác kín đáo hơn.

"Dì em ở chơi, ngày thứ hai lại ôm lũ mèo con ra thả trên nền nhà đùa vui. Con mèo mẹ lần này không dời ổ nữa. Chắc con mèo mẹ nó không vui trong lòng, nó nói trong bụng: 'Tao phải dời đi đâu nữa trong một nơi chốn chúng mày chiếm ngự cả rồi, sờ gáy lũ nhóc con rồi.' *Nó sợ mùi lạ. Mèo mẹ tức tốc cắn lũ con chết toi. Và ăn thịt từng con mèo con máu me."*

Tôi vẫn im lặng. Khúc lại hỏi:

- Có phải vì mùi mà có những cái chết kia không? Có phải vì thương yêu mà kẻ thân yêu bị tàn sát? Và muốn trọn vẹn nên phải nhai nuốt cái đau thương mang hình hài kia không?

Tôi hiểu ra một chút ánh sáng le lói nào đó trong câu chuyện Khúc kể. Nhưng không hiểu được mục đích của Khúc khi kể để bày tỏ những gì. Tôi nhẹ nhàng phản bác:

- Đó là cách cư xử của muôn loài. Con người không thể.

Khúc minh biện:

- Con người cũng không hơn thế đâu khi ở đường cùng. Cha em xưa kia đã giết mẹ em. Ông ta xem *Tự do là trung tâm, Con người là giải pháp.* Suy theo lẽ thường cha em đã thọ ác. Nhưng ông không hèn. Ông không đành dùng cái chữ "Đành lòng" để mua lấy cái Sống qua ngày.

Tôi nhìn ra áng mây mờ trong bầu trời xa khuất của Khúc. *Tôi cũng từng trong áng mây bão. Cũng từng nghe tiếng gió rít xoáy khá lạnh lùng. Rất khô và đanh ác. Nhưng khác với người cha của Khúc. Tôi đứng yên trong thời thế, đông cứng thủy tinh. Chịu đựng thân thủy tinh tan vỡ trong từng ngày. Tôi-thủy-tinh đau nghe tiếng vỡ – không riêng mình mà từ cả những người thân yêu nhất. Nhưng tôi thể nào xử sự như mèo hay sư tử.*

Sau cùng tôi trả lời Khúc:

- Như thế, "không đành lòng" thì phải giết người sao? Tôi đồng ý rằng khác mùi thì khó thể hòa đồng, mùi vô sản hay tư bản! Tôi hiểu, tôi chia xẻ cái tang chế bất khả tư nghị của người cha giết vợ. *Nhưng luân lý đã đóng đinh lên thường hằng, rằng anh có quyền tự hủy nhưng không có quyền hủy một con người. Cái quan điểm xem con người là phương tiện, hay giải pháp e rằng không nhân văn tí nào. Cứ lùa người vào chỗ chết hàng loạt, cứ cứu cánh biện minh cho phương tiện, cái đó chúng ta hình dung ra sức mạnh của một bọn dã thú.*

Trên xa xa kia có một hàng cờ phất phới bay. Một rừng cờ trong nắng. Trời đỏ như run. Khúc bỗng nói lớn. Giọng nói rất sạch:

- Nhưng trong lịch sử nhân loại bọn dã thú man rợ, nếu khởi chiến, luôn là chiến thắng cái xã hội có nhân quyền, có văn hóa, có nhân nghĩa hơn chúng.

- Đúng. Nhưng cái văn hóa, văn minh, cái nhân nghĩa cũng từng nhiều lúc nhân hóa bọn dã thú. Thậm chí bọn chiến thắng còn hóa thân chui vào nền văn hóa, nhân văn, bị toàn diện đồng hóa ngược. Mông Cổ, Mãn Thanh sờ sờ đó...

Trong không gian lạnh của quãng phố sớm mai này có tiếng trống nhịp xa xa. Khúc bất ngờ lặng đi. Anh chìm trong biển hát âm u của quá khứ. Tôi hiểu niềm bí ẩn trong mắt, khí hậu mỏi mê quanh đây, một trời nghi hoặc.

Đây là *"Mùi Tự do bị thiêu cháy."*

2

Ở gần Khúc nhiều năm, tôi hiểu thêm nhiều điều bí ẩn. Nỗi đau đã biến thành Mùi.

Khúc có một cái mũi thần linh nhận ra đủ loại mùi, hoặc cái không thể có mùi với nghĩa đen, như "mùi tư tưởng" chẳng hạn.

Đứng trước một cái tượng đài, nhìn đầu tượng xi măng cốt thép cao ngất, Khúc nói rằng mình nhận ra trong cái đầu đá sắt kia hôi thối, thời gian không gội sạch. Ở Sài gòn Khúc nghe được mùi Hà Nội. Hai mùi hai đầu này bao năm khó thể hòa lẫn nhau được.

Khúc mang bệnh Ngộ Mùi. Ám ảnh mùi. Ung thư mùi.

Khúc không những cảm nhận mùi từ mũi. Mà nghe. Không những nghe từ tai. Mà nhận ra cái không hình tượng đó từ đầu sợi lông măng, từ cái lạnh tủy sống, chỗ man mác nổi trôi, đau đau từ cái rùng mình.

Một hôm nắng tốt, khí hậu trong lành, chúng tôi đang ung dung trên bãi biển, Khúc bỗng ngửi ra trong bầu trời xanh ngắt an lành kia mùi cuồng nộ của khí thiêng. Khúc ngộ ra mùi điên trong những áng mây thơ mộng kia.

- Trời sắp ban phát tử khí. Khúc nói.

Quả nhiên mấy hôm sau một cơn bão dữ cấp 12 ập tới. Những lều bạt trên bãi tắm được bão dọn sạch. Những đồi cát gió bào mòn, thấp hẳn xuống, Không một cây trụ điện nào còn đứng thẳng trong thị trấn. Gió bê bưng những chiếc xe trên đường chạy ném xuống vực. Bão tan, nhà cửa tan nát, hàng trăm người bị thương, hai mươi chiếc quan tài chờ tống táng. Mãi nhiều hôm sau thị trấn ven biển chưa thoát khỏi mùi. Mùi của hoang lạnh, điêu tàn. Những cơn gió điên tức thì bỏ lại đây một trật tự nhân gian không theo cấu trúc bình thường nào.

3

Khúc có một người tình, cô Diệu. Khúc luôn gọi cô là Bọ Ngựa. Họ khá hợp gu, sống chung không cần hôn lễ.

Một lần gọi điện thoại cho Diệu, cách non hai nghìn cây số giữa Sàigòn Hà Nội, Khúc bỗng nhận ra, qua ống nghe, người yêu của mình có mùi ngựa. Làm sao một cô gái chân dài xinh thơm lại trở mùi ngựa? Mà ngựa đực. Khúc rùng mình. Dương vật toát ròng khí đặc. Mùi mang ấn tượng, sắc màu, hình thể cái dương vật ngựa láng ướt của giao mùa, qua cái ống nghe. Trải dọc tấm lưng quê hương, mùi dâm ô đĩ điếm tỏa đi, phủ rải Trường Sơn ra biển Đông, từ dốc mòn cửa Bắc đến Nhà Bè nước chảy chia hai – có thể chia ba, chia năm, nếu về sau, thì tùy. Mùi thời đại động vật hung hãn, chinh phục. Mùi của sinh khí tinh lọc từ dâm khí. Cao cấp, cô đặc.

CUNG TÍCH BIỀN • *xứ động vật* • tân truyện

Khúc giải thích nội dung Mùi khá minh triết, tuy có lúc dài dòng.

Trong mơ hoặc, Khúc tái dựng hình ảnh nay đã xa lắc lơ của mẹ mình – con "bọ ngựa" của cha. Buổi sớm đầy bóng tối che phủ mặt trời sau tháng Tư hoạn nạn ấy, tiếng hát hoang đường tháng Năm ấy, khúc phim cắt đầu phanh thây người nay hiển rõ. Nhưng giờ đây nó chuyển màu, như người họa sĩ đổi gam từ vàng lạnh sang màu nóng của đỏ máu.

Cuộc giết người man dã xa vắng của cha anh nay vỗ bước trong anh, ồn ào thê thiết. Thức giấc trong anh một thế giới tàn tật. Một hiện tình khó bề thuần nhất trên dưới trong ngoài.

**

Hình như có mùi trong gió. Mùi Mậu Thân tre trúc che chắn. Nhưng chiếc mành thời gian không lọc được mùi. Tàn tật có thể hàn gắn. Chết chóc có thể giải thích. Mùi, nó nghìn thu. Tôi vẫn đi từ trời tháng Năm cùng cha Khúc. Tôi cũng cầm dao.

Tôi nhớ người cha của Khúc, người trốn mùi đành giết vợ.

Tôi đưa Khúc, người con của Kẻ Trốn Mùi đi qua nhiều bệnh viện để tìm chữa một căn bệnh chưa có thống kê loại bệnh, chưa nhà khoa học nào nghiên cứu tới. Có lần tôi năn nỉ được xạ trị hay hóa trị cho Khúc. Nhưng y học chưa thể siêu âm, chụp ảnh cắt lớp một căn bệnh vô hình là Ung thư Mùi.

Lại một lần nữa tôi hoang mang: *"Tự do bị thiêu cháy. Nó là một thứ ánh-sáng-mùi tệ hại nhất trong vạn mùi. Nó ở mãi với bao la."*

- Anh biết hiện nay em còn giữ một kỷ vật gì không?

- Gì nào?

- Một cái đoản kiếm sáng loáng, có cán và vỏ bọc đều khắc những hoa văn hình rồng.

- Để tặng cho người yêu?

- Tại sao không.

Khúc xanh xao. Tôi xanh xao. Vì sao tới nay chưa có một nơi nào chữa trị được căn bệnh ung-thư-mùi quái ác của chúng tôi. Không thể hóa trị hay xạ trị một người Bị-Cháy-Tự-Do sao đây?

Mưa nơi này mưa a-xít.

Đâu dễ chữa cháy.

4

Đêm đã dài hơn, như xưa kia cha anh đau cái đau bóng tối.

Một lần Khúc cùng Bọ Ngựa và tôi, ngồi trong quán chiều, ngày thơm màu nắng. Sàigòn đỏ ối cờ huyết. Tôi thấy da mặt Khúc tim tím. Hình như ung thư Mùi trong tim não đã di căn ra da.

Khúc nghe có âm vang hăm dọa từ vó ngựa. Hơn một lần anh nghe mùi ngựa lẫn vó ngựa rung chuyển đường phố. Cuộc rung chuyển từ dưới lòng đất dấy lên. *Ê, em hỏi anh xưa kia Huyền Trang đi thỉnh kinh gặp nghìn nghìn quỷ quái ảo ma chốn cùng địa, Huyền Trang có hóa trang, có đồng lõa, mà chui qua không? Đâu có, Huyền Trang là chân tu, khuất phục yêu tinh ngay giữa ánh mặt trời, đâu cần giấu mặt, chui xuống lòng đất trá hình.*

Không hiểu làm sao thế hệ son trẻ hôm nay vẫn còn ám ảnh bởi cuộc chinh phục không đáng có và đau lòng. Trong ký ức nhân gian những cuộc tàn sát tập thể, những giam hãm con người trong cái rọ sắt tối tăm, vẫn được loan truyền như truyện kể, như câu hát đồng dao răn người. Rõ ràng ám ảnh của tử khí, của Mẹ phân mảnh, đã hiển linh ngay trong cái Đẹp Bọ ngựa, cái tình yêu lý tưởng của Khúc hôm nay. Rõ ràng là trong thực tại đã báo động nỗi bất an. Đã hạnh phúc chênh vênh.

Ngồi đây là nhà hàng Givral. Cái dáng dấp sơ khai của thế kỷ hai mươi mốt đã tới. Bên kia lơ lửng những tầng lầu khách sạn Caravelle. Thời Cộng hòa chỗ công viên này có một tượng đài Thủy quân Lục chiến; ba người lính hùng dũng của tượng đài trong thế xung phong, ác nhơn lại hướng mũi súng ngay vào tòa nhà Hạ nghị viện làm như muốn tiêu diệt tòa nhà Lập pháp của Quốc gia. Người thời bấy giờ cho rằng đám điêu khắc gia dựng tượng này vô ý thức, hoặc có hàm ý sâu xa đâm sau lưng chiến sĩ, muốn xóa sổ nền Cộng hòa.

Tượng đài ấy nay không còn. Máu ấy thời gian đã rửa. Hôm nay đàn em bé chạy chơi lang thang công viên thả bay bay bong bóng chiều. Đằng tây là chợ Bến Thành. Nhà hát thành phố xưa kia là tòa nhà quốc hội nay được trùng tu, trả về cho tiếng hát. Cổ lộ Catinat sang trọng, phố chiều xe cộ đông đúc, nhưng Khúc toát mồ hôi lạnh.

Khúc nhận ra mùi nhân sinh nơi đây mang khí hậu động vật. Bao nhiêu toyota, lexus, mercedes hiện đại hào nhoáng đang phom phom trên đường Đồng Khởi, đại lộ Nam Kỳ Khởi Nghĩa kia, trong ấy chở bao nhiêu bao tải xác người phân mảnh? Bao nhiêu máu? Một nghìn xe chở mảnh băm vằm Mẹ. Bao tải nào làn tóc xanh xuân? Bao nào bàn tay ngọc? Lỗ cống thối hoặc nào được nhét xuống đấy cái phần đầu óc não trạng; tinh anh còn tươi hơi thở một con người còn muốn được thở? Trong xương thịt bốc mùi, thông điệp nào gởi gắm?

Khúc đang mất máu. Bọ Ngựa lau mặt cho kẻ thân yêu ung thư mùi. Làm sao biết mình là con bọ ngựa dưới mắt nhìn? Làm sao cô có mùi ngựa đực? Cô cũng rất mệt mỏi. Một thanh xuân rời rã. Hàng cây không cho cô bóng mát. Tiếng hát không là bình yên. Cô dẫm lên một mặt đất khá quen thuộc nhưng tương lai đang giấu mặt. Bọ Ngựa muốn khóc.

*Cô đã từng mỏi lưỡi giải thích với Khúc rằng mỗi con người có một mùi đặc trưng, người ta có thể khám phá ra tội phạm bằng cách khảo sát mỗi mùi riêng biệt này. Chung thân mùi ấy không thay đổi. Nàng là người, nhất thiết nàng không thể mùi ngựa. Tôi, **mùi Người**.*

*

Khúc vần vũ mâu thuẫn. Thường trực mất ngủ. Lại dùng quá nhiều cà phê đen đặc trong ngày. Mở toang hai mắt mà ngủ. Cứ như sẽ giết người. Giết một cách nhàn nhã. Một cách nụ cười. Giết cái người đã một phần hóa thân trong số phận chính mình. Mà giết một cách lạ lùng. Sơ khai. Khác mùi là phản trắc.

"Giết cái Mùi đâu phải giết cái Người."
"Cái Người là hóa thân cái Mùi."
"Thanh trừng một triệu con Người chỉ là một Khử Mùi."

Bọ ngựa đau trong tàu ngựa. Quả thực có một Khúc rối rắm, rời rã. Nhưng nàng đang yêu say đắm cái phi trật tự này. Nàng lắp đặt đời mình những mảnh vỡ. Nàng trôi những mảnh trôi cuồng điên.

Nàng chờ vô bao.

5

Cũng lạ, cơn lũ bất an này rất hợp với khí chất cả hai. Một lần Khúc và Bọ Ngựa đi du lịch Trung Quốc. Đêm Bắc Kinh, trong phòng ngủ sang trọng, nửa khuya anh ôm nàng thì bàng hoàng nhận ra nàng thiếu một phần người từ cần cổ trở xuống. Khúc hỏi

"Sao em chỉ mỗi cái đầu?"

Đầu cười trả lời:

"Em bỏ phần thân mình ở khách sạn Hillton Hà Nội."

Lại hỏi:

"Có đủ máu không?"

Đầu không thân mình nhúc nhích, hai mắt mở đều, tròn đen hai mắt cười, trả lời:

"Em tinh lọc đủ máu thơm. Máu đen bỏ lại thủ đô rồi."

Khúc lại phân vân:

"Hà Nội là thủ đô nhỏ. Nơi đây mới chính là thủ đô lớn. Em tinh lọc máu thơm từ đâu Bọ Ngựa? Chẳng lẽ có từ đất Tần Thủy Hoàng này ư?"

Trong đêm Hoa Hạ, từng tràng âm thanh thủy tinh rao truyền.

Khúc cùng cái đầu Bọ Ngựa "khoác tay nhau" dạo chơi. Thoảng nghe tiếng hát Tự do từ Thiên An Môn.

Tiếng ca bổng bồng nổi lửa. Lại nghe tiếng xe tăng rú gầm. Tiếng roi sắt vung máu sinh viên. Và tiếng máu Tự do chảy cuồn cuộn dưới vành xe bánh sắt, bay hun hút vào tiếng đạn, sau cùng là Tiếng Máu nổi bồng bềnh trong ký ức nhân gian.

Thăm thú Bắc Kinh xong, hai người đến Vạn Lý Trường Thành. Lúc cùng cái đầu Bọ Ngựa bước lên bực cấp, rõ ràng là nàng không còn bóng hình, chỉ mỗi bàn tay rất ấm trong tay Khúc.

Vạn Lý Trường Thành vời vợi. Bên kia Hung nô bên này bạo chúa. Bên kia Sử lịch bên này là Hôm nay. Khúc hôn bàn tay, cố tìm mà chẳng thấy mặt người Bọ Ngựa.

Khúc nhận ra mùi gió Trường thành không khác mùi gió Hà Nội. Và mùi thời đại Hà Nội là bản cốp bi rõ nét mùi nhà Tần. Khúc hỏi hờ trong gió:

"Bọ Ngựa hà, anh chưa dùng dao Rồng Tiên. Em sao bị phân mảnh sớm vậy? Cần cổ em, cánh tay em, ở trong cái bao tải vĩ đại này? Anh nhặt, anh sẽ ráp lại hình hài em. Có thể còn triệu bao tải tử thi hóa đá trên Vạn lý này."

Không ai trả lời. Chỉ mây xám từng mảng xa trôi.

Chỉ nghe trong trời nhà Tần mờ mịt âm vang vó ngựa.

Trong đá có mùi vạn niên.

VI
NÀNG VÔ BAO

Đã mấy năm trôi qua, Khúc biến đâu mất. Nghe đâu đã ra nước ngoài. Khúc đã là cơn mưa của đêm qua. Lần cuối cùng chúng tôi gặp nhau là hôm sinh nhật Bọ Ngựa.

Đêm ấy đầy hoa và rượu, mọi người ngất ngưởng thâu đêm, chúc lành và mong một ngày quanh đây được khử mùi... Khúc nói đùa, đêm nay cả ánh đèn màu cũng chuếnh choáng hơi men. Nhưng tôi biết Khúc đang vô cùng buồn bã. Càng ngày tuổi trẻ càng lún sâu vào tuyệt vọng. Trí tuệ, sáng tạo, những đam mê nghệ thuật không giúp được gì cho người trai trẻ. Nhiều công trình của Khúc không chen được vào những cuộc đấu thầu đã có bất chính cửa sau.

Đêm ấy, lúc hàn huyên Khúc thường mơ màng nhắc đến cha mình. Anh đắm đuối mối tình Bọ Ngựa theo cách muốn đẩy niềm hạnh phúc này đến chốn thần tiên. Dường như chỗ vi diệu của âm dương có một trò láu cá, gọi là "định mệnh truyền kiếp." Cha truyền con nối. Có một chiếc thang trượt dài trong "tai nạn nối đời" dành cho Khúc.

Bây giờ nắng mưa Sài gòn vẫn vậy. Con đường Đồng Khởi đẩy Tự Do vào quá khứ. Con đường Nam Kỳ Khởi Nghĩa được nối rộng thành đại lộ, Công lý là cái từ xưa xa giữa Sài gòn, rất xa lạ với tuổi trẻ hôm nay. Tôi vẫn sống, chịu đựng một *bầu trời Mùi mới, ba mươi năm chưa hề giáp mặt niềm thân quen trong lưu dấu.*

Một sáng cuối năm, lúc này tôi về Làng Hoa lập một căn nhà vườn – được gọi tên là Vườn Cây Cau – tình cờ nhận được thư của Khúc. Quanh đây hãy còn những mảnh đất chưa xây nên nhà, dân bản địa tiếp tục sống nghề trồng hoa. Những cúc vàng, mãn đình hồng mang mang trong chiều, dưới chân tường những nhà nhà cao tầng. Đêm đêm những chòi canh hoa loang thoáng ánh đèn.

Hãy còn sớm, vườn chưa đầy nắng. Tôi ung dung trên ghế bố đọc thư. Con chó Bôn hiền lành nằm cạnh. Cây khế xanh trái vàng chín rụng. Hàng cau trổ những buồng cau không xanh cau mà có màu đỏ rượu chát. Đây là loại cau kiểng đặc biệt. Vườn nhiều bướm vì hoa trái.

Thư của Khúc:

"Anh Cung quý mến.

"Sao mà biệt tăm đến thế này nhỉ. Đã hơn ba năm, hơn nghìn lần mặt trời qua đỉnh đầu trọc – em trọc đầu, tu hành không cần chùa chiền từ ba năm nay – mà chúng ta không một lời thăm hỏi nhau.

"Em rất nhớ anh, nhớ những lời dạy bảo của anh. Anh bảo rằng chân lý khó đủ lý và chân giữa cõi đời bánh tráng nướng này. Một Cõi đời ửng Đỏ lô nhô. Thấy ngon cơm vậy chớ nhúng nước là nó mềm oặt, tan tành. Sao vậy nhỉ. Anh bảo, Cái gì đã-qua-Lửa, thì-sợ-Nước.

"Em đang sống với Bọ Ngựa và đang ngao du miền Trung.

"Bọ Ngựa rực rỡ hơn bao giờ. Rực mùi thiên đường. Nàng vẫn còn ở ngoài bao.

"Hơn tuần nay em cùng Bọ thăm Phố cổ Hội An. Sông Hoài vỗ, sóng chiều nước mai ngay bên hè phố. Đẹp quá. Em có qua sông, đến vùng cồn vàng bãi rộng thăm quê Nhất Linh Hoàng Đạo Thạch Lam. Có thắp hương nhà thờ họ Nguyễn Tường, gần Lai Viễn Kiều.

"Đêm, đứng ở hành lang khách sạn nhìn biển thẳm, xa xa là Cù lao Chàm mà anh từng kể em nghe chuyện chim én mùa xuân khạc máu trên vách đá cheo leo làm nên yến sào. Những hàng đèn lưới chài nhấp nhô trên sóng đêm. Bọ Ngựa mê hoảng cái Đẹp của Phố Cổ Hội An ngay bên cửa biển gọi là cửa Đại khá hoang đường.

"Tới đây em mới biết người quê anh không gọi cửa Đại, mà là cửa Đợi. Sông Hoài và cửa Đợi? Hay nhỉ, sông Nhớ cửa Chờ. Người xứ Quảng các anh được tiếng là sòng phẳng, cãi chí mạng cho ra lẽ, nhưng sao mà tình vậy. Cửa Chờ... sông Nhớ. Sao vừa dân dã vừa minh triết vậy. Nhớ ai? Ai Chờ?

"Anh thường mơ màng lúc nhấp một chung rượu, và nói: 'Bây giờ chúng ta sống nơi đây chỉ Đợi và Chờ.' Anh bảo em vậy. Anh Cung ôi, chiều nay bơi thuyền trên sông Hoài, đêm nay sóng cửa Đại dội về cái âm vang xa xác, em mới hiểu thế nào là Nhớ và Chờ... trong câu thơ của anh:

"Phố Cổ nhớ ai, Nước chảy Hoài...

"Tháng rồi em có du ngoạn qua vùng quê anh, qua những tháp Chàm hoang phế, đồi và sông, và rừng sao mà đẹp quá, duy con người sao mà xao xác, dửng dưng.

"Anh Cung ơi, xưa kia anh Dị Mộng, anh Qua Sông, anh ngủ nơi đâu trên những núi đồi? Xưa kia Bùi Giáng chăn dê ở đâu trên cõi Quảng Nam hoang

mộng này. Phan Khôi, Tạ Ký phải chăng gởi sầu trên tóc núi trắng phau nắng gội?

"À, em báo anh hay một tin quan trọng này, không biết nên buồn hay nên vui đây.

"Anh có nhớ một vài lần em đưa anh đến Biên Hòa không? Anh còn nhớ một con người được nặn ra từ đất sét, hồn thai khỉ, được gọi là Cha. Cha già của em trong nhà thương điên đó.

"Sau khi tỉnh táo tháo lồng người, phân mảnh từng phần người bỏ trong bao tải phân bố khắp phố phường, Ông đã bị kết án tử hình. Tù tội nhiều năm, về sau được hạ xuống chung thân. Rồi được ân xá sớm. Được dung thân, tuổi già trong nhà thương điên. Anh à, hôm nay ông ta đã biến khỏi thế gian này rồi.

"Em có về tham dự buổi đốt người.

"Tốn một mở dầu hôi,

"một chiếc quan tài,

"và một thời gian chờ cháy.

"Em có bái biệt. Đã gửi nắm tro tàn ấy vào chùa. Đây là lần từ biệt có thủ tục rành rọt của Cha già. Không có thêm bớt cò kè một xu cắc nào kiểu giảm án tử xưa kia.

"Một điều này khá thú vị nữa. Không biết cha em có ý định tự tử hay là do tuổi già không làm chủ được răng lợi mồm lưỡi của mình. Cha em tắt thở vì một cục đá tròn trĩnh chẹn ngay ở cổ họng. Thay vì nghẹn cơm ông ta nghẹn đá.

"Anh thấy đó, hồi xưa khi thấy ông già em cặm cụi gặm một cục đá to bằng nắm tay anh quay lơ. Anh hài hước bảo rằng không nên để ông ta gặm đá. Hãy dành dụm gom góp — như góp tiền tiết kiệm — để bà Nữ Oa đủ đá vá trời. Cũng may mụ Nữ Oa thiếu đá vá trời bao nghìn năm nên vẫn thủng bể ô dôn. Nếu trời mà lành lặn chắc chắn kẻ giết người khó thể đến.

"Anh Cung ơi, thật khó hiểu, làm sao với cái mồm không còn một cái răng, hai cái lợi thịt khốn khổ, cha em đã ra công luyện một cục đá. Và cái lưỡi của Ông đã tuyệt công bào mòn nó trở thành mòn nhẵn – theo ý cha em là cho nhỏ lại, nho nhỏ nỗi đau con trai à – đến một ngày ông cố nuốt được vào cổ họng để tự kết liễu đời mình.

"Em nói 'cố', là vì viên bi đá nằm ngay cần cổ không thể đi xuống nữa, nó dừng lại. Nếu không cố biến nó thành cái nút chặn khí quản – vì phản vệ tự nhiên của cơ thể là đào thải những vật lạ – làm sao cha em tắt thở.

"Một cách treo cổ tiết kiệm được một sợi dây thừng.

"Cả đời em chưa làm được một kỳ công nào vĩ đại thế này.

"Anh Cung ơi, chừng mươi hôm nữa em và Bọ Ngựa sẽ trở lại Sài gòn. Anh sẽ biết tin chúng em. Em nói rõ anh biết là tình yêu của chúng em đã vào thời nồng nàn rực rỡ lắm. Là lúc, em muốn giảo nghiệm Cái Đẹp. Em muốn giải phẫu Mùi. Để xem trung tâm Mùi.

"Em kính chúc anh mãi ung dung ngồi trên thuyền câu như Lã Vọng xưa kia, để Nhớ và Chờ. Kính chúc quý gia đình an lành. Mong cây khế Vườn Cây Cau nhà anh nhiều trái ngọt. Mong mấy con chó nhỏ, Bôn với Beo, mãi xinh đẹp.

"Kính thư
"**Hàn Chính Khúc**"

2

Mười ngày đã trôi qua. Và hơn. Tôi không gặp Khúc tại Sàigòn như tin báo trước trong thư. Buổi sáng thứ 13, hình như thứ Sáu, đang ngồi uống cà phê tán gẫu tôi nhận tin qua điện thoại:

- Ông Cung ơi, ông tới ngay đây, xem cái này hấp dẫn lắm.

- Có quái gì hấp dẫn trong cái lồng cu ngột ngạt này? tôi trả lời.

- Tới thì biết. Tôi tin cả đời ông chưa hề thấy ông Cung ạ.

Chỗ công viên, buổi sáng nơi đây có trăm cái đầu bạc tóc tập dưỡng sinh để tiếp tục sống thêm đôi ngày chẳng mấy vui. Bên cạnh một luống hoa tầm thường do nhân viên công viên trồng tỉa người ta khám ra một cái bao tải đã thoảng thoảng mùi. *Trong ấy mở ra là cái đầu một phụ nữ. Tóc quấn quanh khuôn mặt lem luốc máu.*

Đám đông bu quanh. Coi mòi xôm tụ. Hóa ra chiến tranh khuất nẻo đã nhiều năm mà con người nơi đây vẫn còn dạn dĩ với máu.

Họ vạch cái bao xem qua xem lại. Một người đàn bà ngồi hẳn xuống, nhìn rất kỹ cái đầu lìa cổ, mụ nói trơn lu:

- Con mẹ đĩ này chắc là cỗm chồng người bị phanh thây.

Một chị khác mắng:

- Nói ác, bộ ai cũng có chồng đi ngủ bậy như chồng chị, bộ ai ghen tuông cũng phanh thây người.

CUNG TÍCH BIỀN • *xứ động vật* • tân truyện

Không thương xót thì thôi. Lại chụp mũ một cái đầu đã lìa xác.

Công viên nhiều cây nhiều bãi cỏ. Những vùng chia cắt có lát gạch màu lối đi, chung quanh bồn hoa. Màu đỏ sớm mai này là màu tàn ác nhất trong muôn màu rực rỡ.

Ngay lúc đó, ở một nơi khác trong công viên có người thấy thêm một bộ phận người trong một bao đỏ máu khác. Những máu.

Phút chốc, tiếng vui đùa của lũ trẻ em đá cầu, của đám người đánh cầu lông bỗng lặng phắc. Lão già hít thở dưỡng sinh ngưng lại. Mụ lắm mồm tức tốc câm. Anh chàng sớm mai ưa đọc vanh vách báo chí phát hành trong ngày – đọc xong mỗi tin anh bình luận tình hình I Răn I Rắc, con mẹ Rice thằng cha Bush – bỗng đánh rơi xấp báo.

Rải rác trong phố thị sớm nay, bình minh này, đó đây những bao xương thịt đựng những phần thân thể người. Ngã ba ngã bảy bờ sông công viên...

Cái đầu người câm nín trong bao máu có hấp lực cực kỳ. Cái bàn tay trong bao máu bỏ phiếu tín nhiệm sự bất an. Cái lưỡi máu đứt lìa có tiếng nói kỳ diệu báo mộng dữ. Có thần lực giam cầm đức tin trong từng phần hồn kinh hãi.

Mỗi lúc dân chúng nghe thêm tin nhặt được từng bộ phận người. Một bao khác, lại một bao nữa, trước dinh thự, công đường, chỉ một cánh tay rời cùng một bàn chân, cái cần cổ, một bờ ngực có vú phụ nữ....

Trong bình minh mọi người bất giác thấy mình đang chết từng phần. Hoặc đang chờ đợi từng phần chết đó đây sẽ đưa tới. Trong gió mùa. Giữa nắng mai Sàigòn...

Nhà chức trách lái mô tô hú còi chạy tới.

Nhân gian rao truyền theo thói vẽ rắn thêm chân. Một phụ nữ bị hành hình có thể một trăm cánh tay bị đứt lìa. Suốt ngày đêm tin truyền như bão nổi. Có tin báo người ta khám phá một bao người chỗ Hàng Xanh. Lại một cái chân ở Chợ lớn. Một cánh tay ở cầu Văn Thánh. Một đùm ruột trong bao tải nhỏ trước dinh Độc Lập, nay là Hội trường Thống Nhất. Lá phổi ở tuốt Thủ Thiêm, khu đô thị tân kỳ hiện đại tương lai. Rất có thể chỗ sóng sông nhấp nhô thơ mộng kia một bao tải lá gan lá phổi trái tim trôi theo dòng.

**

Cuộc gom góp thi thể về phòng giám nghiệm phải mất hai ngày. Phần nào tìm được cứ cho vào hộc lạnh, chờ tìm kiếm thêm. Sau cùng là sự toàn vẹn của phân mảnh. Những đau thương gôm tụ, hình thành.

Có thể có nghìn phụ bản, bản sao, nhưng không có dị bản của cơn đau này. Không tín hiệu nào khác hơn.

Cuộc trở về – không là tái sinh – của Nàng khá ly kỳ.

Cái đầu, chỗ công viên, về trước. Hai cánh tay thiếu bàn tay về sau một chút. Một ngày rưỡi sau Nàng về tạm đủ nhưng còn thiếu quả tim. Hai bàn chân về sau cùng. Nàng chậm chạp và khiếm khuyết như Lịch sử. Cái được gọi là Lịch sử giống nòi tôi luôn là một bất toàn cho bất cứ ai, và luôn là một Mong Đợi Hạnh phúc cho tới trước giờ nhắm mắt mỗi đời người.

Nàng được ráp lại như một tượng đài lập thể do nhiều họa sĩ, điêu khắc gia tài ba thực hiện từ nhiều sáng tạo, nhiều mặc tưởng.

Không nụ cười. Không tiếng khóc. Không màu. Nàng dị hình. Nhưng Nàng đang có mặt giữa Sàigòn- Hôm-nay. Nàng Vô Bao.

Viết trong vườn Cây Cau,
Sàigòn Mùa Phật đản đến Noel 2006

Xứ Động Vật Màu Huyết Dụ

[3 tiểu truyện]

I

BÓNG

II

LÀNG VÀ SÔNG

III

XƯƠNG THẠCH TÍN

I
BÓNG

Tàu đường sắt chạy trong đêm. Chừng giờ này đã tới miền trung Trung bộ.

Lão Kiên đi tàu hạng nằm. Mỗi phòng có bốn giường ngủ; hai tầng. Lão nằm giường bên dưới để bớt độ lắc lư.

Hòa bình đã nhiều năm, đầu máy tàu được thay mới, các phương tiện phục vụ hiện đại hơn, nhưng đường tàu vẫn còn là con đường sắt hẹp, bề ngang non một mét, được người Pháp làm ra từ đầu thế kỷ trước, thời đô hộ. Tương truyền vua Khải Định có dự lễ khánh thành.

Thời nội chiến, đường tàu bị phá hoại tan nát, nhưng khi đất nước hòa bình nó được sửa chữa, vẫn kích thước đó. Không có kinh phí đủ để làm một đường tàu rộng hơn theo mẫu đường hiện đại. Chỉ trên cái nền cũ thời thuộc địa. Lắp ghép lại những vật liệu cũ, đáng ra phải phế thải. Nên đường ray hẹp, lỗi thời; tốc độ rùa. Thường xuyên gây tai nạn nơi những đường bộ cắt ngang. Mỗi tai nạn có ngay cái chết tập thể, rất tang thương.

Tàu chạy càng nhanh sức chịu của đường ray hẹp bên dưới càng khổ sở. Lão Kiên tưởng như cái sống lưng mình xoắn lại, cong vổng lên theo tính khí con tàu. Đôi khi máy gào thét, nó lồng lên như con cọp điên nhưng lúc đó tốc độ cũng chỉ... chừng bốn chục cây số giờ. Dù bực mình cái chậm, lão Kiên lại rất sợ tàu tăng tốc. Nó có thể rời khỏi đường ray và bay xuống những vực sâu hai bên đường bất cứ lúc nào.

**

Lão Kiên thấy nao nao, khi màn sương về sáng tan dần, bày ra nhấp nhô vùng ánh điện xa xa một thị trấn. Lão tắt đèn ngủ. Kéo cái màn mỏng che cửa sổ. Giăng bên trên thị trấn mờ nhạt ánh đèn là giải núi ngây ngây dưới lưỡi trăng bạc hạ tuần.

Trời thưa mây. Loang thoáng những vệt hồng hoang. Chạy theo núi một giải mây xám đen mờ ảo, có tượng hình một người đàn bà nằm. Tấm khăn quàng mây ở cổ gió bay dài. Vạt áo mây bung lên thành đôi cánh đen. Hình tượng người đàn bà qua áng mây đen đầu núi bám mãi theo mắt nhìn của lão Kiên. Lão nhủ thầm: *"Bà vẫn đeo đuổi theo tôi mãi ư?"*

Lão choàng chiếc áo ấm, bước ra ngoài hành lang. Đêm miền ngoài khá lạnh. Âm thanh tàu khàn đặc. Len qua mấu sắt nối vừa lỏng lẻo, vừa lắc lư giữa hai toa tàu, tay bấu vào thanh sắt, Kiên bước sang toa hàng ăn.

Tàu nổi một hồi còi dài. Sắp qua một cây cầu sắt cũ kỹ. Tàu lắc mạnh làm lão suýt rớt xuống cái khoảng trống giữa hai mấu nối. Lão bất giác thấy hai đường ray song song bỗng chạy hình chữ Z trên mặt đất run rẩy. Không gian như sôi sùng sục. Lúc ngồi hẳn trên ghế lão còn chưa hết bàng hoàng. Nhắm mắt vẫn thấy những thành cầu sắt như hàng nghìn con rít đen lướt đảo.

**

Toa tàu rộng lớn được ngăn ra, một nửa như không gian một câu lạc bộ, nơi ăn uống, ngồi nghỉ ngơi đọc báo, cho cả một chuyến tàu. Khi lão Kiên bước vào, nơi đây hãy còn vắng vẻ, chưa một thực khách nào. Cô gái bồi bàn ngái ngủ. Đèn trang trí đỏ xanh nhấp nháy. Giữa tịch lặng Kiên bất ngờ nhận ra có một mùi trầm. Không phải thoang thoảng. Mùi thơm rất cô đặc như bị phong kín trong căn phòng thiếu gió. Kiên chẳng thấy cái lư nào tỏa khói quanh đây. Lão rùng mình, nghi hoặc.

Phía núi, giải mây hình người đàn bà nằm vẫn bám theo con tàu đang chạy. Hình người có thay đổi đôi chút, cánh đen của áo mây bung cao lưng chừng trời, cái khăn quàng cổ mây kéo dài về phía sống lưng, như một cái đuôi rắn ám ảnh.

Lão rít một hơi thuốc, nghe ấm. Cô gái khá xinh xắn đã tỉnh ngủ. Cô lễ phép hỏi:

-Thưa, ông dùng gì ạ?

Lão Kiên bảo cho tôi một cốc cà phê. Đột nhiên qua làn khói thuốc bay Kiên thấy một chiếc lư trầm hiện ra trên mặt bàn; mà, một tích tắc trước đó lão không hề thấy. Nó như được mang tới bởi một bàn tay vô hình.

Chiếc lư nhỏ, khá đẹp, màu đồng lâu ngày đã lên men xanh đen. Kiên đưa tay định nhặt xem, vô tình chạm phải một cánh tay lạnh lạnh trong khoảng không. Không thấy ai trước mặt, bên cạnh. Cảm giác là chạm phải, nhưng không thấy cánh tay, bàn tay. Có một giọng nói khá nhẹ nhàng từ chỗ vô hình:

"Chào anh. Tôi đã ngồi trên cái ghế đang đối diện với anh qua một đêm rồi. Đêm dài quá. Anh có thấy khí trời năm nay lạnh hơn mọi năm? Nghe đài loan tin đang có một cơn bão hình thành ngoài biển Đông."

Lão Kiên có cảm giác đã nghe giọng nói buồn hoang này đâu đó một đôi lần rồi. Khi ngủ, hay cả khi mơ màng trong tỉnh thức. Nó xa vắng lắm. Vang thoát từ một khoảng không vô ảnh. Đằm đằm cái hương vị hờn oán, đau đau. Vùi lão dưới lớp cỏ ngập úa kỷ niệm. Hoặc treo lão lơ lửng trong những giấc mơ ngột ngạt:

"Xa quê, bỏ vợ đã mấy mươi năm, anh nên về để xem cái đốt xương cụt của người vợ xưa kia anh từng ôm ấp. Hôm nay, con gái anh sắp trở về quê nhà quật mộ em, để hốt hài cốt mẹ đem qua Mỹ. Bà ấy qua đời cũng đã nhiều năm."

Cô bồi bàn mang đến một cốc cà phê đặt lên bàn, mời khách:

- Mời ông dùng cà phê ạ.

- Cảm ơn cô.

Cô gái quay sang phía cái ghế trống, đối diện chỗ Kiên ngồi, hỏi:

- Thưa… bà dùng gì ạ?

Một giọng nữ nhẹ nhàng trong khoảng không trả lời cô gái:

"*Cảm ơn cô, tôi có thức uống rồi. Tôi đang uống nước khoáng đây này.*"

Trên bàn bỗng dưng có một chai nước khoáng. Cô bồi bàn đã nhìn thấy một người đàn bà ngồi trên chiếc ghế trống. Kiên không hề thấy.

Lão nghe trong mơ hồ, nơi ghế đối diện một hơi thở dài. Thoáng một mùi người đàn bà. Cái hơi da thịt vô hình này đã từng như quen thuộc với lão. Rất cũ. Hình dựng từ một tiềm thức xa xưa. Nay rung chuyển, biến ra tâm thức, biến ra cái hiện thực tái dựng lênh đênh… *Liếp cửa tre, một căn phòng nhỏ, mở ra mặt nước sông Thu lấp lánh dưới nắng trong. Hoặc đầy ắp đêm trăng mùa. Hoặc phong kín trong mịt mùng đông. Những buổi sớm ghe thuyền từ nguồn Vu Gia, Giao Thủy, chở sản vật về xuôi. Một thằng Kiên trai trẻ thuở ấy vào đời, bồng bồng như sóng…* Đúng rồi, làn da thịt mông lung trong buổi hừng đông này, bật thoát ra từ chiếc ghế trống đối diện này… như lửa bén từ quá khứ, của đêm sâu liếp cửa, tới nay cũng đà mấy mươi năm qua.

Lại tiếng Bóng đánh thức:

"*Uống cà phê đi anh. Kẻo nguội. Sớm lạnh thế này uống một ngụm nóng thì tuyệt… Sao anh thẫn thờ quá vậy.*"

- À… à…

Kiên giật mình, nhìn qua cái khoảng không, từ chiếc ghế trống, nơi phát ra giọng nói.

2.

Trời rưng rưng sáng. Âm dương rõ thực hơn. Giải mây đen đầu núi, mang hình dáng người đàn bà nằm, tan dần. Ánh điện mơ hoặc từ các thị trấn, làng mạc xa trong đêm đã tắt. Tàu chạy qua một vùng cát ven biển. Dương liễu xanh ngàn trong sương sớm. Hình như đài phát thanh đang loan một tin báo bão xa.

Chỗ ghế trống, thoảng mùi da thơm và trầm ngát, bây giờ có một người ngồi. Chừng như giải mây đầu núi đêm qua đã tan đi, để hóa hình một người đàn bà trước mặt lão Kiên.

Lão nhủ thầm: *"Bà bay theo núi, bà ngồi trên ghế, vẫn một hình thế đen."*

Bà "hình thế đen" kéo cái tà áo bung cao chỗ lưng chừng không, thu ngắn khăn quàng cổ, thuần thục như dụ rắn. Hai cánh tay như có như không. Bà chậm rãi mở chiếc khăn trùm mặt. Một vừng trán trắng bạch như màu bột. Đôi mắt khá nhiều lòng đen. Một chiếc mũi cao, dài, thoạt nhìn như khuôn mặt Đức Mẹ.

Đây không phải người đàn bà Kiên đã thường trực thấy trong những giấc ngủ khuya khoắt. Người ảo tượng trong mộng kia đen kín cả người. Luôn trùm khăn che mặt. Chỉ rao truyền lời phủ dụ:

"Về đi. Tìm quê đi. Con gái em sắp đào mộ em, và mang xương em rời khỏi quê nhà này..."

Những lúc như thế, thường là trong giấc ngủ, sau lời mơ hồ nhắc nhở, lão Kiên bắt đầu rơi tự do, có khi từ một đỉnh núi, khi từ lưng chừng mây cao, nhưng tốc độ rất nhanh, không kịp thở, và lão rớt chết giấc trên một nền đất máu me. Tỉnh giấc, Kiên hiểu là ác mộng.

Dần dà những ác mộng là của riêng mình, là bạn lữ, là bệnh, là thường trực cái bóng đen lơ lửng, to lớn. Nó huyễn hoặc. Nó lẫn pha giữa cái thực và ảo giác. Nỗi

CUNG TÍCH BIỀN • *xứ động vật* • tân truyện

đau nhức không rời trên cái sân khấu vô hình. Lão phải thường trực đánh vật với ranh giới thực, mộng. Phải khó khăn để nhận mặt chân, hư.

Làm sao lão có thể tự khấu trừ những trò hư ảo tàn phá, ăn sâu a-xít vào những tháng năm xương máu có thực, đời lão. Khấu hao xong những trò vong mạng phung phí, đời lão chẳng còn gì. Một cục cứt trôi sông. Mà con sông lịch sử chẳng hiền hòa chi. Nó đánh tan tác không còn một-đơn-vị-cứt-nào-được-riêng-cục-hòn. Tất cả hòa thành bãi rộng bùn hôi. Tập thể. Tăm tắp. Tất cả là một mênh mông hư huyễn.

Nhưng trên cái bãi lầy thời thế rộng dài, cái sử lịch tô bồi là vĩ đại, có bọn người duy nhất ngụy tín là chúng sẽ vĩnh cửu tồn lưu.

Nơi, cỏ không xanh ra màu xanh. Bèo không đủ nước sạch sông trong để trôi lung phận bèo. Chỉ côn trùng, ễnh ương, nhái cóc trên cái thảm sử lịch tồn vinh ấy. *Cái xứ Toàn-Chuồng.* Không nền tảng để bám rễ làm sao có đại thụ. Một xã tắc xiêu ngã. Nó rất phù hợp với những Sắp-tắt-tà-huy. Là nơi trăng không mặt nước đổ vàng. Nó tối cái u minh hiểm ác, không dung chứa giấc mơ đẹp nào.

Bà. Cái Bóng đen hóa thực. Vẫn ngồi đây. Một trực diện. Mà mâu thuẫn đồng hành.

Lão Kiên nghe mùi cà phê đắng trong sớm lạnh. Tàu chạy ra khỏi một cái hầm xuyên núi. Một cánh đồng xanh hiện ra trong nắng sớm. Xóm làng xa xa. Trên đồng ruộng đã rải rác nông phu. Con đường cái quan song hành với đường tàu xuyên Việt từng tốp xe tải chạy nối đuôi nhau.

Miền Trung bộ có một địa hình khá đặc biệt. Dãy Trường Sơn bắc nam mấy trăm dặm chạy song song cặp bờ biển đông. Nó cong cong cái sống lưng chữ S. Khom khom cái còng nặng gánh nghèo khổ, phân ly và nỗi nhớ. Nhiều nơi núi khinh bạc, ngang tàng đâm thẳng ra biển, tạo nên những đèo cao hun hút, hiểm trở.

Đường tàu có nơi sát rạt đường xe. Xe, tàu cùng chạy song song. Người trên tàu có thể vẫy tay chào, nhìn rõ mặt người đang ngồi trong xe bon bon. Xa hơn một chút thôi, qua những rặng dừa rậm bóng, là biển xanh vỗ sóng trắng vào bờ.

Những bình nguyên hẹp, khiêm tốn khổ đau này, Huyền Trân đã đi qua, Nguyễn Hoàng mở nước phương Nam, Nguyễn Huệ đã vượt dặm ngàn đến Thăng Long. Ca dao đã đi qua. Và máu xương gởi lại.

3

Bất ngờ xuất hiện trên bàn một cái lọ bằng gốm. Người-đàn-bà-bóng-đen nở một nụ cười thân thiện. Tay chỉ vào cái lọ, giọng nói trầm, chậm rãi:

"Anh ạ, cái lọ này tôi mua về để cho con gái sẽ đựng di cốt của tôi."

Lão Kiên bàng hoàng:

- Bà mua cái lọ đựng hài cốt của bà ư?

"Dạ, hài cốt chính tôi. Mấy mươi năm. Bây giờ chỉ còn tuyền xương đen."

Đây là loại lọ gốm thường được bày bán trong các chùa dùng đựng tro người, sau khi hỏa thiêu. Lọ có những hoa văn, màu sắc trang nhã, rất giống nhau, vì được sản xuất hàng loạt trong các lò gốm.

Bóng bê chiếc lọ lên. Bàn tay trắng như bột bún mân mê lọ. Bóng nói:

"Tôi mua cái lọ gốm này từ chùa Pháp Giao. Nhờ anh bạn họa sĩ vẽ thêm hình cái xương cụt cho đặc biệt riêng tôi. Tôi không muốn linh hồn mình đồng phục, lẫn lộn trong hàng. Anh xem, người họa sĩ có tài tình không nào? Thoạt nhìn cái hình vẽ xương cụt y chang một cái xương thật gắn lên mặt lọ. Nó gồ hẳn ra đây này..."

Bóng quay lọ, phía có hình họa một chiếc xương cụt màu đen qua phía Kiên để ông nhìn được rõ.

"Tương truyền trong dân gian đốt xương này có một liên hệ khá bí ẩn với danh dự người đàn bà. Nó là một thử thách, một chờ đợi dài dặt cho chứng nghiệm một sự thực, về sau cái chết. Khi cái xương đã tàn, đen trong huyệt mộ, chính là lúc nó làm chiếc gương soi cho lòng chung thủy. Cái xương cụt có bao nhiêu đốm trắng là người đàn bà ngoại tình bấy nhiêu."

Lại một giọng nhẹ, khá thân thiết của Bóng:

"Con gái tôi năm hôm nữa, từ Mỹ về quê mẹ, sẽ hốt cốt tôi. Trên đồi Phù An. Nó không hề biết mặt cha. Cha đã bỏ đi khi con chưa chào đời. Con gái tôi xinh đẹp lắm. Thuở ấy chồng tôi đoan quyết là tôi đã ngoại tình. Đứa con bốn tháng trong bụng vợ không là con của mình. Là con thằng Thuồng.

"Chồng tôi đã bỏ xứ ra đi. Rồi nhân danh cái lý tưởng chính trị riêng ông, để chính danh cho hoàn cảnh xấu xa đáng biệt xứ. Theo ý chồng tôi, không nỗi nhục nào bằng cái nhục bị vợ cắm sừng."

Bóng lại thở dài than van:

"Đã mấy chục năm qua..."

Kiên cũng có một nghi hoặc như thế đã mấy mươi năm. Cuộc độc thoại ẩn mật trong đáy lòng ông đã rêu kín, ẩm mốc, luống sâu trong mưa nắng. Nó giờ đây mở ngỏ, để Kiên dứt khoát bước khỏi cái liếp cửa, bỏ lại con sông Thu.

Quả thực, từ bao năm, Kiên đã ngụy trang, đã trung hòa nỗi nhục riêng tư, vợ ngoại tình, vào một nỗi nhục lớn hơn. Ông đã bỏ một con sâu nhỏ vào cái môi trường nghìn triệu sâu bọ, rồi phong kín, tô vẽ và tôn xưng nhãn hiệu.

Cái lý tưởng nào vĩ đại đủ che bóng, hào nhoáng cho lớp sâu trùng đen. Cái lăng tẩm tổ tiên vua chúa nào rực hào quang trang nghiêm để cứu chữa, rửa sạch ung thư cho những thế hệ bị lừa. Những thế hệ lừa ngựa đã biến thành sói, cực hung hăng trong hoang mạc đồng loại Toàn-Chuồng.

Hôm nay trên mặt đất đi qua đã thừa ánh mặt trời để nhìn lại, nhận ra. Kiên thở dài, buông một lời tự hối với Bóng:

- Hồi ấy khác. Bây giờ có thể chồng bà đã hiểu ra là có những nỗi nhục gấp nghìn lần cái nhục bị vợ cắm sừng. Con mụ vợ đưa đồ cho thằng khác xài là chuyện nhỏ. Cả dân tộc này bị lôi lên giường gian dâm với những tên đồ tể, bị hôn mê bởi những lời dụ dỗ, bị chủ thuyết hôn ám ma đưa lối quỷ dẫn đường hiếp, hãm. Nhục thời thế, chẳng hạn. Nhục mình hát ru, tự lừa phỉnh để tiêu pha vô nghĩa cả sinh mệnh riêng mình, chẳng hạn.

Bóng buồn phiền:

"Đó là nỗi nhục phù điêu thân phận của riêng các anh. Cái nhục của chúng tôi là âm thầm, tiềm ẩn. Nhục ở dạng chỉ là 'ta - nghi - ngờ.'... Mà anh à, sao các anh mãi lẩn quẩn trong nhục vinh?"

Bóng bê chiếc lọ có hình xương cụt, quấn ngoài một lớp lụa dày rồi cẩn trọng đặt lọ vào một cái hòm nhỏ bằng gỗ quý sơn màu huyết dụ. Trên nắp hộp có hình một cái xương giống hệt hình xương trên chiếc lọ.

4

Tàu hú còi. Lại qua một cây cầu dài chừng hơn một cây số. Con sông rộng mênh mông vào mùa nước cạn đã bày ra giữa dòng chảy những cồn bãi rộng. Cát vàng và màu xanh của những vùng dân chài rỗi việc trồng khoai đậu qua mùa. Những chòi lá lác đác xa. Mây đùn đen đằng đông.

Bóng lấy một cái khăn lớn trải ra, gói cái hộp sẽ chứa đựng hài cốt chính mình. Lão Kiên không ăn điểm tâm mà gọi thêm một cốc cà phê. Dạ dày của lão đã quen ướp mỗi ngày dăm ba ly đen đen, phổi vài ba chục điếu thuốc lá. Lão thường ví von:

- Ta un khói tâm linh.

Bóng nghe âm vang tàu rùng rùng bởi chiếc cầu sắt khá cũ, đột nhiên hỏi lão Kiên:

"Anh có nghe dưới lườn tàu đang xuôi ngược bắc nam này, con đường sắt lạnh lẽo nói gì không?"

Kiên trả lời với khoảng trống:

- Con đường này có hơn trăm tuổi, đã lắm tâm sự. Nhưng tôi hỏi bà, ai là kẻ đọc được tâm sự của sắt thép?

Bóng giảng giải:

"Có đấy anh ạ. Là một kẻ đang Chết trên dương gian và đang Sống trong âm phủ, tôi hiểu được nỗi lòng con đường tàu nối liền xứ sở này. Tôi có thể nghe được đất đá nói gì. Hiểu cả súc vật quanh đây buồn gì. Cỏ cây đau gì. Vì sao anh biết không? Vì tiến trình của các anh, vì con đường Bắc Nam này của các anh đang chạy trong một Cõi địa ngục."

Kiên nghĩ về chuyến đi, bất ngờ than thở:

- Không biết bấy giờ ngoài ấy ra sao. Tôi đang trên đường trở về thăm quê nhà đây.

Bóng vang:

"Sàigòn quê hương thứ hai của anh đang là xứ sở của Rắn. Làng quê, nơi chôn nhau cắt rốn của anh thuở xưa nay cũng chẳng còn đâu. Con sông Thu đã đổi dòng chảy. Không phải do Lửa thiêu, mà là Nước tàn phá. Mà Lời lạc lối. Sóng phù du đã xóa tan làng Lạc Long quê cũ của anh rồi.

"Nó mang đất cát sông Thu bên này bồi sang bên kia bờ. Quê nhà anh mất dấu bên bờ này. Để hóa hành bãi bồi bùn đen cát vàng bên bờ kia. Ngày mai về tới làng cũ, anh sẽ tận tường. Anh đang trên một quê nhà luôn mất bóng..."

Kiên nắm chặt bàn tay. Những đầu ngón bầm máu.

Bóng bỗng nói, như lạc đề, khá mơ hồ:

"Mỗi lần bốc mộ tổ tiên, con cháu có dịp nhìn rõ, nhưng chỉ là những xương tàn đen đẫm. Anh linh nào, khí phách nào của quá khứ? Khi bọn trai trẻ phải quay lơ không đủ can đảm nhận mặt cha ông, cái đã rã mục rặt mùi tử thi nghĩa địa."

"Con gái yêu dấu khi bốc mộ Mẹ không biết có đủ thân ái nhìn rõ xuống huyệt cũ? Có đủ bình tĩnh sắp đặt xương cốt Mẹ cho đúng vị trí hình hài? Có cẩn thận xem còn sót cái xương tàn nào trong hộc mộ hay không? Rồi chúng sẽ bê mớ xương tàn tôi ra đi. Cũng đành..."

Trời nắng cao. Mây. Núi. Và người.

Trong đầy mặt trời là sóng biển.

II
LÀNG VÀ SÔNG

Kiên về tới quê nhà sau mấy mươi năm biệt tích, đã ở lại một vài ngày đầu, không thấy ai là người quen biết. Có thể bọn trẻ lớn lên, không hề biết ông là ai. Có thể nhìn qua đám trẻ ông không rõ trong đó đứa nào là cháu chắt của mình. Đường thôn dã, xe honda chạy càn lướt, phịt khói, lấn lề. Bức tranh quê trước mặt không phải đã khác đi, mà hoàn toàn bị xóa nhòa.

Ngã ba Trạm xưa kia chỉ dăm mái lá bây giờ là một khu thị trấn với một cái bến xe to rộng, đường phố nhà đúc, người tứ xứ đổ tới, cửa hàng tiệm ăn. Cách nói năng ăn bận xử sự, cách vội vã tranh giựt, nóng sốt và bóng loáng. Nó là cái khuôn đúc của một góc nhỏ Sài gòn. Kiên đứng yên, thấy mình bốc khói mau chóng trong một ngã ba quê hóa cuồng.

Cách ngã ba Trạm xưa kia chừng cây số có một ngọn đồi. Thuở ấy ngay chân đồi có một hồ nước rộng, mùa mưa hồ rộng như một căn biển đối với Kiên tuổi thơ. Bây giờ ngập nhà cửa dân cư. Ngọn đồi ấy sao bé tẹo tèo teo như một cái gò cỏ xanh trên trang giấy vẽ. Nó chìm trong tiếng đời nhấp nhô, vì Kiên đã đi quá nhiều, đã ngủ trong cái cao ngất của núi già, đã từng ngồi trong một chiếc thuyền bị bão đánh mất phương hướng, tay sờ được thần chết chỗ bọt sóng trùng khơi.

Những nỗi đời dài dặc to lớn kia đã gói gọn cái lớn lao mang tính huyền ảo tuổi thơ trong một viên kẹo nhét túi.

Trong viên kẹo nhét túi giang hồ ấy, có một đêm Kiên hai mươi rủ rê được con Nghĩa mười tám ra bờ hồ ngã ba Trạm ngồi chơi. Trăng trải ngời ngời. Bờ cỏ ướt. Trải tấm chăn nhỏ ngồi chung. Tiếng gió tiếng dế, ngọn đèn xóm người xa ngái. Mái tóc gái con Nghĩa thoáng mồ hôi quê làm Kiên ngây ngất.

Nhưng ngồi mãi đêm vắng nhiều sao trời, Kiên chẳng biết làm gì con Nghĩa. Chỉ lúng túng nói vẩn vơ. Một lúc con này bạo, cầm bàn tay Kiên đặt ngay lên ngực mình. Một khuôn ngực gái quê to bự, chắc như cái lốp xe căng. Từ đó Kiên trai trẻ biết bóp vú là gì. Một thằng Kiên hiền dại như thế bây giờ thành lão Kiên hóa ma tinh.

Rồi con Nghĩa có bầu.

Một phần hương quê nay không hề còn trước mặt Kiên. Chỉ sau lưng tháng ngày một bản đồ quá khứ. Nó Vô hình? Hay chí mạng Hóa hình trong một đầu thai kiếp mới?

**

- Đi về phía bờ sông kia. Hãy còn non một cây số.

Quái, ta nhớ từ chỗ ngã ba đường này phải đi hơn cây số, qua những vườn tược, cái đình làng, mấy đám thổ ngơi mùa xanh lá khoai luống bắp, rồi mới tới bờ sông. Sao bây giờ nước sông vỗ ngay mép đường này. Vậy nương khoai đình làng đụn rơm khói chiều nay trôi dạt về đâu. Lão Kiên than thở.

Người lái xe ôm trai trẻ nhìn cái bờ sông bị nước chảy xiết khoét lõm, bờ đất thẳng đứng hiểm trở, như một lưỡi dao trời dựng, có độ cao hơn chục mét tính từ mặt nước sông, cậu ta trả lời lão Kiên:

- Cháu có biết mô tê gì đâu. Cháu từ bắc vô nam sau bảy lăm mà. Tới đây đã thấy trời nước như vầy rồi. Chỗ vực sông này mùa hè năm ngoái có bốn em học sinh chết đuối. Hè năm nay lại ba đứa. Có ma đấy. Luôn chết chìm, chết chùm một lần một lúc.

Bọn họ dừng xe trên một khoảng đất rộng nhiều bóng mát, ngay bờ sông. Gió trống không, lồng lộng. Sông Thu hôm nay, bị nước phá bờ, nên rộng gấp đôi dòng sông xưa. Giữa dòng thuyền ngược xuôi. Thuyền lớn hơn, sức chạy mạnh, nhanh hơn thời con Nghĩa. Những con đò nhỏ đã có máy đuôi tôm nổ vang phì phạch băng nước.

Lão Kiên nhìn về phía đông, xa xa một chiếc cầu mới, dài gấp đôi chiếc cầu cũ.

Màu nắng trưa xa ngàn sương khói. Một cây đa nhoài ra vòm nước. Chùm rễ to lớn tua tủa như râu phù thủy buông thòng từ cành lá sum sê. *Ở đó bỗng xuất hiện mờ thoáng một người đàn bà trong trang phục màu đen.*

Bà phảng phất như mây núi sớm Kiên đã thấy khi ngồi trên chuyến tàu về sáng. Như cái dáng xa vắng, vàng lạnh giới thiệu cái lọ xương cụt trong toa tàu. Như cái bóng lênh đênh trong giấc ngủ hằng đêm lão Kiên rơi rụng.

Trong bầu trời nắng trưa lộng suốt mặt sông, người đàn bà đen bước ra khỏi bóng cây đa sầm uất những rễ đa buông thòng. Sóng vỗ dưới thấp những mảng đất xám pha bùn. Bóng tiến đến chỗ lão Kiên đang ngồi thẫn thờ khói thuốc bay đầu môi.

Bây giờ lão nghe mơ hồ tiếng gió, tiếng sóng sông, tiếng đò máy xa xa. Hàng cây con đường nhựa trưa bốc khói trắng, dẫn về hướng núi.

"Con đường này dẫn về vùng tháp Chàm Mỹ Sơn đây. Tôi có một tuổi nhỏ với rêu và cỏ hoang, với những đỉnh tháp lá xanh thưa và chim mùa đông. Những cơn mưa hoang mị cùng những tiếng vang động mơ hồ không thể định hướng từ dĩ vãng Chàm. Có một lần tôi thấy xác người và máu giữa những khe đá. Những bầy dơi thiêng. Và những vỗ cánh trong không, khi chiều xám…"

Vẫn khuôn mặt trắng màu bột, thân nhẹ như trôi, bà ta một làn khói trên sông trưa. Bóng hỏi Lão Kiên:

"Anh tìm Lạc Long?"

- Vâng, Lạc Long làng cũ của tôi.

"Lạc Long trôi đi rồi. Bên kia sông kia kìa."

Người Bóng chỉ tay qua bên kia, bờ phía nam:

"Con sông Thu chảy rất xiết, sóng to, lại tính khí cuồng bạo. Nước phá Nước. Nó tàn phá Lạc Long chỉ trong vòng hai mươi năm. Nó bưng bê nhà cửa vườn tược, từ đường, đình miếu, giếng nước, lư đồng, tiếng cười nỗi nhớ của Lạc Long đi rồi. Nếu Lạc Long còn

hồn thiêng đâu đó hồn sẽ bay lánh nạn. Anh có thấy bãi xanh xa xa bên bờ Nam kia không. Đó, nó làm tiêu tan cái lịch sử phương này để là cát vụn bờ kia. Nó biến cái Sống cùng tổ tiên Lạc Long các anh thành những bãi lầy để mãi chờ tương lai cải tạo."

Kiên dõi mắt qua bên kia bờ phương Nam, chếch về hướng biển đông. Một vùng cồn đất mới, xanh biếc màu cây cùng sương khói, những bãi dài cát pha đất màu thoai thoải. Lác đác những mái chòi. Chưa thấy xóm làng nhà cửa sầm uất. Hậu thân của Lạc Long là cồn bãi kia ư?

Trong lịch sử không chỉ một lần sông Thu đổi bờ. Tương truyền thời phân tranh xa xưa, từng một lần sông quát dữ, chuyển mấy trăm mẫu đất làng Phù Ly phía Bắc đổ qua bên kia bờ sông phương Nam, thành những bãi bồi bát ngát. Dân Phù Ly mất đất bèn rủ nhau qua bên kia sông cắm cọc trên bãi bồi đất mới, để giành lại đất đã mất.

Một cuộc tranh chấp đẫm máu đã xảy ra giữa một bên bị Nước làm mất Đất, và bên kia được đất mới. Dân chúng vùng bãi bồi mới cho rằng do tự nhiên trời đất ban cho. Dân Phù Ly đinh ninh như đinh đóng cột rằng không có đất của họ trôi đi thì sông lấy đất đâu bồi đắp cho bên kia.

Không bên nào nhịn bên nào. Cuộc chiến giành đất đã làm cho một số dân hai bờ mất mạng.

Vụ án ra tới cửa quan. Trong lúc chờ quan về xử phải trái, dân mất đất không cho chôn người. Họ căng lều bạt dưới gió để xác sình thối trên bãi nắng làm cớ.

Ít hôm sau, Quan về tới chỗ rặt mùi tử khí. Đầu tiên dân bờ Nam phải dâng rượu cho quan uống. Để mần chi? Để quan khử mùi và giữ thần thái bề trên.

Vị quan khá từng trải, lại thông minh. Quan quan sát hiện trường. Lại nghe sức gió nhẹ. Hướng gió là hướng từ đất liền thổi ra giữa dòng sông. Mùi thối nếu lan tỏa cũng chẳng bao dặm xa vào phía xóm làng, nghĩa là không ảnh hưởng gì vào phần đất cũ của dân được bãi bồi. Do đó, là đại diện cho triều đình, quan xử thế này:

"Phải trả đất cho người mất đất. Mùi thối từ thây người trên bãi bồi bay tới đâu thì đất đó thuộc Phù ly, tức dân làng bị sông Thu xóa đất."'

Quan lớn xử xong quan lên kiệu ra về. Mọi việc giao cho quan nhỏ hơn, ở sở tại lo thừa hành sau đó.

"Nhưng thiên đạo năm ấy cực ác. Sau khi có lệnh quan rành rành, gió bất ngờ đổi hướng – thay vì từ Nam ra Bắc lại đảo ngược từ Bắc vô Nam. Giống như thuở Nguyễn Huệ vào Thăng Long nhờ gió thổi khói ngược chiều, trả khí độc do Tôn Sĩ Nghị đã-đốt về lại cho Nghị. Nhưng đó là gió thuận lòng trời muốn cho muôn dân thoát ngục. Đằng này trời ác, muốn cho muôn dân bờ Nam lâm nạn.

"Khi quan triều đình vừa rời khỏi bãi bồi, tức thì gió trời không thổi thuận chiều theo mùa, từ Nam ra Bắc, nghĩa là từ bờ Nam ra sông nước giữa dòng như muôn năm thổi. Mà trời bắt gió trở ngược từ Bắc vô Nam. Nghĩa là đưa cái mùi thối tha từ sông nước bìa làng, chỗ tranh chấp máu me thây người, vào sâu làng xóm phương Nam. Làm cho thối đình làng, thối miếu thờ nhà cửa. Thối cả đường đi sỏi đá, khóm tre bụi trúc.

CUNG TÍCH BIỀN • *xứ động vật* • tân truyện

"Tắm xong cho một em bé, ngửi nó lại nghe thấy mùi tử thi nơi đứa trẻ sơ sinh. Đốt nhang trầm cúng vái tổ tiên đã nghe ra ngay mùi tử khí trong hương trầm nghi ngút chỗ bàn hương án. Làm như thối từ tiên tổ thối ra. Gái trai xinh tươi thề non hẹn biển yêu thương nhau, là giữa hai làn môi chí tình đã có ngay mùi thối tha chết chóc oan khiên đâm chém.

"Trên bãi chiến trường giành đất tanh hôi, càng lúc gió càng mạnh hơn. Reo réo. Từ bờ Bắc vào xóm làng phương Nam. Ra đầu ngõ thấy xác người. Đêm nằm đầy ác mộng. Tỉnh giấc là tứ phương thối hoắc.

"Dân bờ Nam hoảng loạn bỏ làng xóm miếu mộ già trẻ nhất tề bỏ xứ mà đi. Tre trúc có hồn mà không có đôi chân, đâu thể ra đi, đành đau đành úa. Những sinh linh, hồn phách và cội nguồn đã lỡ cắm rễ sâu trong Đất Mẹ, đành ở lại Bờ Nam thì đành tan, chịu gục.

Tương truyền, sau khi dân bờ Nam bỏ chạy, dân bờ Bắc được nhiều vùng Đất Mới, đã lập Lăng thờ quan. Là Người đã định danh lịch sử, đã tân lập địa giới mới, thông qua mùi tử khí, và xác người ngập ngụa."

Nhưng rõ ràng Lão Kiên đang dõi mắt nhìn cái bãi lầy tăm tắp kia. Cây đa trên sông quê Lạc Long rủ bóng trưa một chòm râu ma. Người Đàn bà đen lúc nãy đã tức tốc hóa mây. Con đường nắng nhòa, dẫn về xa kia vùng tháp Chàm Mỹ Sơn, như có nếp gãy. Lão chợt nghe một tiếng trống xuân vang vang ở đâu giữa dòng con sông Thu của dĩ vãng đang gầm dữ.

III.
XƯƠNG THẠCH TÍN

Buổi tối, nơi quê xưa, Kiên đến ngã ba Trạm thuê một phòng trọ. Lão nhớ hai cái vú cứng như núm cao su của Nghĩa, nhớ bờ ao cỏ dại. Nhớ chuyến tàu hỏa thời thuộc địa chạy than, phịt khói hú còi hoét hoét qua ga Kỳ Lam. Chiếc cầu sắt ốm o như cố khiêng vác con tàu thuộc địa chậm chạp qua một đỗi đường. Lão nhớ ngã sông Giao Thủy nước bạc đầu đông. Nhớ chợ Phú Bông 1945 lính Nhật lùn đi lại, đầu đội cái nón vải có hai mảnh vải phủ hai bên tai như tai lừa.

Lão trùng lẫn giữa sự đời có thật với những ảo giác, những bóng hoang xa trong mịt mùng giấc ngủ. Chỗ này đây, đúng rồi, hồi xưa đứng bên cha, đứa bé cao ngang lỗ rốn cha. Mái tóc thằng Kiên dúi vào đụng ngay cái hòn giái cha, phải, chỗ này đây, dưới cơn mưa mộng tháng giêng, cha cho ra Phố Cổ xem đèn lồng trăng gương.

Rồi một lần khác đầu thằng Kiên ngay ức ngực cha, thằng này chóng lớn, theo xuôi sông Trường dọc xứ Quảng vào tận vùng Bầu Bầu, Bến Ván tìm thuốc chữa bệnh. Trảng cát Chu Lai như một cái sa mạc trùng khơi vây tuổi nhỏ…

Đêm Ngã Ba Trạm, đã khuya, Kiên ra đầu đường mua một chai rượu trắng hiệu Thăng Long, mấy cái nem Vĩnh Điện, một đèn lồng Phố cổ Hội An. Lão tắt ngọn néon, thắp đèn lồng. Để cửa mở, nhìn ra con đường cái quan xe giăng hàng ra bắc về nam, lão ngồi uống rượu, nhấm nháp bóng mờ một mình.

CUNG TÍCH BIỀN • *xứ động vật* • tân truyện

Đã bảo, từ khi biết Nhìn-Lại, lão Kiên có cái thói quen khốn nạn là chỉ ngồi trò chuyện với mình, cụng ly mỗi mình. Lão tự ăn mòn mình. Ngồi cô ngủ độc. Đem ruột gan phèo phổi mình ra nhâm nhi. Bày hai cái chén. Rót rượu đầy hai ly. Kiên nâng ly. Ngó ra khoảng trống vắng chỗ bóng cây mờ ánh đèn đường cửa vào, lão mời:

- Có linh thiêng người hãy về uống với tôi một ly. Bóng ơi… nào… cạn ly.

Nói xong, lão chờ một chút theo thủ tục mời rượu, rồi ngước mặt, tay nâng ly rượu. Nốc cạn. Ánh đèn chỗ hành lang không đủ sáng, soi mờ mờ bóng cây góc vườn. Bên ngoài cổng nhà trọ có một đám vô gia cư, tàn tật, già nua, trải chiếu chăn ngủ tạm lề đường. Bóng đen lá và ánh vàng chen nhau lay động trên nền sân.

Bỗng, có âm vang trong bóng hoa nhạt nhòa:

"Chiều mai con gái chúng ta về. Sáng ngày mốt mời anh lên đồi Phù An nhìn xương cốt em. Mùa này thanh minh, nhiều người đi hương khói tổ tiên. Muốn nhận ra con và em, và mộ em, anh hãy tới chỗ cái mộ không có bia đá, chỉ một cụm bông trang nở hoa đỏ. Con gái anh bận áo dài màu hoa cà, quần trắng. Nó không hề biết mặt cha nó đâu!"

- Uống cùng ta ly rượu. Rồi hãy nói. Ta sẽ nhớ lời căn dặn mà.

"Lúc anh tới nơi có thể mộ em đã đào ra xong. Một vị sư đứng chỉ vẽ thủ tục hốt cốt cho con gái anh. Bên cạnh cô gái có một cái bình. Trên thân bình có hình họa một cái xương cụt màu đen. Đó là những tín hiệu em gợi ý cho anh."

- Bảo cùng ta cạn một ly mà. Sao dặn dò hoài vậy chỗ âm dương?

"Anh không nên nói năng gì. Đừng than van. Quá khứ sẽ rất bị tổn thương khi anh có ý kiến, dù đau tiếc.

"Trước mộ, mong anh đừng bái lạy, dù một cái nghiêng mình. Anh sẽ có quà tặng từ những gì được bốc lên từ mộ của em. Dưới mặt đất, trong lòng mộ, sẽ còn, sẽ có món lưu niệm dành riêng cho anh. Hãy cầm cái xương tàn lên mà làm gương soi."

**

Ly rượu mời chỗ khoảng trống trước mặt Kiên bỗng nhiên cạn. Lão nhủ thầm: *"Vậy là hồn thiêng đã biết nghe lời ta."* Lão rót thêm hai ly rượu đầy. Bóng cây mòn mỏi ánh đèn khuya chỗ góc vườn. Lão Kiên và Bóng tâm sự:

- Ở Phù An nhiều người quen biết ta lắm. Ta chẳng muốn gặp ai.

"Phù An chỉ còn mỗi cái nghĩa địa mênh mông, chẳng có chẳng còn người đâu!"

- Sao chẳng còn ai?

"Phù An đi làm anh hùng chết ráo. Phần sinh linh còn lại bị nhiễm chất độc da cam. Cha mẹ tật nguyền. Con quái thai. Đứa bé lỗ tai ở trước trán. Miệng cười chỗ vành tai. Người ta bỏ làng ra đi cả rồi."

- Vậy thôn Xóm Đục dân tình ra sao?

"Nước xóm Đục toàn bộ nhiễm chất độc của bọn đào vàng. Bờ mê cỏ úa. Sông không cá. Núi non trơ cành. Uống phải nước là chết người."

Kiên nghi hoặc, than van với Bóng:

- Nghe rằng lòng đất nhiễm thạch tín thì xác người trong mộ khó thể tiêu tan. Làm sao xương nàng được khô ráo mà hốt hài cốt? Mà con gái nàng có thể mang tro xương ra đi nơi dặm nghìn?

Bóng hờn dỗi:

"Tôi là một nhân phận đặc biệt trên non nước này. Tôi tự hủy khi còn đang Sống. Lại huy động được máu xương của mình sau khi đã Chết. Tôi chống lại được cả thạch tín. Tôi là Xương Thạch Tín. Hủy diệt hay không là quyền ở Tôi. Cứ lên đồi Phù An mà xem."

- Sao mà gay gắt quá vậy cà?

"Ai bảo anh xương tàn không có nỗi đau?"

2

Đứng trên đồi Phù An, nhìn xa xa thấy rõ nhà thờ An Sơn. Lão Kiên thấy thập tự giá sao nghiêng nghiêng, như một vạch chéo xóa sổ niềm tin trên bầu trời. Hơn nửa thế kỷ trước Cha Xứ An Sơn làm đơn xin Ủy ban Kháng chiến tình nguyện đốt nhà thờ. Cha bảo con chiên ngoan:

"Từ nay các con hãy nhìn Chúa trong Đỏ, và Lửa."

Tiêu thổ kháng chiến là thượng sách. Cha đẻ lão Kiên, từ cái hôm nghe tin giặc Pháp tràn qua Đò Xu, đã từng chất một đống rơm trong nhà mình, tình nguyện nhiệt liệt đốt căn nhà ngói cổ đã bốn đời cha ông từng cư ngụ. Làng xóm chất rơm cỏ khô chỗ bàn thờ. Chất lửa thường trực trong lòng dạ. Về sau, quân đội Pháp không tiến quân nhanh được, phải dừng bên kia bờ cầu Bà Rén bị phá hủy. Ánh hỏa châu sáng rực một phía trời Vân Ly.

Đứng trên núi đồi Phù An thấy rõ phía biển xa một vùng sa mạc cát, bên kia sông Trường, dọc bờ đông, từ miệt địa đầu Phủ Thăng vào Đồng Trì, Kỳ Yên, Đông Tác.

Năm xưa ai cầu tiên giữa chợ Tiên Đỏa? Ai đốt lửa thiên thu trên Nỗng Ông Tào, làng Văn An? Còn đâu dưới mái trời những đụn khói cháy làng xóm khi giặc Pháp đổ bộ lên miền biển Cổ Linh. Ai đương đêm cầm đuốc thắp hồn thiêng tháp Chàm Bà Rầu Con Nghê? Bóng ơi…

Lão Kiên ngơ ngác, nhìn sườn đồi man man mộ chí. Nắng vàng óng trên lưng dốc mòn. Người đi thanh minh không nhiều như xưa. Lão đi tìm… *"Ngôi mộ có bông trang đỏ. Có cô gái bận áo dài màu hoa cà, quần trắng, bên cạnh một nhà sư. Có cái lọ vẽ hình cái xương cụt…Bóng ơi hãy dẫn đường ta đi…"*

**

Rồi lão cũng đến đúng nơi chỉ dẫn của Bóng.

Trên nền đất màu vàng sậm, trải một tấm ni lông, một mớ đất bới lên từ mộ. Một nhà sư đang tay lần tràng hạt, đọc kinh. Một cái bình có hình chiếc xương cụt của người đàn bà trên chuyến tàu đêm ấy, hôm nay đặt ở đàng đầu mộ.

Hai người đàn ông làm nghề bốc mộ thuê đang lom khom đào đất. Một phụ nữ áo màu hoa cà hãy còn trẻ đứng yên lặng nhìn. Tà áo bay trong gió đồi. Cô rất đẹp. Da trắng ngần, khuôn mặt phúc hậu, hai bàn tay mập mạp những ngón búp măng. Cô là nắng tháng Ba.

Lúc Kiên đến, người ta đã đào tới nắp mộ. Một lớp ván cũ bày ra. Hai người thợ cẩn thận mở tấm ván thiên chưa rã mục trên quan tài.

Mọi người kinh hoàng vì hình hài người đàn bà nằm trong áo quan vừa mở nắp, mấy mươi năm vẫn còn nguyên hình hài. Như thịt da không rã tan. Như áo mầu quần liệm chưa phai. Như máu còn âm thầm cơ nguyên. Như son phấn rực rỡ một khuôn mặt tươi tắn, da dẻ hồng hào. Như mấy đóa hoa cuối cùng ném xuống hãy còn nguyên màu.

"A di đà Phật." Nhà Sư gieo kinh.

Người phụ nữ áo Hoa Cà khóc rấm rứt:
"Mẹ ôi, mẹ đây sao. Mẹ sống lại đi…"

Nhưng chỉ thoáng chốc, chỉ mấy giây đồng hồ, hình hài như còn sự sống tươi xinh của xác xương trong lòng mộ tan biến ngay. Còn dưới ánh mặt trời nghĩa trang một mớ xương đen. Gió thoảng, như son phấn phù dung.

Dân gian cho rằng đó là những "ngôi mộ kết." Tinh anh, hoặc nỗi oan khiên, hóa hình lưu vang giây phút, khi mộ vừa được bới ra. Chỉ mấy giây đồng hồ thôi; gió, không khí và ánh sáng, sẽ làm phôi pha, tiêu hủy cái di hậu kia rồi.

Lão Kiên rít một hơi thuốc, yên lặng nhìn. Lão nghe lời vang trong gió:
"Anh không nên nói một lời nào dù đau tiếc. Chẳng nên van vái dù một cái nghiêng mình. Hãy nhặt xương đen mà làm gương soi."

Nhà sư áo vàng niệm kinh, đốt một lá sớ dài. Chú tiểu gõ mõ. Hai người thợ đào tuần tự nhặt những nhánh xương sắp trên một tấm lụa trắng bày sẵn.

Cô Hoa Cà cầm từng chiếc xương Mẹ săm soi, trước khi bỏ vào chiếc hũ sành xương cụt đen. Cô chừng như rất dạn dĩ, thân thiết với mớ xương tàn.

Bỗng cô áo hoa cà nghe vang vang từ xa trong nắng: *"Hãy cho người đàn ông đứng cạnh con chiếc xương cụt của mẹ đi con."*

Cô Hoa Cà ngó quanh không thấy ai - bấy giờ lão Kiên đã nghi hoặc, bước ra xa một chút.

Cô Hoa Cà hỏi trong gió thanh minh:

"Mẹ ơi có phải cái ông xa lạ đang rít thuốc ngó mông kia không mẹ? Ông đang nhìn người ta đốt rẫy mẹ à. Vùng đây chẳng còn ai sao có ai nổi lửa? Khói đùn đen một góc rừng."

Lời chỉ dẫn từ trong lòng mộ:

"Đúng rồi, ông ấy đấy. Ông ta đang có một cái kính lúp bằng xương thịt trong người."

Cô gái nghi hoặc:

"Sao lại tặng chiếc xương cụt? Mẹ sẽ thiếu mất một phần xương sống nơi xứ người. Vì sao mẹ trao xương?"

Bóng tha thiết:

"Đây là việc riêng của thời đại mẹ cha, con không nên biết làm gì. Con hãy đem theo những gì còn lại. Mẹ nhắc lại, ông ấy cần chiếc xương tàn để làm gương soi."

"Mẹ ơi con không hiểu?"

"Hiểu để làm gì? Đâu thay đổi được gì. Hãy sống cho thanh thản con của mẹ. Các con đã có riêng một nhân phận, trong một thế giới khác hẳn Hôm Qua trên xứ sở này rồi."

Cô gái nói với Kiên khi lão đã trở lại đứng bần thần bên huyệt mộ trống:

"Mẹ tôi biếu Bác làm quà cái xương cụt của mẹ."

Lão Kiên ngập ngừng.

Cô gái nghi hoặc hỏi:
- Mà Bác từ đâu tới?"

Kiên từ tốn:
"Bác từ Ngày Xưa trở về. Cháu chẳng nên nghĩ tới Bác làm gì. Bác là cái sai lầm chết người của Quá Khứ."

Cô gái nói trổng:
- Quá khứ thì buồn.

Lão Kiên ngậm ngùi khi trả lời:
"Với Bác thì không buồn không vui, không được không mất. Mà cháu nghĩ tới Bác làm gì. Quá khứ không thuộc về các cháu. Nên xóa bỏ Bác đi. Nên gạch tên Bác trong nỗi nhớ của các cháu. Hãy rộng lòng xem như Không-từng-có-Bác trên đời. Bác như một tặng phẩm sai lầm trong dòng chảy gọi rằng Lịch sử."

- Nhưng sao Bác lại đi tầm xương người?
- *Bác làm gương soi.*
- Soi những gì?

Lão Kiên im bặt.

Lão cầm chiếc xương cụt. Nó không ấm áp như chiếc xương cụt còn máu chảy trên đồi xưa. Nó không vang động tiếng kèn. Nó có tiếng gọi khác thường, như một nhiệm mầu từ lâu vắng bóng.

Chiếc xương cụt giờ đây không tuyền đen. Sao có màu xam xám? Nếu soi dưới kính hiển vi, nếu chụp cắt lớp chắc nó hàng tỉ tỉ cái chấm trắng.

Năm xưa lúc lên đường chỗ ngã ba Trạm, lão Kiên nhớ rõ, Mụ Sành ngăn Kiên lại và nói:

"*Chuyện thường tình thế gian mà cậu bỏ xứ mà đi là quyền của cậu. Nhưng sau này đào mồ con vợ cậu lên mà không có dấu vết ngoại tình thì cậu phải đội quần cả đàn bà trên thế gian này thôi. Mà cái xương cụt vợ cậu có một cái đốm trắng đó chưa chắc con vợ đã ngoại tình như thế gian đồn đãi. Đừng tin vào những chuyện nhảm nhí nhân gian mà phí hoài tháng năm cho thù hận…*

"*Có ngày cậu phải trả giá cho cái lý-tưởng-đội-quần, cái khẳng định mơ hoặc, cái niềm tin mà chỉ khi đào mả quật mồ, ra công máu tủy để xét lại mớ xương tàn, đã chưa chắc khẳng định được rằng đáng tin, hay chưa đáng.*"

Bỗng, sư áo vàng nói:

"Vùng này nhiễm độc. Có những cái xương thạch tín nằm bao năm trong mộ vẫn trắng nõn như da dẻ ông Đờ Gôn."

Sư tưới một mớ rượu trắng, mùi rượu thơm, lên chỗ tro tàn của lớp vàng tống tiễn vừa đốt.

Đồi thanh minh gió ngàn.

Có khói bay đưa lên từ vùng rẫy đốt xa xa.

Lão Kiên ngây ngất, bất giác quỳ xuống đưa lưỡi liếm chiếc xương đen pha xám vừa nhặt lên từ mộ. Lão thè cái lưỡi không còn đỏ tươi như lưỡi son thời trai trẻ. Mà lưỡi lão xám màu, pha vô vàn đốm trắng bợn bợn như cái nang con mực tươi. Nước miếng lão chảy dòng như miệng đứa trẻ thơ mút kẹo. Miệng non tơ thèm thuồng lúc ngậm vú mẹ. Lão ngậm trọn cái xương tàn héo hon mòn nhỏ vào tận cổ họng, hai má phình ra, cố đưa cái hơi *xương*, mùi cũ, cố nghe tiếng thì thầm của *xương* vùi lâu trong đất vào tận ruột sâu gan kín... Rồi lão nhả chiếc *xương*. Nhìn trời xanh khói núi. Thở. Lại nhắm tít hai mắt ngậm *xương*. Liếm. Mút... Lão nghe da thịt bờ ao chiều ánh trăng. Nhớ màu nước mùa lúa trổ đòng đòng. Rêu và chim hoang đỉnh tháp... Cái *xương* cụt lốm đốm thạch tín bỗng đen dần ra. Lão định nhai luôn *xương*. Nuốt. Nhưng lão muốn kéo dài cái vị tê tê từ não. Cái tâm thức hoang dại hôn mê. Lại mút liếm ngọt ngào *xương* tàn. Liếm đau. Liếm mãi... Lão tìm sữa Mẹ trong *xương*.

Cô gái áo hoa cà kinh hoàng, đứng run rẩy nhìn Người-Liếm-Xương.

Sư áo vàng gõ một hồi kinh, niệm nam mô A di đà...

Hai phu đào đất nói nhỏ với nhau:

"Chết mẹ thằng Cha Già mút xương đen như nhậu xíu quách."

Đứng trên đồi Phù An nhìn thấy con sông vàng khô cạn. Những thân núi Trường Sơn trơ đứng đẳng tây. Này đây, núi xương, sông độc, Bóng ơi...

Cha-già-chết-mẹ-ăn-xương như nhậu xíu quách đang mê man, bỗng nhận ra có lời rì rào trong gió:

"Người có nghe ra mùi xương tàn và âm vang xương của Ta không?"

- Có. Ta nhận ra cả mùi lẫn vị người xưa ạ. Ta biết được tâm sự chỗ xương tàn người ơi. *Xương sẽ còn Lời tới nghìn sau.*

Bất ngờ, Lão Kiên bước hẳn xuống lòng mộ chưa lấp đất. Ngồi. Tựa lưng vào nền đất đen ẩm hơi ma. Trên bầu trời thoai thoai những mây đen. Mây che nắng, nắng chen trong mây, làm rừng núi xa trở nên trắng đen, mù sáng chen lẫn.

Thiên nhiên, *một đóa hoa chuyển luân.*

Rồi trời rắc hột vung vãi trong cảnh mờ ảo. Lão Kiên nhận ra trong lòng đất tháng ba nắng trong, gặp mưa vội, một mùi khen khét. Nó khác với mùi thuốc đạn. Khác mùi Nghĩa tương tư.

Nhưng cơn mưa hoa âm-dương-thanh-minh này khơi gợi trong lão một phần đời khác. Nó không thuộc về lão nữa. Nó là một trang kinh của rắc hạt Hoa nghiêm.

Mọi người bàng hoàng nhìn khi chiếc xương cụt xám lốm đốm trắng bây giờ trở nên bóng đen như khối ngọc huyền. Cô gái rùng rợn nhìn Kiên, nói thầm, mà cũng là nói với trời xanh:

"Bác ôi, Bác biết hối cải thì nghìn triệu xương oan cũng trở tuyền như ngọc. Chỉ có Bác mới tự rửa oan, và giải được oan cho bao nấm mồ."

Hai người phụ việc xúc đất lấp lại huyệt mộ. Cô gái ngồi chỉnh tề, trải vạt áo dài phía trước, nơi có bày hoa quả đồ tế cúng. Cô cúi mặt trên vạt áo hoa cà lạy đất đai nơi an nghỉ của Mẹ, cũng là nơi cuối cùng xương Mẹ ra đi. Cô mở cái hũ sành nhìn xương Mẹ lần nữa. Cô khóc rấm rứt.

Kiên ngập ngừng nói với cô gái:

- Tôi trao lại cho cô cái xương cụt này. Hãy bỏ vào bình. Cho toàn vẹn.

- Cháu không dám. Để cháu hỏi Mẹ.

Cô lại hỏi lão Kiên:
- Vì sao Bác gom nhặt xương tàn?

Lão Kiên im bặt. Rồi lại ngập ngừng:
- *Vì Ta có lỗi với máu xương.*

Họ cùng đi xuống triền đồi.

Cô gái ôm cái hòm màu huyết dụ trong có cái lọ hình xương cụt. Lão Kiên lại thấy ở đầu núi xa một bầu trời nắng hanh vàng chen trong mưa bụi. Nơi đóa hoa chuyển luân một giải đen trải dài theo núi, giống như đám mây lão đã nhìn thấy lúc ngồi trong con tàu thời gian. Nhưng giờ đây vừng mây không còn là hình người đàn bà nằm trôi trôi; như cố đuổi theo con tàu, như lão hằng thấy. Kiên van vái thầm:

"Mong Em được giải kiếp."

Vườn Cây Cau 2005,
ba mươi năm chưa giải oan.
Phúc thảo 2007

PHỤ LỤC

Phần I

Tiểu sử – Tác phẩm
Lời Thưa của Tác giả

Phần II

Trích đoạn từ các tiểu luận,
nhận định của nhiều Tác giả
liên hệ đến *Xứ Động Vật.*

Phần I

Tiểu sử – Tác phẩm
Lời Thưa của Tác giả

Cung Tích Biền
[ảnh Hoàng Thị Kim]

TIỂU SỬ:

Tên thật Trần Ngọc Thao, sinh ngày 8 tháng 2 năm 1937, khai sinh ghi 1938, tại làng Văn An, Thăng Bình, Quảng Nam.

1937-1945, sống chín năm thời Pháp thuộc, Triều Nguyễn, Vua Bảo Đại. 1945-1954, chín năm trong vùng Kháng chiến Việt-Pháp, Liên khu V, do Việt Minh kiểm soát. 1954-1975, hai mươi mốt năm Việt Nam Cộng Hòa. 1975-2016, bốn mươi mốt năm dưới chế độ Cộng sản. Tháng 10-2016, qua Mỹ sống tiếp.

**

• Đã học Tiểu, Trung, Đại học.

• 1961 dạy Anh văn và Việt văn tại các trường trung học tại Quảng Nam. 1963 động viên vào trường Võ Bị Thủ Đức, khóa 17. Tốt nghiệp Trường Sĩ quan Hành chánh Tài chánh khóa 10, thuộc Bộ Quốc phòng Quân lực Việt Nam Cộng Hòa. 1964. Vì lý do chính trị, bị chính quyền Tướng Nguyễn Khánh chỉ định cư trú tại Miền Tây, cách ly Miền Trung, thời hạn bốn năm [1964-1968].

• 1964-1969 phục vụ qua các đơn vị 211 Pháo Binh, Sư đoàn 21 Bộ binh [Bạc Liêu], Trung đoàn 10 Thiết giáp [Đức Hòa] Tiểu đoàn 251 Pháo Binh, Sư đoàn 25 Bộ Binh [Tây Ninh].

• 1970 giảng viên Trường Sĩ quan Hành chánh, Sàigòn. 1972 lập gia đình cùng Hoàng Thị Kim. hiện sống tại Mỹ. 1973, giải ngũ cấp bậc Đại úy. Giáo sư Thỉnh giảng Viện Đại học Cộng Đồng Quảng Đà, Đà Nẵng.

• Sau 30 tháng 4-1975, vào trại Cải tạo ngắn ngày theo quy chế sĩ quan giải ngũ. Sống lây lất bằng đủ thứ nghề. Đạp xe ba gác, chạy xe ôm, làm cu ly bốc vác, thợ mây tre lá, thợ sơn mài. Năm 1982 tạm ổn định nhờ vợ buôn bán sơn mài. Nhiều thập niên làm thân chùm gởi trong gia đình, được vợ và các con ân cần nuôi dưỡng, rất mực đầy đủ.

**

Nghề và nghiệp trọn đời: Viết văn.

Là một Nhà văn Độc lập. Suốt một đời cầm bút, tới nay đã trên 60 năm, qua nhiều chế độ, dân sự cũng như quân đội, không tham gia/dự bất cứ một nhóm, một thi văn đoàn nào; không hề là hội viên của bất cứ hội Văn bút [PEN Club], hoặc hội Nhà văn nào, từ trung ương tới địa phương, trước cũng như sau 1975, trong cũng như ngoài nước.

Khởi nghiệp rất sớm. Có truyện và thơ đăng trên các báo từ 1956, với nhiều bút hiệu lúc ban đầu [Chương Dương, Việt Điểu, Uyên Linh] trước khi có bút hiệu Cung Tích Biền. Với những bút hiệu này, đã đoạt được vài giải thưởng tí hon. Giải truyện ngắn ở Quảng Nam, 1958, giải thưởng thơ trường Quốc học Huế. Năm 1960, phụ trách một chương trình thơ, có tên *Con Tàu Thi Ca,* Đài phát thanh Huế.

**

Bút hiệu Cung Tích Biền xuất hiện lần đầu tiên trên tuần báo Nghệ Thuật, tháng 3-1966, tại Sàigòn, với truyện ngắn *Ngoại ô, Dĩ An và Linh hồn Tôi.*

Truyện này được viết tại Bạc Liêu tháng 11-1965. Tháng 3-1965 quân đội Mỹ đổ bộ lên Cảng biển Đà Nẵng, trực tiếp tham chiến vào chiến trường Việt Nam.

Có truyện đăng trên hầu hết các nhật báo, tuần báo, tập san văn học nghệ thuật có giá trị, trước và sau 1975, trong và ngoài nước, cả trên các trang web văn học. Có tác phẩm dịch sang Anh và Pháp ngữ.

Hiện nay, 2019, Tác giả vẫn còn viết, vẫn còn công bố những tác phẩm mới.

LỜI THƯA CỦA TÁC GIẢ

Toàn tập Tân truyện Xứ Động Vật được công bố lần đầu tiên trên Tuần báo mạng Văn chương Không Biên giới Da Màu, www.Damau.org. Đây là số báo Đặc biệt [Chuyên đề] *Văn chương Cung Tích Biền*, từ ngày 23 đến 28 tháng 3 năm 2008.

Ngay sau khi Tân truyện *Xứ Động Vật* xuất hiện, một số trang mạng khác đã đăng lại những tân truyện này – mỗi tân truyện gồm nhiều tiểu truyện. Nhưng không đăng nguyên vẹn tác phẩm. Mà, đã tự ý trích/cắt một đoạn văn – chừng năm bảy trăm chữ tới vài nghìn chữ - rồi đặt nhan đề mới, xem như đó là một *"truyện ngắn mới."*

Với kỹ thuật sáng tác của Tác giả, bố cục tương đối chặc chẽ, dù chỉ một tiểu đoạn năm bảy trăm chữ vẫn có mở kết, gói gọn một chủ đề; dù tách riêng ra, cũng có thể trở thành một truyện ngắn.

Tuy nhiên, sẽ hoàn hảo hơn, nếu được ghi chú rõ ràng nguồn, và phần được trích xuất xứ từ nguyên tác nào trong những Tân truyện của Xứ Động Vật. Một độc giả chẳng may chỉ đọc mỗi trích đoạn này sẽ có thể nhầm lẫn, lạc nguồn. Việc trích/cắt, sẽ tạo ra những dị bản, làm sai lạc mạch văn, chủ đề, trong xuyên suốt toàn vẹn tác phẩm của Tác giả.

Dưới đây, là một số đoạn văn được "giải phẫu" từ nguyên bản, để trở thành những truyện ngắn mới.

Tác giả vẫn luôn trân trọng người đọc, quý mến những độc giả đã ra công truyền tải, phổ biến tác phẩm của Tác giả, do vậy Lời Thưa này chỉ là một khiêm tốn đề nghị chỉnh sửa cho đúng mà thôi. Vì chỗ tế nhị, không ý định chỉ trích, Tác giả đã không ghỉ rõ địa chỉ nơi có những đoạn trích/cắt. Mong thông cảm.

một

HÀNH TRÌNH MINH TRIẾT

Trong u mê màu khói Ta nghe Ta đi rồi. Ông phân thân. Ông mỗi mình lo việc tẩm liệm mình. Đây là cái vô thức, cái bản năng đứng ra tẩm liệm con người ý thức, cho vào áo quan. *Từ đây còn lại con người rừng rú, cái phần bản năng động vật đối xử mưu sinh với cuộc đời...*Rồi tôi đưa tang tôi. Tôi nhà Phật. Một vị hòa thượng đi trước quan tài niệm kinh. Bọn tống tiền rải giấy vàng mã dọc đường hối lộ bọn âm binh thôi quấy phá cái phần lương trí đã bị khâm liệm trong áo quan hôm nay.

Trên đường phố quan tài tôi đi qua có người lịch sự nghiêng mình tống tiễn, có đứa thản nhiên đứng vừa nhìn vừa đái lên gốc cây vỉa hè. Thằng Đạo sĩ ma mãnh đứng chỗ công viên bãi cỏ xanh vẫy tay chào. Miệng toe cười, râu trắng bay. *"Đừng giỡn mặt thằng hóa hình."* Xe tang tới chỗ ngã Sáu Sàigòn bỗng nhiên từ đầu mỗi ngã đường xuất hiện một vị đại diện tôn giáo đứng mời đón linh hồn. *"Sao mà đa nguyên ác chiến thế này."* Tôi nhìn đức Cha quyến rũ đứng xa xa, rồi thưa với vị Hòa thượng đi đầu đám tang tôi: *"Thầy ơi hãy cho quan tài của con vào nhà thờ, con muốn được rửa tội." "A di đà Phật Thầy sẽ chiều theo ý con. Đạo nào cũng đưa con đến Bực thềm Cửa mở. Từ đó con tự cứu lấy mình."*

Lại xa xa đầu những con đường ngã sáu ngã bảy khác, giữa thành phố văn minh anh hùng, tôi thấy Bác Stalin, Bác Mao Trạch Đông, Con ngựa Hốt Tất Liệt. Anh hùng Hitler, Ngài Mafia Năm Cam... Muốn đi đường nào tự do chọn lựa. Trong cõi u minh đường đi không quy định lối tới chiều lui. Không có bảng hiệu Tự do hay Đồng Khởi. Chao ơi muộn tàn canh muộn màng. Khi thẳng cẳng trong áo quan, mới được thấy một quan lộ đa nguyên.

Đính chính của Tác giả:

Đoạn văn trên được trích từ tiểu truyện thứ III có tên Hành Trình Minh Triết [2.282 chữ] trong Tân truyện Xứ Động Vật Vào Ngôi [13.890 chữ] gồm nhiều tiểu truyện. Như vậy, phổ biến trên mạng hiện nay đang có một dị bản, một truyện chớp [flash story - chỉ 357 chữ], cùng tên với nguyên bản Hành Trình Minh Triết của Tác giả.

hai

MÙI TỰ DO BỊ THIÊU CHÁY

Có lần kiến trúc sư Khúc đã kể cho tôi nghe một câu chuyện thế này:

"Ở sở thú Sàigòn có một người chăm sóc thú một hôm tắm cho sư tử con bằng một loại xà phòng khác loại đã tắm cho nó thường ngày. Tắm xong, sư tử con được trả về chuồng cùng mẹ. Sư tử mẹ quay quắt khi nhận ra một mùi lạ. Nó ngửi con, cố liếm lông cho sạch mùi. Nó nhìn quanh quất cái chuồng sắt, những bức rào cao, con roi sắt của đám cai quản. Cái mùi ray rứt còn mãi. Sư tử mẹ giận dữ cắn chết ngay con sư tử con."

Nghe xong câu chuyện, tôi im lặng. Khúc lại kể tiếp chuyện thứ hai về mùi:

"Hồi bé, nhà mẹ em có nuôi một con mèo cái. Con mèo này đi hoang dữ lắm. Nó mang trộm đủ thứ thức ăn từ hàng xóm về khuya khoắt ngồi xơi một mình. Trong đêm nó như một con ma già. Một hôm mẹ em thấy bụng nó bự. Mẹ nói đùa con mèo này có chửa hoang rồi. Rồi nó đẻ một đám mèo con.

"Một hôm có người bà con đến thăm. Thấy mèo con xinh xắn dì em bồng bế ve vuốt. Mèo mẹ thấy nguy hiểm, vì mùi dì không là mùi người quen thuộc trong nhà, nó liền tha con đi lót ổ chỗ khác kín đáo hơn.

"Dì em ở chơi, ngày thứ hai lại ôm lũ mèo con ra thả trên nền nhà đùa vui. Con mèo mẹ lần này không dời ổ nữa. Chắc con mèo mẹ nó không vui trong lòng, nó nói trong bụng: **'Tao phải dời đi đâu nữa trong một nơi chốn chúng mày chiếm ngự cả rồi, sờ gáy lũ nhóc con rồi.'** *Nó sợ mùi lạ. Mèo mẹ tức tốc cắn lũ con chết toi. Và ăn thịt từng con mèo con máu me."*

Tôi vẫn im lặng. Khúc lại hỏi:

- Có phải vì mùi mà có những cái chết kia không? Có phải vì thương yêu mà kẻ thân yêu bị tàn sát? Và, có phải muốn trọn vẹn thương yêu nên phải nhai nuốt cái đau thương mang hình hài kia không?

Tôi hiểu ra một chút ánh sáng le lói nào đó trong câu chuyện Khúc kể. Nhưng không hiểu được mục đích của Khúc khi kể để bày tỏ những gì. Tôi nhẹ nhàng phản bác :

- Đó là cách cư xử của muôn loài. Con người không thể.

Khúc minh biện:

- Con người cũng không hơn thế đâu khi ở đường cùng. Cha em xưa kia đã giết mẹ em. Ông ta xem *Tự do là trung tâm, Con người là giải pháp.* Suy theo lẽ thường cha em đã thọ ác. Nhưng ông không hèn. Ông không đành dùng cái chữ "Đành lòng" để mua lấy cái Sống qua ngày.

Tôi nhìn ra áng mây mờ trong bầu trời xa khuất của Khúc. *Tôi cũng từng trong áng mây bão. Cũng từng nghe tiếng gió rít xoáy khá lạnh lùng. Rất khô và đanh ác. Nhưng khác với người cha của Khúc. Tôi đứng yên trong thời thế, đông cứng thủy tinh. Chịu đựng thân thủy tinh tan vỡ trong từng ngày. Tôi-thủy-tinh đau nghe tiếng vỡ - không riêng mình mà từ cả những người thân yêu nhất. Nhưng tôi thể nào xử sự như mèo hay sư tử.*

Sau cùng tôi trả lời Khúc:

- Như thế, "không đành lòng" thì phải giết người sao? Tôi đồng ý rằng khác mùi thì khó thể hòa đồng, mùi vô sản hay tư bản! Tôi hiểu, tôi chia xẻ cái tang chế bất khả tư nghị của người cha giết vợ. *Nhưng luân lý đã đóng đinh lên thường hằng, rằng anh có quyền tự hủy nhưng không có quyền hủy một con người. Cái quan điểm xem con người là phương tiện, hay giải pháp e rằng không nhân văn tí nào. Cứ lùa người vào chỗ chết hàng loạt, cứ cứu cánh biện minh cho phương tiện, cái đó chúng ta hình dung ra sức mạnh của một bọn dã thú.*

Trên xa xa kia có một hàng cờ phất phới bay. Một rừng cờ trong nắng. Trời đỏ như run. Khúc bỗng nói lớn. Giọng nói rất sạch:

- Nhưng trong lịch sử nhân loại bọn dã thú man rợ, nếu khởi chiến, luôn là chiền thắng cái xã hội có nhân quyền, có văn hóa, có nhân nghĩa hơn chúng.

- Đúng. Nhưng cái văn hóa, văn minh, cái nhân nghĩa cũng từng nhiều lúc nhân hóa bọn dã thú. Thậm chí bọn chiến thắng còn hóa thân chui vào nền văn hóa, nhân văn, bị toàn diện đồng hóa ngược. Mông Cổ, Mãn Thanh sờ sờ đó...

Trong không gian lạnh của quãng phố sớm mai này có tiếng trống nhịp xa xa. Khúc bất ngờ lặng đi.

Anh chìm trong biển hát âm u của quá khứ. Tôi hiểu niềm bí ẩn trong mắt, khí hậu mỏi mê quanh đây, một trời nghi hoặc.

Đây là *"Mùi Tự do bị thiêu cháy."*

2.

Ở gần Khúc nhiều năm, tôi hiểu thêm nhiều điều bí ẩn. Nỗi đau đã biến thành Mùi.

Khúc có một cái mũi thần linh nhận ra đủ loại mùi, hoặc cái không thể có mùi với nghĩa đen, như "mùi tư tưởng" chẳng hạn.

Đứng trước một cái tượng đài, nhìn đầu tượng xi măng cốt thép cao ngất, Khúc nói rằng mình nhận ra trong cái đầu đá sắt kia hôi thối, thời gian không gội sạch. Ở Sàigòn Khúc nghe được mùi Hà Nội. Hai mùi hai đầu này bao năm khó thể hòa lẫn nhau được.

Khúc mang bệnh Ngộ Mùi. Ám ảnh mùi. Ung thư mùi.

Khúc không những cảm nhận mùi từ mũi. Mà nghe. Không những nghe từ tai. Mà nhận ra cái không hình tượng đó từ đầu sợi lông măng, từ cái lạnh tủy sống, chỗ man mác nổi trôi, đau đau từ cái rùng mình.

Một hôm nắng tốt, khí hậu trong lành, chúng tôi đang ung dung trên bãi biển, Khúc bỗng ngửi ra trong bầu trời xanh ngắt an lành kia mùi cuồng nộ của khí thiêng. Khúc ngộ ra mùi điên trong những áng mây thơ mộng kia.

- Trời sắp ban phát tử khí. Khúc nói.

Quả nhiên mấy hôm sau một cơn bão dữ cấp 12 ập tới. Những lều bạt trên bãi tắm được bão dọn sạch. Những đồi cát gió bào mòn, thấp hẳn xuống, Không một cây trụ điện nào còn đứng thẳng trong thị trấn. Gió bê bưng những chiếc xe trên đường chạy ném xuống vực. Bão tan, nhà cửa tan nát, hàng trăm người bị thương, hai mươi chiếc quan tài chờ tống táng. Mãi nhiều hôm sau thị trấn ven biển chưa thoát khỏi mùi. Mùi của hoang lạnh, điêu tàn. Những cơn gió điên tức thì bỏ lại đây một trật tự nhân gian không theo cấu trúc bình thường nào.

Đính chính của Tác giả:

Chương văn trên nằm trong tiểu truyện Hiệu Ứng [II], tân truyện Xứ Động Vật Vào Ngôi. Người trích đưa lên mạng và đặt tựa đề mới, là Mùi Tự do bị thiêu cháy. Cụm từ "Mùi tự do bị thiêu cháy" có trong nguyên tác nhưng không phải là một tựa đề cho bất cứ một chương, một tiểu truyện nào trong tác phẩm Xứ Động Vật của Tác giả.

ba

CHUỒNG TRẠI MÙA XUÂN

Bây giờ mùa xuân đã qua. Nền Cộng hòa đã bị xóa sổ.

Bây giờ chừng như mùa mưa miền Nam. Chen trong nắng mềm là rắc hột hanh hao. Đường phố

Sài gòn bỗng vắng vẻ lạ thường. Cây lá buồn. Gạch ngói buồn hơn. Từng dòng người gầy ốm gò lưng trên yên xe đạp dong ruổi. Chùa chiền, giáo đường vắng tín đồ, đúng nghĩa Giáo-đường-im-bóng.

Con đường Tự Do, con đường cổ nhất và sang trọng nhất của Sài gòn, nối từ nhà thờ Đức Bà ra bờ sông được đổi tên thành Đồng Khởi. Đường Công Lý, con đường rộng nhất, dẫn từ Dinh Tổng Thống ra phi trường Tân Sơn Nhất có tên gọi trong chế độ mới là Nam Kỳ Khởi Nghĩa.

Có điều lạ, thời Cộng hòa con đường Tự Do cấm không cho xe đạp và xe ba bánh chạy qua; đường Công Lý thì xe chỉ được chạy một chiều. Để mỉa mai chế độ Cộng hòa, công lý cũng như tự do chưa tới bến, dân chúng xưa kia từng truyền tụng:

"Công lý một chiều, Tự do giới hạn."

Hôm nay nhân gian xã hội chủ nghĩa lại ví von sự đổi đời qua câu ca cay mừng đắng như vầy:

"Nam Kỳ Khởi Nghĩa tiêu Công Lý,
Đồng Khởi vùng lên mất Tự Do."

Buổi sáng, có một người chị từ Tự Do đến thăm người em gái Công Lý. Ngồi một lúc với chén nước mưa không đun sôi, nhìn ngôi nhà tàn tạ của cô em Công Lý, người chị Tự Do thở dài, nói:

- Đất nước đã hòa bình, nhưng thời thế đảo ngược rồi em ơi. Là những kẻ chiến bại, loại thường dân hạng hai chúng ta lâm vào hoàn cảnh đốn mạt. Cả nhà thất nghiệp. Tiền gởi trong ngân hàng bị khóa lại, nhà nước tịch thu cả rồi. Vợ chồng em mất công ăn việc làm. Nhà cửa trống hoang trống lốc thế này; máy móc, xa lông, sách quý, thậm chí áo quần, tủ thờ ông bà ông vải cũng mang cả ra bán chợ trời kiếm chút tiền độ nhật. Chao ôi rồi ra vợ chồng con cái em sẽ sống làm sao đây. Chồng em dạo này tính khí bất thường. Dượng ấy điên rồi. Có khi giết cả lũ nhà này...

Cô em lặng thinh khi nghe chị nói. Ý nghĩ trong tâm não sao bỗng bay tan đi. Cô chỉ khóc nhìn đứa con tám tuổi. Thằng Khúc nhỏ gầy ngồi chỗ hàng hiên cạo vỏ mấy củ khoai lang.

Hơn tháng nay các kho lương thực trong thành phố bất ngờ cạn sạch gạo. Cửa hàng hợp tác xã độc nhất phân phát thực phẩm chỉ có thể thay thế gạo cho dân chúng, bữa có bữa không, bằng hạt bo bo, khoai lang, bột mì Liên Xô, những trái ngô ốm o chỗ nông trường...

Đây là thời kỳ tem phiếu, việc phân phát lương thực thực phẩm hạn chế theo đầu người có trong tờ hộ khẩu. Không có hộ khẩu thì không được cư trú và đương nhiên không tìm đâu ra cái ăn, không thể tìm được việc làm.

Không có thị trường tự do. Dân chúng không có điều kiện mua thừa thực phẩm để dự trữ, nhưng cửa hàng có quyền bán thiếu tiêu chuẩn thực phẩm theo đầu người. Mọi thứ khan hiếm. Mua nửa lít nước mắm cũng phải chờ có phiếu phân phối. Phải đợi năm bảy ngày may ra có tin mừng hơn mẹ tái sinh: "*Hôm nay nước mắm về.*"

Lại phải sắp hàng trong nắng mưa hàng vài ba tiếng đồng hồ mới đến lúc mình được gọi tên, để mua một lít nước vàng-vàng-mặn-mặn pha chín phần mười là nước muối; hoặc một vài lạng thịt cá đã đầy ruồi nhặng.

Năm bảy ngày bếp nhà toàn muối với rau, hôm nghe tin cửa hàng có thịt cá, người khu phố như nước từ sườn non đổ về dòng chung; con suối người lơ láo ấy chảy tới chỗ ruồi nhặng. Sắp hàng trật tự. Chờ. Chỗ khung cửa hẹp một cô phát thực phẩm gọi tên, nhận sổ, xem mặt người. Một cô cân đong. Có được nạc, mỡ, chỗ ngon dở, phần tươi thiu, là tùy vào chỗ ưu tiên, là anh Tám bác Ba, hay gia đình cái bọn hạng hai.

Một nền kinh tế quốc doanh lúc này cao vững như thái sơn. Cả nước bị khoanh vùng, giới hạn mọi lưu thông kinh tế thương mại. Mỗi tỉnh, mỗi thành phố là một vương quốc. Đúng ra một cái Chuồng. Tự lo cái ăn cái sống trong vòng rào, nghiêm cấm hàng hóa ra khỏi tỉnh, thành. Ngồi trên xe đò, trong túi xách của anh có vài ký gạo, hay một cân thịt – đó có thể là thứ người bà con nhường cho nhau – là anh bị kết tội buôn lậu, gian thương.

Sài gòn đói gạo nhưng miền đồng bằng sông Cửu Long gạo thừa mứa nấu bớt cho heo ăn. Người miền núi thừa gỗ, chặt cả gỗ quý, danh mộc như cẩm lai kiền kiền làm củi đun, trong khi dân miền biển dùng tre nứa thay cho những công trình cần lâu bền. Ở thôn quê nông dân thừa sản vật nhưng thiếu tiền mặt, thiếu thuốc chữa bệnh; không có điện, khan hiếm xăng nhớt xi măng sắt thép, không tìm đâu giấy vở cho học trò đến trường.

Xã hội buổi này có hai loại thành phần, giai cấp, tuyệt đối rạch ròi. Công dân hạng chiến thắng ngày ngày hát mừng, đi tiếp thu nhà cửa gom nhặt tài sản máy móc của kẻ chiến bại. Toàn bộ còn lại, dân chúng Miền Nam chiến bại, là thường dân hạng hai.

3.

Thằng Khúc xanh xao đầu thai trong nhà thường dân hạng hai.

Khúc lên tám cạo cắt củ khoai làm sao cắt cả vào bàn tay máu chảy ròng ròng. Nó đưa ngón tay lên miệng nuốt máu. Máu nhiều, nó cởi áo, lấy vạt áo bụi bẩn quấn chặt bàn tay. Không có bông băng, không thuốc tím thuốc đỏ, nắng ngoài kia rát bỏng, chỉ có thể làm thế thôi. Quấn chặt một hồi rồi máu chỗ vết thương cũng ngưng chảy thôi.

Xã hội đang trong hầm chuột hun khói. Nhân ảnh dị dạng. Mọi thứ bậc đổi ngôi. Cái gì lạ lùng quái gở nhất trên thế gian cũng có thể thường trực xảy ra.

Một người hàng xóm đau ruột thừa, thông lệ là mổ dễ dàng như mổ ruột gà, nhưng bệnh viện được tiếp thu bởi các bác sĩ giàu-tinh-thần-súng-đạn hơn là chuyên môn y khoa – các bác sĩ chế độ Cộng hòa, các chuyên viên giỏi đã đi tù hoặc tự bỏ bệnh viện ra nước ngoài – đã để người hàng xóm chết queo. Bởi, thay vì mổ ruột thừa bác sĩ đời mới chẩn đoán bệnh nhân bị sạn thận nên chưa cho vội mổ. Một ngày sau ruột thừa vỡ, bệnh nhân trở thành nạn nhân của sự nhầm lẫn, chết vì nhiễm trùng thối rữa cả ổ bụng.

Không có gì phải đau lòng, là đáng ngạc nhiên cả. Đó là chuyện thường ngày trên một xứ Rồng Tiên mọi sinh hoạt xã hội đang lật ngửa bỗng nhiên lật úp cái rụp. Bộ não đang dạng tươi, bỗng một chiều được sấy khô giống nhau, trong cái lò bát quái.

Một người đau răng hàm dưới bị nha sĩ - từng có hơn ba cái bằng tuyên dương chống Mỹ - nhổ một lúc sáu cái răng hàm trên, cả răng cấm. Bệnh nhân trợn ngược mắt trắng, giãy đành đạch bất tỉnh.

Báo hàng ngày đăng nghìn tin lạ. Không hề là tin đồn, thổi phồng đó đây.

Một bác sĩ mổ người làm sao khi khóa ổ bụng bệnh nhân mới nhớ là đã quên trong ấy một cái kềm. Một chị bị nhiễm trùng âm đạo, khám thế nào lại mổ cắt mất tiêu cái tử cung. Từ đây thôi đẻ. Một loạt học sinh mẫu giáo chủng ngừa siêu vi gan xong là lăn đùng ra chết tươi. Một người bị chó dại cắn, chích thuốc ngừa trị thế nào, một tháng sau cơ thể bệnh nhân bị phản ứng thuốc, nạn nhân bị lột da tươi, từng mảng da beo. Chết thối tha trước khi chết vì cho dại. Một sinh viên bị viêm màng nhĩ, bác sĩ khám xong mổ cắt mất tiêu cục a mi đan không cần thiết phải cắt. Thằng sinh viên hụt chết vì bệnh máu chậm đông. Buổi sáng, báo đăng tin đàng hoàng, một cụ già, có tên tuổi rõ ràng, đang nằm viện điều dưỡng bệnh trĩ, bị gọi lên cho bác sĩ gây mê để mổ tim. Cụ Bệnh trĩ vừa ăn sáng xong thì bác sĩ vặt đầu gây mê, cụ bị sốc phản vệ chết tốt... Cuộc sống nghìn lẻ một đêm là phối hợp tuyệt kỹ giữa thần tiên quái ảo tây du ký với hợp tan lương sơn bạc, là hòa ngẫu cực kỳ lãng mạn hồng lâu mộng với gian dâm có định hướng kim bình mai.

Người chị Tự Do nhìn thằng Khúc Công Lý nhăn nhó vì mớ máu trong vạt áo bụi bẩn. Căn nhà đối diện bọn buôn ve chai đang ngồi định giá cả mớ vỏ đồng hồ, quạt máy, radio những cái ống vố loại xịn, mấy bộ ly tách uống rượu tây quý giá. Bọn thu mua ve chai ép giá rẻ mạt theo cách ve chai. Chị chủ nhà thay vì bảo chúng thêm tiền chị lại ngó quanh, cảm thấy xấu hổ cảnh nhà sa sút, đành nói vội: *"Bao nhiêu cũng được các anh hốt hết rồi chuồn lẹ cho."*

Chị Tự Do nói với cô em:

- Em cho thằng Khúc chị đem về nuôi. Nó phải được học hành, nó còn tương lai mà em. Trong cái lò thiêu xác này rồi ra nó cũng hóa tro.

Người em Công Lý không nói được gì. Lại khóc rấm rứt. Cô còm cỏi quá. Khóc rung chuyển e tan tành cái khung xương.

Chỗ hàng hiên có tiếng gọi lớn của bác Năm tổ trưởng:

- Thằng Khúc nhà chị hát hay quá. Lý lịch thằng nhỏ đen lắm nhưng tôi sẽ tranh thủ, ưu tiên cho nó vào tốp ca nhi đồng. Rán phấn đấu nghe.

Đính chính của Tác giả:

"Truyện ngắn" trên đây được cắt ra từ Chuồng Trại Mùa Xuân, một trong 8 tiểu truyện của Tân truyện Xứ Động Vật Vào Ngôi [13.890 chữ]. Người trích tự ý nhặt ra 2 đoạn văn, nhưng vẫn dùng chung một tên với tựa đề của nguyên tiểu truyện.

Như vậy, hiện nay ngoài một nguyên bản Chuồng Trại Mùa Xuân [tiểu truyện 2.525 chữ] đã được Tác giả công khai đăng tải trên Tạp chí mạng Văn chương Da Màu www.damau.org, người đọc còn gặp phải một dị bản, truyện ngắn cùng tên Chuồng trại Mùa Xuân [1.778 chữ] trên các trang mạng khác.

bốn

XỨ ĐỘNG VẬT VÀO NGÔI

1

Trời đổ cơn mưa lớn. Một người đàn ông to cao, ngày trước vạm vỡ như một tên giác đấu, nay gầy guộc, lưng còng, người ướt sũng, dựng vội chiếc xe đạp ở hàng hiên.

Buổi sáng Ông ra đi túi rỗng. Ngó quanh căn nhà sa mạc. Còn một chiếc áo mưa loại poncho nhà binh Mỹ để che mưa, Ông mang ra chợ trời chỗ Lăng Cha Cả bán được sáu đồng bạc. Uống ly cà phê đen năm hào, mua bao thuốc rê năm hào. Vị chi mất một đồng.

Đói bụng dữ, nhưng Ông nghĩ là trong dạ dày đã có cà phê, trong phổi có khói thuốc. Hạnh phúc chán. Hai món ăn chơi đã có đủ. Vả lại thời bao cấp khan hiếm, trong ly cà phê đã có chín phần mười là bắp rang đen trộn vào. Ngũ cốc chớ bộ. Rất đỡ đói. Ông rất thèm thuốc điếu nhưng phải hít thuốc rê tự vấn. Thuốc điếu, nhãn hiệu Sao Mai, Lá Đỏ, chỉ toàn lá đu đủ khô mà thôi. Hút vài ba điều thì cần cổ bỏ cơm, bao tử thôi bóp.

Vào nhà. Ông ta nhìn thằng Khúc. Chào chị vợ. Trao cho vợ năm đồng bạc, rồi phán:

"Ngày mai trời lại sáng rồi."

Vợ hỏi:

"Sáng làm sao?"

Người chồng nói nghiêm chỉnh:

"Ngày mai tôi đi làm lao công cho lò sát sinh."

Người chị vợ hỏi:

"Lý lịch dượng đen thui ai cho vào làm, dù đi rửa nhà tiêu?"

"Làm nghề giết mướn mà chị."

Người vợ e ngại than thở:

"Anh lại sát sinh hả?"

Người chồng giải thích:

"Anh có nhiệm vụ kẹp cổ con bò cho người ta thọc huyết."

Vợ lơ láo nói:

"Gầy nhom còm sức đâu?"

Người chồng an ủi vợ:

"Yên chí, hôm nay anh thử việc rồi. Bốn thằng trai tráng kẹp bốn chân trước sau con bò, mỗi mình anh cầm hai cái sừng ghì chặt con bò vào giữa hai cây cột dọc, bò không nhúc nhích nổi. Thọc một dao to, sâu."

Ông ta ngồi xuống vấn một điếu thuốc, ngó mông ra nắng phố, rồi tiếp:

"Em đừng lo, thời buổi này người gầy ốm xuống cấp theo cách người thì bò chó cũng còm nhom theo kiểu chó bò chớ. Có riêng gì người. Thần thánh chó bò tiên nữ chúa phật cũng nhất trí trơ xương."

Ông ta đi làm ở lò sát sinh được ba bốn ngày bọn trai tráng đã khen đáo để nghệ thuật chặn cổ bò. Ông thấy làm việc này mỗi ngày kiếm được một đồng rưỡi, khi công nhân viên nhà nước một tháng lương năm chục đồng, cũng không đến nỗi bất công. Nhưng ngặt một nỗi, ở chỗ lò mổ bò Tư Diêu thời Cộng hòa, nay được đổi tên là "Cơ sở GIẾT MỔ THANH NIÊN phục vụ thịt bò và xương lòng bò tươi sống." Chẳng là lò mổ này do Đoàn thanh niên phụ trách. Ông ta vừa tởm vừa thương tâm cái cảnh tại lò mổ bọn trâu bò trào máu cổ, còn bọn trẻ nít với đám bàn bà chen nhau hốt thứ huyết thừa đỏ hoét chảy tràn lan trên nền xi măng pha lẫn đủ loại nước. Có khi nước kinh nguyệt đũng quần, nước đái bò.

Đàn bà trẻ nít tranh nhau cái đo đỏ huyết bẩn này đem về nhà nấu một nồi cháo huyết mang ra đầu hẻm bán cho dân lao động kiếm đồng nát. Loại huyết bò pha lẫn với nước dội trên nền lò sát sinh này khi luộc chín nó có màu nhạt nhạt, lại mềm nhũn chứ không săn đặc như huyết nguyên xi. Đôi khi mùi thum thủm.

Chẳng sao. Là thường dân hạng hai, một ông giáo sư hôm trước hôm nay chạy xe ôm; một ông trung úy thương binh không phải vào trại tù, đang cà niểng chân gỗ lượm ve chai; hai ba ông nhà văn họa sĩ trải vài tấm khăn ni lông trên lề đường bán đồ lạc xon, tháo ráp xe đạp cũ, bán mớ sách may mắn chưa bị văn hóa phường gom đốt; một vài nhà tư sản bị kiểm kê tịch biên tài sản, buồn bã mang những vật sản cuối cùng ra ngồi với bạn bè nhìn lề đường thời đại mới. Bọn họ, mỗi sáng lót dạ, có khi thay bữa cơm chiều, bằng một tô cháo huyết bò pha lẫn kinh nguyệt năm mươi xu, cũng an ủi chán. Bọn thường dân hạng hai này rất cao ngạo, lại bình thản, không ân hận chi. Thế thôi, ở thiên đình thì bè bạn với Nam Tào Bắc Đẩu, không may địa ngục phải thích ứng với quỷ ma. Bình thường chuyện nắng mưa lịch sử.

Bọn hốt huyết thừa đều là chỗ vợ con hoặc thân thuộc với bọn thọc huyết. Nên bọn nhân viên ở lò sát sinh thường tìm cách hứng huyết vào chậu cho hợp tác xã nhà nước thì ít, mà tìm cách cho rót đổ ra sàn nhà là chính. Cái lai láng đỏ tanh tưởi trên sàn nhà mới là cái sống của lũ con cháu nuôi dưỡng tương lai. Hốt đi con. Hốt lẹ lẹ rồi chuồn mau. Hôm nay mẹ con chúng mày có bạc cắc.

Bọn nhân viên cắt chia thịt thường lén lút ném những mớ thịt tươi ngon vào các thùng rác, thùng đồ dơ; sau đó vợ con nhanh nhẩu lượm về bán cho các bệnh viện, hoặc các nhà hàng quốc doanh chuyên mua thực thẩm chui.

Hôm nay trời nắng hay trời mưa? Mặc mẹ trời.

02

Làm việc đến ngày thứ mười thì Ông ta suýt lâm nạn. Một con bò đực đã thoát khỏi dây trói, húc Ông suýt phèo ruột non ruột già. Vì lý do đó mà sau này bọn trai tráng vác búa đập chí mạng vào đầu con bò cho nó gục mới chọc cổ lấy huyết.

Lúc con bò quậy phá,có một người đứng tuổi than phiền với ông chủ nhiệm hợp tác xã:

"Sao không dùng cái ngòi điện như hồi chế độ cũ, châm một phát là điện giựt con bò lăn quay, ôm vật làm chi. Ta thắng đế quốc dễ dàng nhưng đâu dễ quật ngã một con bò điên. Bò-người biết ai thắng ai."

Chủ nhiệm tức tốc phê bình:

"Sai quan điểm rồi. Lại bày đặt trò tư bản. Thành phố, nhà máy thiếu điện tràn lan, điện đâu ban ân huệ cho trâu bò. Chớ sức lao động vinh quang của con người để mần chi."

Nghĩ dưỡng thương vài tuần Ông xin vác xi măng ở bến cảng Sàigòn. Vác ngày hai đồng. Ngày có ngày không, tùy lượng tàu ghe cập bến. Ông đã từng thử sức mạnh vặn cổ một con bò – đương nhiên là bò dạng hưu trí, thôi kéo cày ở các nông trường – thì bao xi măng ăn nhằm gì. Nhưng ác nỗi, cái cầu nối từ thành ghe với i bến sông không phải là cầu tàu chắc chắn, mà chỉ là hai tấm ván nối lại dài chừng ba bốn thước. Tấm ván nhịp xuống phùng lên, bề ngang chỉ ba bốn tấc, bên dưới là sông dài nước chảy, chỉ có chuyên viên bốc vác mới qua được – thì Ông không quen.

Một chiều Ông trở về nhà người ướt sũng vì không giữ được thăng bằng nên cái xác phàm cùng bao xi măng vác vai rơi tõm xuống sông. Báo hại, bị đuổi việc, còn bị trừ lương đền bù vào bao xi măng chìm lỉm hư hao.

Trong lúc thất nghiệp, một cái tin khá đột ngột làm Ông quẫn trí. Ba tháng trước một người em ruột đề nghị:

"Anh cho thằng Phùng nó vượt biên với em. Phải có một đứa thoát làm vốn. Thằng Khúc còn nhỏ quá."

"Tiền của đâu?"

"Chỗ ruột rà em sẵn lòng giúp cho anh chị mà."

"Tiền tàu ghe, xăng nhớt, tiền hối lộ lo bến bãi đâu phải ít, chú lo sao nổi."

"Chu toàn cả rồi, anh chỉ cho tôi thằng Phùng là đủ."

**

Biển lặng. Nắng tươi. Tàu ra tới hải phận quốc tế mọi người ôm nhau vui mừng thì bất ngờ gặp hải tặc. Vàng bạc bị lột sạch. Đàn bà con gái bị hãm hiếp tàn nhẫn trước mặt người thân quen. Thằng Phùng tánh khí giống cha, nó nổi máu hào hiệp đánh nhau với bọn cướp. Có chút võ nghệ Phùng đánh trả ra trò. Nhưng bọn cướp là đám đông, đã hành hình gã trai trẻ gan dạ ngay trên tàu. Chúng chặt Phùng máu me ra làm nhiều phần rồi ném cả xuống biển.

Đêm đã trở nên dài dằng dặc. Hằng khuya Ông ra khỏi nhà sau mười hai giờ đêm khi vợ con đã yên ngủ. Ông đi quanh quất trong thành phố không bóng người, chỉ thỉnh thoảng một vài toán an ninh dân phòng vác gậy gộc đi tuần tra.

Sàigòn tịnh vắng,
Sàigòn hòa bình,
Sàigòn nhớ cha khóc mẹ.

Đã không còn tiếng súng pháo kích vọng từ ngoại ô vào. Không còn từng đoàn xe nhà binh tuần đêm trên đường phố. Không tiếng máy bay nào cất cánh trong đêm đi oanh tạc. Không có lịnh giới nghiêm nhưng không quán xá nào mở cửa giờ phút này. Giấc ngủ Sàigòn trở nên kỳ ảo, mộng mị. Như có nắng hoang đường giữa đêm dày. Như có tiếng gọi thầm từ những mảng tường rêu. Ê, ông già, Ông đen đen nhòa nhòa, xiêu xiêu vẹo vẹo thế này, Ông ma hay người?

Đường phố rộng đầy bóng tối. Công viên bóng tối. Mười bóng đèn đường đã hỏng bốn, năm. Đập mẹ đèn công viên đi nào, tối trời tao kiếm chút cháo, đâu có khách sạn nào cho gái vào mà mần đĩ? Đói chết mẹ sức đâu chơi đĩ? Ủa, bọn thường dân Cộng hòa hạng Hai rạt gáo áo ôm thì bọn Cách mạng hạng Một có ô tô nhà lầu, có tiền ăn chơi, chúng cũng có con chim cu gáy vang, có bướm đa tình chớ bộ. Những hè phố rộng được đào lên trồng khoai lang khoai mì. Nhiệt liệt tăng gia sản xuất. Đêm sâu như huyền. Lòng Ông hoang phế. Ngồi chỗ ghế đá một lúc nghỉ chân đã bất ngờ nhận ra chung quanh đầy bóng tối và mùi phân người.

Cập nhật:

Lại đứng dậy đi. Lại ngồi đầu ngỏ một ngôi biệt thự thân quen nay đã có chủ khác, là gia đình kẻ ở ngôi, đã vào ở. Ông đi dọc đại lộ Nguyễn Huệ, bước qua những viên gạch vỡ, xưa kia bên trong nơi đây có phòng ca nhạc Đêm Màu Hồng. Tiếng hát Thái Thanh trong màu trắng, xanh ngọc. Ly rượu nồng thơm đã hóa kiếp từ sau cửa khép. Ông tới ngồi bờ sông. Thủ thiêm bên kia sông, bóng tối chìm.

Trong đêm thâu Ông nhớ con bò gầy nhom bị thằng người gầy gò không kém, chặn hai cái sừng tội nghiệp cho người ta thọc dao vào cổ. Nó rung chuyển thảm thương rồi ngã uỵch. Đầu óc ông sau cuộc vật lộn với bò cũng đuối sức, tứ bề bỗng vàng tanh xây xẩm. Ông nhớ màu máu nhờn nhạt, pha lẫn đờm giãi, nước kinh nguyệt từ những cái háng ốm o, loang trên nền nhà, bọn trẻ nít dành nhau hốt vào cái thau nhôm méo mó.

Cập nhật 2:

Một lúc bọn nhỏ cũng hình người đỏ lòm, lem luốc. Có thằng trượt ngã áo quần ướt đỏ trên cái nền Đỏ máu tưởng như mênh mông đến cuối trời. Ngã. Rồi cả lũ bò dậy. Bọn trẻ tiếc máu, vội vàng cởi áo vắt vội cái thứ máu bò lông cứt – như ta vắt cái áo ướt -vào chiếc thùng đựng máu. Ít ra, với máu này, mẹ nó cũng nấu được vài tô cháo huyết, kiếm đồng nát lúc cả thế gian quanh đây đói gầy.

Cập nhật 3:

Hằng đêm đi mộng du quanh quẩn, Ông trở về nhà lúc rưng rưng chân trời màu hồng nhóm lửa.

Ghé quán nước đầu hẻm uống năm hào cà phê. Năm hào thuốc rê. Mua cho thằng Khúc vài củ khoai lang.

Thằng nhỏ luôn bụng rỗng. Nó thường thức dậy rất sớm. Ngồi nhìn mông lung phố buồn, đợi vu vơ ở bậc cửa. Đôi khi nó gặm bàn tay, nuốt thứ nước bẩn ngọt ngọt thay sữa.

Người mẹ còm nhom nhóm một bếp lửa nấu gì đó tính sau. Đôi khi nước sôi, củi tàn mà Mẹ không biết mình có gì để nấu.

Đính chính của Tác giả:

Chương trên đây gồm 1.965 chữ, được trích từ Mùa Huyết, tiểu truyện thứ II trong Tân truyện Xứ Động Vật Vào Ngôi, gồm tất cả 14.020 chữ.

Trích một đoạn gần hai nghìn chữ, trong toàn truyện trên mười bốn nghìn chữ, vẫn để chung một tựa đề, là Xứ Động Vật Vào Ngôi.

Người trích đưa lên mạng những đoạn văn liền mạch của Tác giả, lại tự ý ngắt đoạn văn để chia làm 3 [ba] phần, và thêm vào các phần cập nhật 1,2,3. Cách làm này chắc chắn sẽ có sự hiểu nhầm không nhỏ, giữa những độc giả cùng đọc cái ngắn cái dài, cùng tên Xứ Động Vật Vào Ngôi. Sự nhầm lẫn về nguyên bản, tạo dị bản, là khó tránh khỏi về sau, trong việc tham khảo, nghiên cứu, lập giáo trình.

**

Thâm tạ sau cùng,

Tác giả viết *Xứ Động Vật* trong một hoàn cảnh rất khó khăn. Đó là thời gian trước và sau khi Tác giả bị giải phẫu ung thư tại bệnh viện Pháp Việt thập tử nhứt sinh. Lại đang còn ở trong nước, dưới một chế độ độc tài, toàn trị, triệt tiêu mọi quyền tự do. Chế độ hiện hành sẵn sàng cho vô tù, bao vây hành hạ khắc nghiệt với bất cứ ai làm những điều không có lợi cho chế độ. Việc phổ biến tập Tân truyện này cũng rất giới hạn. Chỉ xuất hiện trên mạng www. damau.org.

Tới nay, 2018, Tân truyện *Xứ Động Vật* vẫn chưa được công khai in ấn lưu hành trong nước, ngoài một bản do Nhà Xuất bản Một Mình ấn hành [chui] vào năm 2015, tại Sàigòn. MỘT MÌNH, là nhà xuất bản do chính Tác giả thành lập từ năm 2007, và chịu mọi trách nhiệm; in ấn không cần xin giấy phép của chính quyền. Đương nhiên Tác giả, cùng lúc cũng riêng chịu những khó khăn, tai họa.

Phần II

Trích đoạn từ các tiểu luận, nhận định của nhiều Tác giả

CHUYỆN Ở TRONG XỨ ĐỘNG VẬT

[trích]

...“Ma túy có thể từ bỏ. Ung thư là kết thúc. Hiện tại xã hội các Người đã ung từ não tư tưởng. Ung trong máu lưu thông. Bạch cầu nhiều hơn Hồng cầu. Chính Máu giết Máu. Cái phải thực sự Đỏ bây giờ nó trắng nõn. Lợn cợn màu Bạch vệ. Như tủy heo inh ỉnh. Cả hệ thống, tim gan phèo phổi ruột non ruột già hôm nay nát nắm. Cái này làm thối, chơi bẩn cái kia. Hết thuốc chữa cái Tiền đồ này rồi.”

(trích truyện “Một phần khí hậu” - Cung Tích Biền)

Giới hạn bài viết:

Trong điểm nhìn của một người đọc, tôi đọc "bộ tứ" tân truyện *“Xứ Động Vật - phần một”* của Nhà văn Cung Tích Biền. [*]

Ngoài việc làm chung với nhau một bài phỏng vấn trong hơn 3 năm, tôi còn có nhiều dịp tiếp xúc trực tiếp, đọc các tác phẩm, các bản thảo, rồi cả các bài viết, xem các hình ảnh... nhưng Cung Tích Biền với tôi vẫn là một trường hợp bí ẩn, và đặc biệt.

**

Với tôi, nếu có ai hỏi: đã đọc hết, tác phẩm, tư liệu và văn liệu của Cung Tích Biền chưa mà viết? Tôi sẽ trả lời ngay: chưa. Chưa, bởi tác giả này viết nhanh, viết nhiều, viết rộng và viết khá liên tục – lên đến hàng ngàn trang. ... Về sáng tác, chỉ tính trong khoảng thời gian từ 1965 đến 2005, dường như Cung Tích Biền chỉ "tạm ngưng nghỉ" trong khoảng 1975-1987, vì lúc ấy, sau sự kiện 30-4, cái cảm giác rã rời, chán chường và bị động đến "hơi lép vế" của "người cũ" với cơ chế "đánh phủ đầu" khá quỷ quyệt, khá tàn nhẫn của "chính quyền mới."

**

Về chuyện viết lách, ngay sau giai đoạn rất khó khăn đó, Cung Tích Biền đã có mặt và đã xuất hiện trở lại, tính riêng truyện ngắn, ông đã công bố *Qua Sông* (1991), *Thẳng Bắt Quỷ* (1993), và giờ đây là "tân truyện" – gồm những bản tin liên truyện có tính chất trần thuật: *Xứ Động Vật* (2007-2008). Cũng trong thời gian này, ông cũng viết một vài tiểu thuyết, rồi truyện dài, tùy bút, và cả tạp văn...

**

Những bản tin liên truyện có tính chất trần thuật – theo cách gọi của riêng tôi – mà tinh thần và truyền thống của nó có thể được nhìn thấy qua các bậc thầy như F. M. Dostoyevsky với *Bút kí dưới hầm*; George Orwell với *Trại súc vật*; Aleksandr I. Solzhenitsyn với *Tầng đầu địa ngục, Quần đảo ngục tù*, hay *Một ngày trong đời của Ivan Denisovich*...

Trong *Xứ Động Vật*, có thể gọi Cung Tích Biền là một Nhà trần thuật, với một quá trình thương thỏa (discourse)[4] và diễn ngôn một cách lạnh lùng. Bởi ở đây, người đọc sẽ không khỏi băn khoăn khi chạy theo các phạm trù cơ bản của truyện ngắn xưa nay như người kể chuyện là ai, nhân vật có điển hình hay không, cốt truyện ấy ra sao, kết thúc thế nào... Sự băn khoăn này cũng sẽ đến với những ai đã từng "mê" cách viết của Cung Tích Biền trước đây, qua các truyện ngắn khá thành công và có tính cách chuẩn mực như *"Bạch Hóa," "Dị Mộng," "Qua Sông," "Thằng Bắt Quỷ," "Thừa Dư."*..

**

Trong *Xứ Động Vật*, đặc biệt là bộ tứ truyện ở phần một, nơi tôi chọn làm đối tượng để đọc, người kể chuyện chỉ như một người làm phóng sự, thấy gì viết nấy và chỉ thêm những lời bình luận khúc chiết. Nhân vật có thể là bất kì ai, miễn sao nó là một "người chứng" của bản tin; và hơn nữa, cốt truyện và kết thúc, mở-thắt nút, dường như không có. Nó như những bản tin nằm (chứ không phải là tin đứng, tin nóng) mà buổi sáng người ta có thể bắt gặp nhan nhản trên các nhật báo, nó đi qua tâm trí của người đọc một cách lặng lờ, nhưng thiết yếu. Bởi ở đây tính chất sốt dẻo không còn, nhưng tính chung quyết, tính hướng dẫn, tính "bạch hóa..." được chú trọng nhiều hơn. Nó như một trật tự biểu trưng, để qua đó, tác giả trần thuật, giới thuyết, cung cấp thông tin và nói về những dữ kiện mà bản thân quan tâm, đã tìm hiểu, muốn đưa ra, và muốn chia sẻ. Nó có tính chất chốt lại vấn đề, như là một kết luận.

**

Cung cách diễn ngôn của *Xứ Động Vật* là một cuộc va chạm [gần như] với tất cả những thiết chế được bày sẵn, với những trật tự biểu trưng đã được/bị áp đặt từ bên ngoài vào, thông thường là biến chuyển được nhận thức, và dẫn đến, tác động lên những hành động của nhận thức thông qua các biểu hiện của thân thể. Trong trường hợp này là cả quy tắc tư duy và đồ thị ngôn ngữ.

Quan nhị phẩm triều đình biết mình đang tháo một ngòi nổ. Từ lâu chỗ công đường ông nói chưa hết câu đã có một bọn nô tì hớn hở tán dương: "Anh Hai vô cùng sáng suốt." Nhưng trong căn nhà này ông thường trực chạm phải những chống đối của vợ con. Một đối kháng mang tính ác ôn, theo ông, của một bọn vô luân. Bọn vô luân chơi bài lật ngửa với bọn vô thần.

Bây giờ trước mặt Liu, ông cảm thấy cần thiết làm chậm ngòi nổ. Để cuộc đối thoại khỏi bị hỏng bét như thường lệ. Trong sinh hoạt gia đình lâu nay, những cuộc trò chuyện lẽ ra thân tình lại chỉ năm bảy phút là tiêu tan. Bọn Họ dạy dỗ, rồi nóng nảy mắng Bọn Nó nặng lời. Bọn Nó ngỗ nghịch, mắng lại rồi tự động bỏ đi.

Ông bố dịu giọng:

- Ngồi đây bố nói chuyện cái đã.

- Tôi muốn biết mẹ tôi đâu?

- Từ lâu bố không trách nhiệm sự có mặt vắng mặt của mẹ con trong căn nhà này.

Ông đằng hắng, cố tỏ ra không vì hối hận, nói tiếp:

- Nên gác chuyện đó lại. Bố muốn nói với con một việc này, đơn giản, không cần bàn luận nhiều. Hãy bình tĩnh.

- Tôi hỏi lại. Mẹ tôi đâu? Nhưng việc cần tỏ rõ là việc gì?

- Bố đã lo cho con hồ sơ đi qua Úc du học.

Liu yên lặng một lúc, giọng trở nên buồn bã:

- Tôi còn não trạng nào mà học với hành.

- Không nên nên lặp lại những câu bố từng mắng chửi con như thế. Cay đắng lắm. Hồi xưa bố nóng vội...

(trích truyện *"Hóa vàng cho Hồng Chuyên"*)

Xứ Động Vật cố tránh sự liên hệ, và thoát ra tầm ảnh hưởng của chủ nghĩa Cấu trúc, một chủ nghĩa dù với nhiều nơi là "lỗi thời," nhưng với nhiều tác giả, nhiều quan điểm, nhiều trường phái đương đại, vẫn là rất thời thượng. *Xứ Động Vật* cũng cố tránh cuộc va chạm có không khí "kinh điển" trong văn học phản kháng, đó là sự mâu thuẫn giữa cá nhân với thể chế chuyên quyền, độc tài.

Cung Tích Biền có khi ông là một người quan sát, có khi ông là một nhân vật ngu ngơ, có khi ông là tác giả biết tất cả, có khi ông biết có giới hạn.[10] Ông vừa tỏ ra là người "vô can," lại vừa như là một người "bị nạn." Không có một phong cách nhất thống, và không có một sự đặt để rõ ràng về bút pháp ở *Xứ Động Vật*. Nhiều khi nó chỉ là một vài khơi gợi, một chút giới thuyết nhằm manh nha ý đồ "chỉ điểm" người đọc, nhiều khi lại bất thành với ý đồ này, nhiều khi lại bỏ ngỏ. Nó là một sự "thả lỏng" hoàn toàn, nó để cho tác giả - tác phẩm và người đọc tương tác với nhau, và người đọc được người viết đặt để ở vị trí khá cao, họ có diễn ngôn của riêng mình. Cách thức này của Cung Tích Biền rất khác với phong cách viết truyện ngắn trước đây của ông, và nó gần hơn với tinh thần của chủ nghĩa Hậu hiện đại trong văn học đương thời, ngay cả ở văn học tiếng Việt.

Xứ Động Vật [tôi nhắc lại] là bản tin liên truyện, cốt mô tả diện mạo đời sống hiện tại, với tất cả những suy đồi, bầy hầy, rạn vỡ và vô chủ đích.

Một đoạn khác trong *Xứ Động Vật* – phần 1:

...Cụ Gàn nói chung, là đẹp; uyên bác một học giả ; phong thái ung dung một đạo gia. Cụ là đủng đỉnh của thời gian ngưng lại. Của vững chải khi ta đối diện. Nhưng thỉnh thoảng cụ cũng va vào đời thường trong những chuyện vặt vãnh. Cụ tận tụy kiểu con tằm. Cụ dập mỏ vì cái nghịch lý chết người này.

[...] Cụ đạt tới chỗ vi diệu của Đạo nhưng rất ngây thơ với những trò ma giáo sơ đẳng. Cụ là núi là rừng của kiến thức, kinh nghiệm. Nhưng thiếu cập nhật những hiện tình. Từ nhiều năm trước cụ bị lừa mất cả một căn nhà. Cụ thông rõ lẽ thiên địa vô tướng

hình của Dịch, đọc cả ruột gan âm dương, nhưng cụ chẳng hiểu gì văn hóa của hôm nay, tỉ như trong cái nhà tiêu chẳng hạn.

Một hôm ở một quán nhậu, tình cờ đứng trong toa lét cụ thấy y như rằng một chục thằng trai trẻ chẳng có đứa nào vạch cu ra đái xong mà chịu rửa tay, khi la va bô và nước sẵn một bên.

Ấy thế, bàn tay bẩn, chúng cứ xé một miếng khô mực, nồng nàn cùng mình, dí vào mồm con bồ cao cẳng. Ngứa cái não, cụ nhẹ nhàng bảo một thằng trai trẻ:

"Này, xin lỗi, tiểu xong thì nên rửa tay đi cháu."

Cụ bị phản đòn ngay:

"Con cặc là chỗ ngon cơm nhất sao lại phải rửa? Đáng lẽ phải rửa tay sạch sẽ rồi mới kính cẩn cầm thằng nhỏ mà tè chớ."

(trích truyện "Mùi Của Gió Mùa")

Xứ Động Vật là một kiểu trần thuật khá riêng biệt, nếu so với các tác giả viết truyện ngắn ở Việt Nam hiện nay.

Trong "Một Phần Khí Hậu" của Cung Tích Biền:

... Sau khi quậy discothèque ở Blue Star bọn Nó đến Golden Eye đã một giờ sáng. Nơi đây cuộc vui thâu đêm. Là con các đại gia bề trên thượng tầng kiến trúc, bọn nó quen biết nhau cả. Biết cả tin tức bố thằng này mới bị còng, bố đứa kia báo chí vừa rao tên. Nhưng đó là việc của Bọn Họ. Cuộc chơi là tiến trình nhân văn không thể đảo ngược của riêng Chúng Nó.

Trước đây hơn mươi năm có một em nữ sinh 17 tuổi uống độc dược tự tử vì bố mình mang tội tham nhũng, bao che cho một quán đĩ, bia ôm. Bố phải ra tòa. Em tự giết mình. Để giữ trong sạch, không chịu được mối nhục trong gia đình.

Bây giờ có khác. Bọn trẻ quá quen với cao trào lưu manh của cha mẹ. Có đứa hãnh diện vì báo chí rao tên bố mình tham nhũng tiền tỉ, cho gái đĩ một căn nhà hằng trăm cây vàng, xài trên chiếu bạc mỗi đêm hằng trăm nghìn đô la. "Bố tao có ngồi trên đầu trên cổ thiên hạ mới tham nhũng được cỡ đó, chớ khổ rách áo ôm đạp xích lô như bố chúng mày thì lấy cái đẻo gì mà tham nhũng."

[...]

Đến Vũng Tàu, chín đứa thuê phòng. Bốn cặp nam nữ làm tình thay đổi. Không đứa là nào bồ bịch riêng đứa nào. Xã hội hóa giao cấu toàn triệt.

Riêng Xíu Mại, nằm ngồi trong đêm đơn lẻ mỗi mình. Không thằng nào được phép động tới nó. Xíu Mại xanh mướt như tàu lá, hít thuốc, uống whisky tối ngày. Có khi khóc rấm rứt. Nó hoang tưởng kiếp trước là một nữ tướng anh hùng, kiếp này không ai biết đến tên. Nó rất sợ vô danh, lạnh lẽo và muốn bạn bè luôn gọi tên. Có nhiều lần Xíu Mại bất tỉnh, bạn bè gọi tên, nó mở mắt thoi thóp.

Xíu Mại rất thông minh, nhạy cảm, nhưng nó lăn xuống đời đọa lạc khá mau chóng. Con nhà Hồng Chuyên, Xíu Mại mười chín tuổi, phá thai bốn lần.

Bây giờ nó oải, rất sợ làm tình. Nó bảo nó sợ – đực.
Đến nỗi nghe trong gió ngàn cái mùi một thằng tắm
truồng bãi biển, nó cũng sợ thụ thai.

Hồi mười bốn tuổi Xíu Mại bỏ nhà đi bụi, ngủ
hoang nghĩa địa tám ngày. Ám ảnh vô danh, nó nghe
ngóng dư luận trong đám người chết queo dưới mộ,
khùng mơ hỏi xương khô có từng biết tiếng tăm của
nó không

("trích truyện "Một Phần Khí Kậu")

Nói về Cung Tích Biền, "Có người cho rằng anh
đã cực đoan trong cách viết và bi kịch hóa quá mức
những vấn đề xã hội." Có người nghĩ rằng anh đã
tự tra vấn chính mình bằng những bi kịch quốc gia
đậm tính thời sự, tính chính trị và đẩy tác phẩm lên
tầm vóc thế giới bằng cách vận dụng ngôn ngữ điêu
luyện."[15]

Nói như tác giả Trần Đạo [bút danh của nhà
văn, dịch giả Phan Huy Đường] khi viết về một tập
truyện ngắn khác của Cung Tích Biền:

Điều nổi bật trong văn Cung Tích Biền là tiết
kiệm ngôn ngữ. Ít có nhà văn Việt Nam nào bần tiện
như ông. Đọc cả một quyển sách, không thấy có mấy
câu thừa chữ.

Cung Tích Biền biết giá trị của ngôn ngữ. Vì ông
có điều đáng nói với đời, ít nhất đời người Việt. Điều
đáng nói ấy là ngọn lửa soi sáng, nung đúc văn ông
trong suốt ba mươi năm. Chính vì nó đáng nói, chính
vì ông lấy đời mình nung đúc nó suốt ba mươi năm

qua mà lời nói ấy biến thành văn, mà tình cảm đó biến thành nghệ thuật.[16]

Theo cách đọc của riêng tôi, tác giả trong *Xứ Động Vật* không phải là một cây bút muốn và tìm cách "vận dụng ngôn ngữ điêu luyện," nhưng đúng là kiệm lời. Ở đây là những mảng đời thô ráp, được kể với ngôn ngữ khá trần trụi, và được nhìn với con mắt cực kì lạnh lùng. Với những độc giả quen với truyện ngắn trữ tình kiểu "truyền thống" thì có thể cho rằng tác giả là kiểu người vô trách nhiệm, đẩy hết nguyên nhân và hướng giải quyết ra bên ngoài, để mình vô can. Tuy nhiên, đó là một luận điểm phi lý, vì văn học không phải là một hợp đồng nguyên tắc – trách nhiệm rõ ràng, mà nó chỉ là một cách giả định, một cách đặt vấn đề và tìm cách giải quyết vấn đề.

Điều vô trách nhiệm gần như duy nhất của một nhà văn là khi nhà văn đó không viết bất kì một điều gì. Còn khi đã có tác phẩm, đã có con chữ thì ở đó chính là trách nhiệm, là vấn đề của nhà văn. Còn giải quyết trách nhiệm hay vấn đề nó như thế nào thì là một chuyện khác. Y như trong đoạn cuối của *"Mùi Của Gió Mùa,"* ông giải quyết vấn đề rất có "vấn đề," nhưng ý vị.

...Cái lạ, trên bàn thờ thay vì thờ tấm chân dung cụ Gàn, con cháu cụ lại thờ một cục gạch thấm máu. Nó như một bức tượng. Thần tượng này bị bể vài miếng dính máu. Chỗ ấy là chỗ cục gạch từng tử chiến với cái sọ não uyên bác của cụ Gàn. Tôi định hỏi cách tôn thờ lạ lùng này nhưng lại chợt hiểu:

"Con cháu nhà cụ Gàn thật tuyệt cú mèo. Trên mặt đất này, hôm nay, nếu thờ cái nạn nhân thì có mà hàng triệu triệu. Thờ quách cái tội lỗi, cái nguồn cội bao la gây ra tội. Đơn giản là thờ cái hệ thống."

"Ừ, thờ quách cái Hệ-thống-thấm-máu."

(trích truyện "Mùi Của Gió Mùa")

Một *Hệ-thống-thấm-máu*, và gần như không còn máu sạch để đổ. Cách giải quyết này ắt hẳn làm độc giả ngơ ngác, và bất ngờ.

Có hai loại độc giả: Loại thứ nhất gồm những người cả đời chỉ thích loại truyện giải trí, có thể họ đã tìm đọc loại truyện lý giải nhưng rồi đã từ bỏ nó. Loại thứ nhì là độc giả có kinh nghiệm hơn, họ không chê bỏ loại truyện giải trí, nhưng họ luôn muốn tìm đọc loại truyện lý giải vì chúng đem lại hiểu biết và kiến quan mới mẻ hơn. [...]. Loại truyện lý giải thường không thể đọc nhanh được. Nó đòi ta đọc đi đọc lại. Thậm chí một tiêu chuẩn cho truyện ngắn hay là ở chỗ **nó buộc ta đọc nhiều lần** mới thưởng thức được. Đọc xong một truyện ngắn lần đầu thì mới chỉ là bước khởi sự. Bạn cần suy nghĩ và đọc lại cho đến khi nhìn ra nhiều điều hơn là 'diễn biến cốt truyện', hiểu ra những ý nghĩa tế vi mà tác giả muốn trình bày, vì ở mỗi truyện ngắn, tác giả luôn muốn nói điều gì đó, nhận xét cái gì đó, và họ chọn thể loại truyện ngắn vì họ thấy nó thích hợp nhất cho việc diễn đạt những điều họ có trong đầu.[17]

Đọc đoạn này:

... Bảy mươi tuổi, hãy còn khoẻ mạnh, minh mẫn; từ bao năm, Cụ Gàn tiêu biểu cho niềm vui, lòng tận tụy với xã hội. Ngồi gần cụ, bên cốc cà phê, năm ba bè bạn, thì thật thú vị, vì sự dẫn dắt câu chuyện, lý giải các sự kiện lịch sử, văn chương triết học, của cụ.

Kiến thức sâu rộng, biết nhiều ngoại ngữ nên nguồn đọc của cụ không lệ thuộc vào sách nhập nội thông qua dịch thuật. Cách nói ngắn gọn, hàm súc, nhiều ẩn dụ, đậm chất hài hước. Giọng hiền hòa, hấp dẫn; không dạy đời, không cường điệu; rất chân tình, nhưng thẳng thắn vì tôn trọng sự thật.

Cụ là nguồn tư liệu phong phú cho các ký giả trẻ muốn tìm hiểu sinh hoạt của Sài gòn cũ, từ chuyện chính trường đến chỗ ăn chơi, nhà hàng vũ trường; từ tổ chức guồng máy hành chánh đến hệ thống quân đội. Cụ là cố vấn đặc trị thiếu hụt kiến thức nhiều mặt, cho quý vị thạc sĩ tiến sĩ nội địa có ngọn mà thiếu cái gốc, đang giảng dạy ở một số đại học hiện nay.

(trích truyện "Mùi Của Gió Mùa")

Hẳn nhiên độc giả có quyền liên tưởng đoạn văn này đến chính con người Cung Tích Biền. Và khi đã có nhiều thông tin hơn, tự nhiên thấy nó có nhiều điểm tương khớp với con người thật của ông. Cho nên, một lần nữa có thể khẳng định: tác giả rất khó là người vô can, hay vô trách nhiệm với tác phẩm của chính mình.

Xứ Động Vật [nhắc lại như một lời kết] là một bản tin liên truyện – và bản tin ấy liên quan đến câu chuyện của nhiều cuộc đời, với một không khí khá ngột ngạt – trong đó có cuộc đời của chính Tác giả, dù trực ngôn, nhưng ẩn chứa nhiều suy tư, triết lý.

Nó như một bản tự vấn gởi đến những ai đang "thụ hưởng" chung cái không khí "rất động vật" này. Còn những ai tự thấy mình vô can, thấy mình vô tâm, hay vô tính... thì xin tránh xa ra.

LÝ ĐỢI

La Hán Phòng tháng 3-2008

Ghi chú

[*] Bộ tứ *Xứ Động Vật* /Một chính là 2 tân truyện *Mùi Của Gió Mùa* và *Một Phần Khí Hậu*.

[2] Xem thêm bài phỏng vấn Cung Tích Biền, "Đành lòng sống trong phòng Đợi của lịch sử," do Lý Đợi thực hiện, in lần đầu tại tạp chí Talawas (www.talawas.org) tháng 2-2007.

[15] Xem thêm bài phỏng vấn Cung Tích Biền của Đặng Thơ Thơ, tại tạp chí Da Màu (www.damau.org).

[16] Đọc thêm tại bài viết của Trần Đạo: "Thằng Bắt Quỷ - Ba mươi năm nung một ngọn lửa," tôi tham khảo qua tư liệu lưu trữ của Cung Tích Biền.

NGHĨ VỀ NHÀ VĂN CUNG TÍCH BIỀN

[Trích]

Cung Tích Biền là một nhà văn có nhiều tác phẩm đã in ở Việt Nam, một số in ở nước ngoài, trước và sau 1975. Từ một chín bảy lăm, một biến cố "đồi tranh lịch sử" rất đỗi tang thương mà dân tộc phải gánh nặng oằn cả đôi vai; một bế tắc hằng triệu triệu người phải quốc phá gia vong. Một số người phải bỏ nước ra đi tìm tự do, kẻ ở lại phải đành sống trong thế giới độc tài phi nhân, và vụ lợi cùng cực.

Tác phẩm của Nhà văn Cung Tích Biền đã nói lên điều này, chứng tỏ anh là một nhà văn đầy cảm xúc, có trách nhiệm với cái thiêng liêng quý báu đệ nhất là Tự do. Đó là những bi ký, những tiên tri, những thông điệp chứa đầy chất phẫn nộ, sức phản kháng của người cầm bút trước vong gia vong quốc sử. Cung Tích Biền đã tự thân, viết được những điều anh suy nghĩ, độc lập thấu thị và tư duy về Đất nước và Con người.

Tác phẩm Cung Tích Biền, văn phong khúc chiếc, tư tưởng trù phú, mịt mùng như một mê cung cho ta khó lần dò vào đáy linh hồn của Nhà văn siêu thực tân phái này. Và ta cảm thấy đất nước, con người Việt sao quá đỗi điêu linh. Nhưng có một điều đáng mừng là trên sự điêu linh đó, ý chí con ngừoi đã bức phá vươn lên.

Do tính cách một nhà thơ, tôi không chăm đọc truyện, lại rất khó khăn khi tiếp cận văn chương Cung Tích Biền. Đây là lọai chữ nghĩa không dễ đọc.

Nó là thế giới của ẩn ngữ, hàm dụ, một hiện thực huyền ảo. Chỉ vài trang thôi, nó đã như bị Quỷ ám. Sự tàn bạo của chiến tranh đã tạo ra hỏa ngục trần gian, nhất là cuộc chiến Việt Nam. Sự bế tắc cùng cực về mặt lý tưởng trong hiện tình, thê lương đến vô tận trong thân phận con người, cái đường hầm tối tăm một xã hội không lối thoát tự do, đã được Cung Tích Biền đẩy đến tận cùng qua tác phẩm.

Cung Tích Biền sống trọn qua đôi bờ lịch sử, lúc thiếu thời trong vùng kháng chiến, lớn lên trong quân đội Việt Nam Cộng Hòa, và hơn ba mươi năm trong vòng vây xã hội chủ nghĩa. Anh sống khiêm tốn, và sáng tác khá âm thầm, miệt mài đơn độc. Nhiều người như thế đã từ lâu bỏ cuộc. Còn anh, anh vẫn càng ngày càng như tìm rõ con đường là Chân lý, là phải định hướng cho đúng trước Thân phận, Con người, Đất nước và Thế giới.

Và, Cung Tích Biền vẫn sống. Sáng tác càng mạnh chứng tỏ tinh thần và ý chí đó rất mãnh liệt và bền bĩ. Nay, Cung Tích Biền đã trải qua hầu hết cuộc đời, biết hết như cụ già Khổng Minh lúc ở lều tranh, đã viết:

"Đại mộng thùy tiên tri giác
Bình sinh ngã tự tri."

Văn tài Nhà văn Cung Tích Biền thì không ai chối cải được. Đọc truyện anh tôi nhớ tới lối hành văn, văn phong của F. Dostoyevsky, của W. Faulkner... Đọc, đôi khi phải lạnh gáy. Đó là những thiên tài, phải khó khăn lắm lịch sử mới tạo ra được.

Trần Tuấn Kiệt

PHẨM TIẾT CUNG TÍCH BIỀN:
NHÌN THẲNG VÀO MẶT TRỜI VÀ CÁI CHẾT

[Trích]

"Khó có ai dám nhìn thẳng vào mặt trời hay cái chết" (Le soleil ni la mort ne se peuvent regarder fixement)

[La Rochefoucauld, *Maximes* – 1655]

Trong những tác phẩm tiêu biểu của Cung Tích Biền, sáng tác từ thập niên 1960 cho tới ngày hôm nay, nhà văn Cung Tích Biền đã làm ngược lại câu châm ngôn của La Rochefoucauld.

Nhân vật "tôi" trong những "tân truyện" của ông trong tập *Xứ Động Vật* viết trong những năm gần đây biểu hiệu cho thái độ của một nhân chứng lịch sử độc lập và khách quan. Nhân chứng này là người ghi nhận những biến chuyển tang thương, những tì vết trên thân thể một văn hóa đã bị dày vò băng hoại trước khi miền Nam thất thủ năm 1975, và vẫn chưa được phục hồi toàn vẹn sau 1975.

Nhưng chính trong ánh nhìn trực diện vào ảo tưởng và cái chết, Cung Tích Biền đã phác họa những mảnh đời, tuy ngắn ngủi, bệ rạc, bạc phước, nhưng thật sống động, với đầy đủ mùi vị, không khí và màu sắc.

...

Đặc điểm trực diện trong văn của Cung Tích Biền là tính chất mâu thuẩn, nó làm ta nghĩ đến ý niệm đi đôi về ánh sáng và bóng tối trong những thảo luận siêu hình học của Plato và Descartes... Khi ánh sáng bị khúc xạ, nó cũng tỏ rõ đặc tính đa dạng của chính nó và của hiện thể mà nó đã xuyên chiếu qua. Trung gian "khúc xạ" chính là lăng kính sáng tạo của nhà văn. Nhờ lăng kính sáng tạo này, "hiện thực Việt Nam" được hiện rõ nguyên hình là một xác chết được trang điểm -- không khác gì Vân, người vợ xấu số của Mạnh trong truyện *Rừng Đom Đóm[*]* chỉ trong cái chết mới được trang điểm lộng lẫy để vùi xóa đi những tang chứng đau buồn trên hình hài.

... Cung Tích Biền, nhà văn hiện đại của Việt Nam đã là nhân chứng của chiến tranh và thời hậu chiến xã hội chủ nghĩa, thường áp dụng thể thức ngụ(y) ngôn và phản cấu trúc (deconstruction) trong sáng tác như một cách đối phó với "yếu tố lịch sử." Như nhân vật Khúc (với cái tên cùng nghĩa với *khúc đoạn, tan vỡ*) và ông bố điên của Khúc -- cả hai đều chặt xác của vợ và người mình yêu rồi mang vứt khắp nơi trong truyện *Xứ Động Vật Vào Ngôi* (2007) -- Cung Tích Biền, qua 40 năm viết văn, đã nhẫn tâm phân tích vận mệnh cá nhân của chính mình -- cũng như của tập thể đồng bào Việt -- như một cách tự giải thoát ra khỏi oan khiên. Ông đã tự "chặt khúc" từng mảnh đời (một hành động tương tự như khoa phân tâm học?) -- để soi rọi, để cho những mảnh đời này có được ý nghĩa, để cho chúng đừng bị quên lãng hay bị bóp chẹt trong làn sóng tùy thời của hệ tư tưởng đã vào ngôi.

Trong thời loạn, với kiến thức rộng và khuynh hướng độc lập, Cung Tích Biền trở thành người tha hương trên xứ sở mình -- mà 40 năm sau, cũng là lời bọn trẻ, sống trong thời bình, trả lời nhà sư trong truyện *Một Phần Khí Hậu*, "*Bạch thầy, chúng con là Việt kiều nội địa. Là người Việt đi ở nhờ ngay trên quê hương.*"

Ý niệm tha hương của Cung Tích Biền được phản ảnh trong hầu hết những tác phẩm của ông, qua mọi khía cạnh, chính trị, xã hội, địa lý, tâm lý, và nghệ thuật. Ý niệm tha hương có lẽ đã hiện hữu trong tâm khảm nhà văn từ buổi sơ khai của cuộc Nội Chiến Bắc/Nam.

...

Cũng không phải tình cờ mà những truyện của Cung Tích Biền thường phát hiện ý niệm sinh đôi -- khi con người, khi xã hội, khi văn hóa bị xẻ làm hai, thì phải trải qua nhiều sứt mẻ, rồi khi có sự kết hợp thành một mới trở nên hoàn hảo: mảnh gương bị nứt một đường dài, rạch hình hài cô Trinh làm đôi trong *Thằng Bắt Quỷ*; trong truyện *Qua Sông[*]*, con sông Thu là một "*cõi lưỡng nghi hỗn độn: bờ Bắc thì mờ mịt, bờ Nam tít xa ngàn dặm*"; trong truyện *Thừa Dư [*]* có hai anh em sinh đôi Dư và Thừa, người "*gãy cái chân mặt, [người] tan tành cái chân trái*"; thêm hai anh em sinh đôi Tảo và Jim trong *Xứ Động Vật Mưa Hồng*, "*Jim em: cao 1 mét 77, nặng 70 ký, tốt nghiệp đại học, da trắng màu bơ sữa. Tảo anh: cao 1mét 47, nặng 40 ký, học lực đủ chữ để có thể ký tên vào tờ giấy xin tạm trú, vào biên bản vi phạm trật* tự. Da màu gỗ nâu của gỗ còn nguyên xơ, chưa bào. *Jim em, thiếu hiểu biết về quê cha đất tổ, không sành tiếng mẹ đẻ, nhưng đã từng du lịch khắp thế giới. Tảo anh, quá thừa hiểu biết về xã hội quanh đây, biết cả những điều phi lý tàn độc trẻ em không cần biết, đã từng dung rủi khắp cõi cô hồn mộng mị.*"

Cung Tích Biền, từ lúc vào nghề viết, đã suy nghiệm về nỗi đau bị xẻ làm đôi Ông gọi nó là *"Nỗi đau chung trong định mệnh dân tộc."*

Thật vậy, do những tầm ảnh hưởng "bất khả từ" giữa những thế cực, một người đọc sống và lớn lên ở ngoài nước vẫn có thể "đồng cảm" với những tác phẩm của Cung Tích Biền cho dù kiến thức và kinh nghiệm sống của người đọc có thể hoàn toàn khác biệt với tác giả. Trong nghi lễ Công Giáo, cử chỉ nhận lãnh Mình Thánh Chúa biểu tượng cho ý niệm tu sửa và hội nhập, *"con người cần nhìn thẳng vào mình, cần suy tâm, trước khi ăn Mình và uống Máu Chúa."* (1 Corinthians 11:28.) Cách Cung Tích Biền khuyến khích chuyện ăn thịt người (*Qua Sông*), chặt từng khúc xác (*Xứ Động Vật Vào Ngôi*) quật mồ, ngậm xương (*Xứ Đông Vật Màu Huyết Dụ*), đi tìm một phần hồn bị cắt đôi (*Thừa Dư, Xứ Đông Vật Mưa Hồng*) là cách nhà văn muốn chúng ta hồi sinh: nhìn thẳng vào cái chết để vượt qua cái chết. Trong *Xứ Động Vật Màu Huyết Dụ* có cảnh nhân vật Kiên ngậm xương làm người đọc nghĩ ngay đến nghi lễ chịu Mình Thánh Chúa trong đạo Công giáo:

Lão Kiên ngây ngất, bất giác quỳ xuống đưa lưỡi liếm chiếc xương đen pha xám vừa nhặt lên từ mộ.

Lão thè cái lưỡi không còn đỏ tươi như lưỡi son thời trai trẻ. Mà lưỡi lão xám màu, pha vô vàn đốm trắng bợn bợn như cái nang con mực tươi. Nước miếng lão chảy dòng như miệng đứa trẻ thơ mút kẹo. Miệng non tơ thèm thuồng lúc ngậm vú mẹ. Lão ngậm trọn cái xương tàn héo hon mòn nhỏ vào tận cổ họng, hai má phình ra, cố đưa cái hơi xương, mùi cũ, cố nghe tiếng thì thầm của xương vùi lâu trong đất vào tận ruột sâu gan kín... Rồi lão nhả chiếc xương. Nhìn trời xanh khói núi. Thở. Lại nhắm tít hai mắt ngậm xương. Liếm. Mút... Lão nghe da thịt bờ ao chiếu ánh trăng. Nhớ màu nước mùa lúa trổ đòng đòng. Rêu và chim hoang đỉnh tháp... Cái xương cụt lốm đốm thạch tín bỗng đen dần ra. Lão định nhai luôn xương. Nuốt. Nhưng lão muốn kéo dài cái vị tê tê từ não. Cái tâm thức hoang dại hôn mê. Lại mút liếm ngọt ngào xương tàn. Liếm đau. Liếm mãi... Lão tìm sữa Mẹ trong xương.

Dưới ánh mặt trời, mớ xương đen của Cung Tích Biền dung dưỡng mọi nghịch lý trên đời: Sống-Chết, Nam-Bắc, Đông-Tây, Tối-Sáng, Bạn-Thù, Dơ-Sạch, Già-Trẻ, Trong-Ngoài, Thiếu-Thừa, Ghét-Yêu, Yếu-Mạnh...

Mớ xương đen của Cung Tích Biền là tử cung của một vũ trụ bất diệt.

Đinh Từ Bích Thúy
Virginia, Mùa Phục Sinh 2008
Nguồn: www.Damau.org

CUNG TÍCH BIỀN,
GIẤC MỘNG RỒNG KHÔNG

[trích]

"Viết, với tôi, là vừa giải cứu vừa tự hủy"[5]
(*Cung Tích Biền*)

Truyện Cung Tích Biền [CTB] là những truyện viết về một thế giới không có trái tim, hoặc nếu có, chỉ có ở lớp người cùng khổ, lớp người không được sống cho ra con người. Truyện của ông đọc muốn ứa nước mắt, muốn khóc mà không khóc được, nước mắt như hóa thành giọt lệ khô.

Truyện CTB chiếu rọi xuống những nấc thang cuối trong xã hội loài người. Ông chịu khó sục sạo, len lỏi đến tận cùng những ngóc ngách, hẻm hốc của đời sống. Ông chịu khó lần mò đến những con hẻm lầy lội, những ngõ vắng tối tăm, những số phận đen đủi, những mảnh đời khuất lấp mà tia nắng mặt trời chẳng bao giờ soi rọi đến.

**

Văn CTB là giọng văn cay nghiệt (chữ ông hay dùng), cay nghiệt với cuộc sống, cay nghiệt với chính mình và cay nghiệt với độc giả nữa. Văn ông thời chiến đã sắc, đã lạnh, thời hậu chiến càng sắc, càng lạnh hơn.

Đọc CTB, như nhấm nháp từng ngụm café đắng nghét. Văn ông gọn ghẽ, cô đọng như những giọt café đặc quẹo nơi xứ sở ông đang sống. CTB tiết kiệm từng lời, dè sẻn từng chữ. Ông không chịu "thừa, dư" [4] một chữ, không phí phạm thì giờ để tả tình tả cảnh dông dài. Những câu, chữ ngắn, gọn, đến không thể ngắn, gọn hơn.

**

Văn chương CTB, trên hết, vẫn là ý tưởng hơn là bút pháp, văn phong. Chữ nghĩa của ông chỉ để tải những ý tưởng. Ông không phải là "nhà văn" của những câu văn hoa mỹ, bóng bẩy, hoặc giàu âm điệu, lên bổng xuống trầm. Ông không "hành văn" theo nghĩa ấy. Văn ông ngồn ngộn, ăm ắp những ý tưởng. Nhà văn ở nơi ông là "Nhà suy tưởng" (*Thinker*).

Văn CTB như những vết khắc bén, ngọt, vừa đủ sâu, chắc tay, không quá đà. Truyện CTB, là những bi hài kịch thời đại, là những tấn tuồng dở khóc dở cười. Trong cái "bi" phẫn đến tột cùng vẫn có pha trộn chất "hài" chua cay và thâm thúy.

**

Thế giới trong truyện CTB là thế giới băng đảng của âm binh. Truyện CTB ngai ngái, lung lung (chữ của CTB) mùi âm khí. Hầu như truyện nào của ông cũng chập chờn bóng dáng quỷ thần, cũng lẩn khuất lũ quỷ vô hình vô tướng. Có khi người hóa thành quỷ, có khi quỷ giả dạng người. Quỷ và người chung sống với nhau. Bầy ngạ quỷ ác ôn, nhảy nhót, múa may chờn vờn bên cạnh những người sống, vây quanh những xác chết.

Truyện CTB là truyện "xác chết loạn giang hồ." Hầu như không truyện nào mà không có thây ma, xác chết. Có truyện không phải một mà có đến mấy xác chết. Có xác chết người Cha già được tô màu, phấn son kỹ lưỡng, đặt nằm trong lồng kính như trong "Nhạc điệu của bầy ong." Có xác chết người Mẹ già trong hang đá lạnh lẽo nơi hoang đảo như trong "Qua sông." Có xác chết nhão nhoẹt của người vợ chết trôi trong "Kẻ ngoại lai." Có xác chết nằm dưới mồ được bươi bới lên để xem cho rõ mặt mày như trong "Nghiệp chưa hề an nghỉ." Có xác chết đi rồi sống lại, lồm cồm ngồi dậy trong quan tài như trong "Dị mộng." Có xác người cha được đứa con lạnh lùng vung mã tấu chặt đầu sau khi ban "lệnh hành quyết" như trong "Bạch hóa." Có xác người vợ được người chồng phanh da xẻ thịt, tháo rời từng bộ phận, "chọc cho hết huyết trong người" như trong "Xứ động vật vào ngôi." Có xác bị đám đông xúm lại đập hội đồng thành đống thịt tơi tả bầy nhầy như trong "Xứ động vật mưa hồng"...

**

Hiếm có nhà văn nào "giết" nhân vật của mình nhiều như CTB, giết không chùn tay, không thương tiếc. Không thiếu kiểu giết chóc nào trong truyện CTB, từ những pha thanh toán đẫm máu giữa những tay anh chị trong chốn giang hồ đến những pha bắn giết lạnh lùng, tàn bạo như những tay sát thủ trong phim *gangster*.

Gấu Chúa thọc thẳng lưỡi dao vào cần cổ Đại ca, ngoáy mạnh một cái, kỹ thuật dứt khí quản cổ gà khi cắt tiết, là xong. Ngoẻo. Hắn đặt cái dao nằm cạnh Đại ca. Cởi áo khoác đắp lên thi hài kẻ đã bị chính hắn thịt. ("Đêm hoang tưởng")

Có những cảnh giết chóc được mô tả cặn kẽ đến từng chi tiết như là phim kinh dị.

Bây giờ người đàn ông khởi đầu cuộc tháo rời một con người. Ông ta phập một ngọn dao thẳng, nhanh, vào ngực, nạn nhân gục ngay... Người đàn ông vừa cười vừa cắt khoanh vòng cái cần cổ người phụ nữ ốm nhỏ, trắng màu da thiếu máu. Những ống thực quản khí quản chòi lòi... Ông làm rất chậm, bình thản như anh thợ sửa xe rã từng phần chiếc xe trước khi làm máy...

Mỗi phần người được đặt mỗi nơi trong phòng. Ông gói một vài vật thịt nhỏ như các ngón tay, hai đầu núm vú, hai con mắt, đặt trong cái tủ gỗ trước đó bọn chợ trời chê không mua, vì tủ đã hư mục...

Trên nền nhà là chừng vài chục cái bao nhỏ, loại vải bố. Người đàn ông bỏ mỗi phần người vào mỗi bao. Bao có hai cánh tay. Bao đựng cái đầu. Bao vú ngực – hai núm vú đã ủ trong tủ. Bao lườn bụng phèo ruột. Hai bắp vế được cắt rời khỏi cẳng chân. Cẳng chân trái và bắp vế phải nằm chung một bao, và ngược lại. ("Xứ động vật vào ngôi")

**

Chết đủ kiểu. Chết lành, chết dữ. Chết đẹp, chết bạo. Chết từ tốn, chết trở tay không kịp. Chết tàn khốc, chết độc địa, chết ngang tàng, chết không giống ai. Có xác chết buồn bã, có xác chết tươi tỉnh.

Có người lấy chết làm vui, có kẻ *enjoy* những "bữa tiệc máu."

Chết là nỗi ám ảnh hay là một triết lý?

Thử nghe Cung Tích Biền "tản mạn" về cái chết:

"Sống nơi này Sống cách nào cũng là một cách Chết." ("Xứ động vật vào ngôi")

Chết là **"món quà tặng không phát lần thứ hai."** [5]

"Trong một chế độ mà người Sống nơi này phải im re như gỗ đá thì chế độ ấy phải nhận hậu quả từ đồng loạt những cái Chết phát biểu. [5]

Chết, như thế, là một cách phát biểu. Người sống **"không lên tiếng được thì nhờ cái Chết lên tiếng."** [5]

**

Cung Tích Biền viết khỏe, viết bạo, viết cực nhanh, viết như bị quỷ ám. *"Ngồi vào trước máy chữ – bây giờ là máy vi tính – hít thở mạnh, là nhập hồn. Mỗi lần tôi nhập hồn bên máy vi tính thì coi như tôi 'chết' rồi,"* [1] ông nói.

Cung Tích Biền viết như cào rách mặt giấy, viết như ném những cảm xúc bừng bừng lên trang chữ, như người họa sĩ ném tới tấp những tảng màu lên khung bố, như người nhạc sĩ nện thình thình những nắm tay lên bàn phím dương cầm, như người võ sĩ nện bình bịch những nắm đấm căm hờn lên bao cát.

"Tôi có một kho tàng sống qua mấy thời kỳ. Chỗ giáp ranh của thực hư, chính tà. Nửa tỉnh nửa điên." [1]

Ông "điên chơi" mà rất "tỉnh." Ông chỉ "điên" nếu không viết xuống được những gì dồn nén, chật cứng ở trong đầu.

"Không viết thì tôi điên. Tôi viết nhiều, viết mịt mùng. Tôi phải có chỗ mà trải ra chớ."[1]

Cái chỗ nhà văn "trải ra" ấy làm nên cõi văn chương "mịt mùng" CTB. Trong đó, là những nhào lộn của chữ và nghĩa, là những pha trộn giữa điên và tỉnh, giữa hư và thực, tựa như đời sống ấy, những tình tiết ấy, những nhân vật ấy vừa có thật lại vừa không có thật. Bước vào cõi văn chương ấy là bước vào thế giới kỳ bí, chưa hề có dấu chân người, như thực như mơ, như ngọn đèn hắt hiu leo lét, như ánh nến lung linh chập chờn.

CTB viết văn như người làm trò quỷ thuật.

**

Một trong những thủ pháp của nhà văn có bản lãnh là cách xây dựng nhân vật truyện. Nhân vật phải "sống"; hơn thế nữa, phải "sống" trong người đọc về lâu về dài. Ở CTB, mỗi nhân vật là mỗi nhân dáng, mỗi tính cách khác biệt, không trùng lắp, vai nào ra vai nấy, từ vai chính đến các vai phụ. Vai chính thì không phải bàn, vì không "sống" được thì truyện cũng không sống nổi. Vai phụ của CTB xuất hiện khi cần thiết, đúng lúc, đúng chỗ. Xong, biến đi, nhường chỗ cho vai khác.

CTB có máu khôi hài lạnh. Ông viết truyện như người kể chuyện tiếu lâm thời đại, những chuyện tiếu lâm siêu thực. Ai muốn hiểu sao thì hiểu. Ai hiểu thì cười, ai không hiểu thì không cười. Ai cười thì cười, mặt mũi ông vẫn lạnh như tiền.

CTB làm công việc "tường thuật" bằng óc quan sát tinh tế và bằng cái nhìn sắc bén, không bỏ sót chi tiết nào, kể cả những góc cạnh sần sùi, thô nhám nhất, như là ống kính đặc tả chân dung của nhà nhiếp ảnh chuyên nghiệp. Phía sau ống kính ấy là vẻ mặt tỉnh queo, là đôi mắt ráo hoảnh, là trái tim chai cứng cảm xúc.

Truyện CTB, là những bi hài kịch thời đại, là những tấn tuồng dở khóc dở cười. Trong cái "bi" phẫn đến tột cùng vẫn có pha trộn chất "hài" chua cay và thâm thúy

**

Đọc truyện CTB cần đọc kỹ, thật kỹ, để "bắt" được, hay để "phát hiện" (từ ngữ ở trong nước) những chuyện "tiếu lâm" ẩn tàng trong mỗi truyện. Có khi cả cái truyện là câu chuyện tiếu lâm thời đại.

Đọc truyện CTB là luôn phải "đề cao cảnh giác." "Ý đồ" gì đây? Có gì lấp lửng, chập chờn, ẩn nấp giữa những trang chữ, những hàng chữ. Truyện CTB cần đọc *between the lines* hoặc *behind the lines*, cần đọc ngược, đọc xuôi, cần đào xới, lật tung các câu, chữ lên để lục soát kỹ càng xem có gì lẩn khuất phía sau những ngôn từ ấy.

Đọc truyện CTB là đọc đi rồi đọc lại. Đọc một lần chưa "thấy" thì đọc lần thứ hai, thứ ba... Tôi đã và vẫn đang đọc truyện CTB theo lối ấy. Truyện CTB làm như lúc nào cũng "mới."

**

Cung Tích Biền, trong buổi hoàng hôn của đời người, ông đã mày mò để hoàn thành những kiệt tác, những bức họa nhuốm "màu hoàng hôn ráng chiều đỏ máu" [1], vẽ ra buổi hoàng hôn của một thế giới đang lụi tàn.

Ngày xưa tôi từng "chấm" Cung Tích Biền *là một trong những tác giả viết truyện thời chiến hay nhất,* ngày nay lại phải thêm rằng, *"truyện thời bình" của Cung Tích Biền ít có ai viết hay hơn.*

LÊ HỮU

Ghi Chú

[1] Cung Tích Biền trả lời phỏng vấn, *"Đành lòng sống trong phòng Đợi của lịch sử,"*
Lý Đợi thực hiện, www.talawas.org, 1/2/2007
[2] *Ngoại ô, Dĩ An, và linh hồn tôi,* truyện ngắn Cung Tích Biền
[3] *Thằng bắt quỷ,* truyện ngắn Cung Tích Biền
[4] Tên một truyện ngắn sau năm 1975 của Cung Tích Biền
[5] Cung Tích Biền trả lời phỏng vấn, *"Cung Tích Biền nói chuyện với Đặng Thơ Thơ,"* Đặng Thơ Thơ thực hiện, www.damau.org, 24-27/03/2008.
[*] Những nhấn mạnh trong bài là từ CTB.

CẢM TƯỞNG KHI ĐỌC VĂN CUNG TÍCH BIỀN [*]

[trích]

Cách đây mấy tuần, tôi được đọc truyện của Cung Tích Biền lần đầu tiên. Khi Cao Huy, ông xã của tôi đưa cho tôi tập giấy in truyện của Cung Tích Biền từ trang mạng Damàu, anh nói với tôi: "Em xem thấy truyện của ông thế nào", và anh đã nghĩ rằng có lẽ tôi sẽ không thích truyện của ông, vì anh thấy cách viết và thể loại văn của ông khác hẳn với loại truyện tôi thường yêu thích trước đây.

Nhưng cả anh và tôi đều không ngờ được tác động của truyện Cung Tích Biền đối với tôi. Suốt một đêm, tôi như người bị kéo vào một thế giới khác với một thứ ma lực thật đáng sợ. Tôi vốn là người rất bận rộn và thường lo toan nhiều điều, nhưng từ giây phút tôi đặt mắt vào tập truyện của ông, thời gian và không gian như biến mất quanh tôi. Dăm ba lần tôi đã cố gắng đặt tập truyện xuống và tìm cách để thoát ra khỏi cái thế giới đặc quánh bóng tối ông đã dựng lên bằng lối viết sắc lạnh, tàn khốc và trần trụi

Nhưng mọi cố gắng của tôi đều vô hiệu: những câu chuyện của ông như có một thứ sức mạnh vô hình cuốn chặt lấy tôi, phủ chụp lên tôi tấm lưới bịt bùng là đời sống, tâm tư, tình cảm của các nhân vật trong truyện, khiến tôi choáng váng, ớn lạnh và ngộp thở.

Ngay cả những từ ngữ tôi vốn xem là thô tục hoặc bẩn thỉu đã được ông dùng một cách chuẩn xác đến mức, tôi không còn nhìn thấy chúng bằng cảm quan như trước nữa, mà chúng đã trở nên một phần hiển nhiên không thể thiếu được của thế giới trong truyện của ông. Và tôi cũng nhận ra sau khi đã đọc đi đọc lại nhiều lần những truyện của Cung Tích Biền: chỉ có những từ ngữ như vậy mới diễn tả đủ, và chính xác, cách sống và bản chất của các nhân vật trong truyện, mà ngôn từ hoa mỹ hoặc lối dùng từ gợi ý sẽ chẳng thể nào lột tả được hoàn cảnh và con người như ông đã viết

[...]

Những câu chuyện của ông đã cho tôi được sống, cho dù chỉ ngắn ngủi và trong tâm tưởng, đời sống của những con người không quá xa cách với tôi cả về thời gian lẫn không gian, nhưng cách xa cả một thế giới. Văn chương, thi ca, và nghệ thuật nói chung, đối với tôi, cho đến bây giờ, vốn là nguồn ánh sáng và là biểu hiện của những điều đẹp đẽ nhất của đời sống và con người; nhưng văn chương của Cung Tích Biền là một trong những vạt bóng tối để làm cho đời sống này giá trị hơn. Những ám ảnh và gánh nặng tôi mang theo từ truyện của ông là những nỗi đau cần thiết và lành mạnh, để tôi trở thành một người hiểu biết và tốt đẹp hơn.

Adelaide 4/2008
Hoàng Ngọc Thư

---

[*] www.damau.org số Chuyên đề Văn chương Cung Tích Biền, từ 23-8 đến 28-8-2008

PHỤ LỤC • Phần 2

NỖI BUỒN KIÊU HÃNH
VÀ NIỀM TỰ HÀO CHÂN THẬT

[trích]

Trong tập truyện *Xứ Động Vật* của nhà văn Cung Tích Biền phổ biến ở Sài gòn in bằng photo copy, *Mùi Của Gió Mùa* là truyện ngắn nhất. Khi theo tác giả qua hết chi tiết về số phận trớ trêu của Cụ Gàn, với riêng tôi, số phận của cụ Gàn - nhân vật chính của truyện - cũng là số phận của nhà văn. Khác chăng là một người được chết và một người không cho phép mình chết để hoàn thành sứ mệnh chứng nhân bằng ngôn ngữ. Tuy nhiên về mặt thực tế, cả hai, Cụ Gàn và Nhà văn đều đã chết, chỉ vì họ là mẫu người chuẩn mực cho một thời đại lấy văn hóa-văn minh làm lẽ sống. Những người như họ khi rơi vào thời kỳ quái đản, bị bắt buộc phải đối diện bi kịch của chính mình, bi kịch sống lố, lố vào không gian của *Xứ Động Vật*.

Trong những ngày Sài gòn nóng hổi sự kiện biểu tình chống Trung Quốc. Tôi lại gặp ông, trước tiên là gặp nhau qua điện thoại, về việc ông được công an phường 6 quận 3 "mời" suốt một buổi, chỉ vì can tội thân già ăn bám, lại đi đòi trả lại Hoàng Sa và Trường Sa cùng với thanh niên.

Hành vi hưởng ứng thế sự, có khi sức nóng của những người từng trải hai chế độ như ông, chỉ làm đau xót thêm những vết thương cũ trong máu, thứ vết thương bị khoét sâu, mà thủ phạm luôn là "chủ nghĩa yêu nước." Thứ giá trị thời nay, có lúc không còn biết đặt vào đâu cho trúng với chất người Việt ở xứ sở sinh thành ra mình. Ông nói, *"Đã gọi là yêu nước thì cũng phải coi luôn thứ tình cảm lớn lao đó là một dạng bệnh, nó hành hạ mình trầm kha. Không thể nói, tuổi già có kinh nghiệm là có thể giải quyết ổn thỏa, càng có kinh nghiệm, càng đau đớn sâu bền hơn."*

Nhà văn, giữa thanh thiên, một khi chọn lựa hình thức xuất bản bằng photo là ông đã chọn lựa cho những sáng tác cuối đời thái độ phát ngôn tự do. Ông chọn cách phổ biến sáng tác bằng photo, bởi qua phương tiện ấy, ông tin ngôn ngữ mình trẻ lại để hòa nhịp với tinh thần văn học tự do của những người bạn trẻ, những người luôn tin rằng: bộ máy kiểm duyệt của *Hệ Thống* này là thứ người ta tự chui vào, tự hiến dâng tự do, tự biến mình thành bồi bút, tự huyễn hoặc mình bằng những danh vọng của kiếp nô lệ.

Với ông, lúc này, chỉ khi mỗi dòng chữ được tự do, giá trị mà nó truyền đạt mới xứng với tinh thần văn học Sàigòn, nơi nuôi dưỡng, phát hiện và tôn vinh năng lực sáng tạo của ông.

Khi cái nhìn tôi chạm vào những trang viết được phổ biến bằng mực giấy photo của nhà văn, tôi được tặng niềm tự hào là độc giả mới của ông.

Tôi tôn trọng ông, vì ngay lúc này ông vẫn tiếp tục viết những tác phẩm hướng tới mục đích bảo vệ - tôn vinh những giá trị nhân văn. Chung quanh ông là sự vây bủa của cái gọi là phong trào viết di cảo trước khi chết, của nhiều nhà văn cả đời dùng ngôn ngữ để ca ngợi *Hệ Thống*. Có nghĩa là những người này sau khi ăn hết, ăn sạch cái mâm văn học của *Hệ Thống*, không còn chút liêm sỉ để im lặng trước khi chết, họ ồn ào muốn ăn cắp về cho mình sự phản tỉnh, cố lừa người bằng tinh thần phản tỉnh, để tìm một vé đậu xe trong dòng lịch sử văn học chân chính.

Những Nhà văn lớn của nền văn học Sàigòn trước đây, bất chấp thời gian, bất chấp sự đày đọa của thứ không gian được bôi bẩn bằng quan điểm lịch sử của *Hệ Thống*, sự tồn tại bền vững giá trị tác phẩm của họ trong lòng người đọc, lúc này và trong tương lai vẫn là một tầm cao chuẩn mực.

Tôi nghe nói nhiều về thời kỳ rực rỡ của ngòi bút ông, cũng như nghe nhiều về những kết uất đầy vấn nạn của một người không chịu từ bỏ nghiệp "phải" viết.

Một khi độc giả đặt mình trước di sản văn học đa dạng, phong phú của văn chương Sàigòn, trước sự rộng lượng của tính nhân văn cao cả mà nó thừa hưởng từ buổi bình minh văn học tự do, họ sẽ thấy rõ giá trị của sự kiêu hãnh và cả nỗi bất hạnh của những nhà văn Miền Nam. Những nhà văn, dù còn sống hay đã khuất, đến tận hôm nay, sáng tạo của họ vẫn cứ sáng rực, thứ ánh sáng không thể bôi bẩn.

Trần Tiến Dũng

CUNG TÍCH BIỀN:
BƠ VƠ CÁI DẤU CHẤM BUỒN LẠNH . . .

Trịnh Y Thư

"Bơ vơ cái dấu chấm buồn lạnh, trên một cõi quê nhà, đất thiếu máu, cạn tình".
Cung Tích Biền
[*Nghiệp chưa hề an nghỉ – Xứ động vật*)

1.

Đọc *Xứ động vật* của nhà văn Cung Tích Biền người đọc không thể không bàng hoàng, kinh động vì những trang viết khốc liệt như được viết từ nỗi đau xé ruột và lòng phẫn nộ tràn ứ, đầy dâng. Hiển nhiên, ở đây nhà văn viết không phải để giải trí, mua vui.

Suốt sáu thiên truyện mà tác giả gọi là "tân truyện" – ngoại trừ truyện đầu, *Mùi của gió mùa*, một truyện ngắn riêng lẻ, kì dư các truyện khác đều là tập hợp của nhiều tiểu truyện với nội dung liên kết nhau – người đọc không hề tìm thấy một dấu vết hạnh phúc nhân sinh hoặc một nụ cười vui tươi nào, mà chỉ bắt gặp toàn những đắng cay tủi nhục và đau đớn ê chề.

Bằng giọng văn trần trụi cảm xúc, phối hợp với những biện pháp nghịch dị trong văn chương, nhà văn đã rạch toác những vết ung nhọt khiếp hãi của xã hội đương đại trên đất nước quê hương ông từ thời hậu chiến cho đến tận bây giờ sau gần nửa thế kỉ thống nhất. Ông đã không ngần ngại gọi đấy là *Xứ động vật* hay một xứ sở *Toàn-Chuồng*. Trong mắt ông, cuộc sống lầm than, những sự việc phi lí, những cảnh huống oan khiên, những định mệnh oan nghiệt, những con người sống thừa, tất cả là kiếp sống con người hôm nay trên dải đất tang thương đó.

Nhưng xứ *Toàn-Chuồng* là gì? Bạn có thể hỏi ngược lại như vậy và nhà văn cho chúng ta ngay câu trả lời:

Xứ Toàn-Chuồng "là nơi trăng không mặt nước đổ vàng. Nó tối cái u minh hiểm ác, không dung chứa giấc mơ nào." (*Xứ động vật màu huyết dụ*)

"Những thế hệ lừa ngựa đã biến thành sói, cực hung hăng trong hoang mạc đồng loại Toàn-Chuồng". (*Xứ động vật màu huyết dụ*)

Tự do, quyền cơ bản nhất của con người ở bất cứ nơi nào trên mặt đất, không hề hiện hữu trong xứ Toàn-Chuồng:

"Tự do đã bị thiêu hủy ngay trong xứ "Toàn Chuồng," vì lửa của một bức tường lửa thường trực che chắn sự thật". (*Xứ động vật mưa hồng*)

Ở một đoạn văn khác trong truyện *Xứ động vật mưa hồng*, ông viết: "*Tất cả hạnh phúc trên nước non này, ngay hôm nay, đang ngự trị trên cái nền máu, trong vũng máu hòa máu.*" Câu viết như được chấm câu bằng cái chấm than to tướng. Những biến tấu của ý tưởng chủ điểm này tràn ngập cuốn sách, mà tác giả có lẽ đã phải kinh qua rất nhiều trải nghiệm thương đau để hoàn tất. Lời phát biểu như một câu nói tâm tình của ông trong một cuộc phỏng vấn chứng thực điều đó:

[*Viết*] *là một thường-trực-trả-lời, trong hoàn cảnh Việt Nam hôm nay, phải là một trung-thực-chịu-nạn.*

**

Nhìn từ góc độ xã hội, Cung Tích Biền phê phán gay gắt não trạng của cuộc sống bây giờ, một căn bệnh dân tộc, một hội chứng tiềm ẩn, không ai tự nhận nhưng đầy dẫy trong cuộc sống bình nhật bởi ai cũng mặc nhiên công nhận nó là như thế rồi, chẳng làm gì khác được:

"Không quan tâm tới nỗi đau kẻ khác là hợp trào lưu, an toàn trong sinh hoạt quanh đây". (*Mùi của gió mùa*)

Nói một cách công bằng, căn bệnh ấy ở không-thời-gian nào cũng có, và bất cứ xã hội, công đồng dân tộc nào cũng ít nhiều có những kẻ chỉ biết "sống chết mặc bay, tiền thày bỏ túi." Căn bệnh thông thường ấy trở nên cục bướu ung thư di căn của đất nước khi nó biến thành cái gì "hợp trào lưu" như lời nhà văn Cung Tích Biền chua xót cất lên.

Một khi cái xấu được mọi người công nhận là bình thường thì nó trở nên cái đẹp. Một khi phi lí được xem là hợp lí thì nó trở nên chân lí. Cách đây đúng 70 năm chính nhà văn George Orwell đã cảnh báo chúng ta điều đó. Lúc tư duy trở nên hai chiều, chiều nào cũng đúng, lúc Hư ngụy là Sự thật, lúc điều phi lí nghe thuận tai là lúc Đảng chiến thắng toàn diện, và con người vĩnh viễn nằm trong quỹ đạo của Đảng. Đó cũng là lúc *"Con cháu nhà cụ Gàn thật tuyệt cú mèo. Trên mặt đất này, hôm nay, nếu thờ cái nạn nhân thì có mà hàng triệu triệu. Thờ quách cái tội lỗi. Cái nguồn cội bao la gây ra tội..."* như nhà văn Cung Tích Biền viết trong truyện *Mùi của gió mùa*.

Xã hội thì như thế, còn gia đình – cái đơn vị nền tảng của xã hội – thì sao?

Dưới ngòi bút không sợ hãi sự thật của nhà văn Cung Tích Biền, cái đơn vị truyền thống cơ bản của xã hội từ muôn thuở trước, giờ đây phá sản, tan nát, vữa thối như miếng thịt thiu. Những sinh hoạt gia đình, lẽ ra phải đầm ấm, vui tươi, giờ đây chỉ còn là những cuộc cãi vã bẩn tai, bẩn miệng. Gia đình ngày nay được chia thành hai phe: cha mẹ là "Bọn Họ" và con cái "Bọn Nó." "Bọn Họ" và "Bọn Nó" kình chống nhau liên tục, luôn luôn trong tình trạng chiến tranh nóng lạnh. "Bọn Họ" dạy dỗ, rồi nóng nảy mắng "Bọn

Nó" nặng lời. "Bọn Nó" ngỗ nghịch, mắng lại rồi tự động bỏ đi.

Nhà văn nhận diện khá rõ "Bọn Họ" và "Bọn Nó" như sau:

Bọn Họ đấy, lịch sử can qua, một đời dùng nhân mạng, thân phận riêng mình, có khi cả danh phẩm của tộc họ, làm củi đun cho lí tưởng, chủ nghĩa. Ác nỗi, ngọn đèn lí tưởng, hấp lực bọn thiêu thân ấy, nay chỉ còn là một Màu Đỏ hung hiểm và bệnh hoạn. Một cái biển máu khô. (*Một phần khí hậu*)

"Bây giờ Bọn Chúng khá mệt mỏi. Bị ủ kín dưới một lớp cỏ tranh chờ cháy. Bị đan lát trong đầu não những răn đe không cần thiết, những tín hiệu lỗi thời. Nền giáo dục hôm nay cho chúng những bữa ăn khá thịnh soạn nhưng chúng không thể ngửi trước khi cầm đũa nĩa. Chúng đói mọi ngày. Khi thức ăn tư tưởng đã thiu thối từ nhiều ngày". (*Một phần khí hậu*)

Giới trẻ sống không mục tiêu lành mạnh đã đành, họ còn lao đầu như con thiêu thân vào những thú vui vật chất trụy lạc. Xíu Mại, một cô gái mười chín tuổi bốn lần phá thai. Rồi xì ke, ma túy, không thiếu một thứ gì. Nền tảng đạo đức sụp đổ, mọi giá trị truyền thống cao đẹp đều bị ném vào bãi phế thải:

"Cả hệ thống, tim gan phèo phổi ruột non ruột già, hôm nay nát nấm. Cái này làm thối, chơi bẩn cái kia. Hết thuốc chữa cái Tiền Đồ này rồi". (*Một phần khí hậu*)

Và kết quả tất yếu là:

"... có hàng triệu thanh niên nam/nữ vừa nhú tương lai đã cạn lòng hết vốn ráo trọi". (*Xứ động vật mưa hồng*)

Nhà văn không cần tìm kiếm nguyên do đâu xa cho thảm kịch bi đát gần như tuyệt vọng đó. Ông thấy nó lù lù trước mắt mình – một nhận định tuy chủ quan và cảm tính nhưng không xa sự thật:

"... cái thời cuộc, cái thế sự, nền giáo dục này, nó khiến bọn em không mất dạy cũng thành mất dạy. Không hung dữ tranh giành, chúng cướp cạn ngay cái sống của mình..." (*Nghiệp chưa hề an nghỉ*)

Thời cuộc, thế sự, giáo dục, v.v... là nguyên do gần, còn nguyên do xa là cuộc nội chiến huynh đệ tương tàn kéo dài trên hai mươi năm, và sau đó người thắng cuộc đã xử tội kẻ thua cuộc bằng những biện pháp dã man, tàn bạo như tù đày, bách hại, phân biệt đối xử... bởi "*bóng ma của thù nghịch đã thành tượng đài vĩnh cửu.*" Người sống bị đày ải đã đành, người chết rồi cũng không yên, mộ phần vẫn bị "*bới ra, giày xéo, bôi đen.*"

"Nó hiển thị một tàn phá lương tri, Nó, cái ung bướu nguy nan, thù hận di căn, từ sau một cuộc nội chiến kéo dài trên hai mươi năm". (*Nghiệp chưa hề an nghỉ*)

"Chinh chiến qua rồi nhưng bóng ma của thù nghịch đã thành tượng đài vĩnh cửu". (*Xứ động vật mưa hồng*)

Mộ người bị cách li hương khói, cự tuyệt tưởng niệm. Sự an nhiên trong lòng đất Mẹ dành cho mỗi phận người nay bị bới ra, giày xéo, bôi đen. (*Nghiệp chưa hề an nghi*)

Để sống sót trong một xã hội như thế, lẽ đương nhiên con người phải sống hai mặt:

"Để sống đúng theo mô-đen thời thượng, là triệt để làm đời thường của một công-dân-chịu-phép. Là đội trên cần cổ cái đầu "xã hội hóa" ra phố phường. Cả khi ăn giỗ kị ông bà ông vải, khi dự tang lễ, khi đi bầu cử, cái-đầu-tập-thể này chính là cái nón bảo hộ. Thật là cách thái ti tiện, nhưng rất hợp pháp, rất ư thích nghi cái khí hậu động vật". (*Xứ động vật mưa hồng*)

"Phải làm sao mọi người hiểu rằng trong đầu của anh là cái khuôn đúc cài sẵn, tư tưởng được phát đều chỗ công cộng". (*Xứ động vật mưa hồng*)

"... chơi với cái thật có khi anh giập mỏ, sặc máu mũi không chừng. Cứ chơi dỏm mà sống dài dài". (*Xứ động vật mưa hồng*)

Sống hai mặt tạm thời giải quyết được những khó khăn trong đời sống thường nhật, nhưng khi đêm về con người có liêm sỉ nghĩ gì khi soi gương nhìn vào chân diện mục của mình:

"Nhục mình hát ru, tự lừa phỉnh để tiêu pha vô nghĩa cả sinh mệnh riêng mình..." (*Xứ động vật màu huyết dụ*)

2.

Những nhân vật trong *Xứ động vật* là những con người khốn khổ, sống như bóng ma dật dờ trong bóng tối tận đáy địa ngục trần gian. Có lẽ đây là chọn lựa của nhà văn, bởi nhân vật trong văn chương là hình tượng biểu cảm và cũng là bệ phóng cho bước đường suy nghiệm của người sáng tạo ra nó. Đọc tập truyện này của Cung Tích Biền, bạn có thể dễ dàng liên tưởng đến Anton Chekhov. Thế nhưng tôi không thấy sự đối sánh đó có cái gì tương đương. Cậu bé Vanka của Chekhov còn có khoảnh khắc mơ mộng, chứ Tảo của Cung Tích Biền thì sống và chết như một con chó ghẻ. Bác nông phu Yefrem của Chekhov tuy chất phác, sùng đạo một cách ngây thơ nhưng chỉ bị gã Kuzma lưu manh, tinh quái gạt mất ít tiền thôi, chứ không bị bọn vô lại đập lên đầu cục gạch đến mất mạng như cụ Gàn. (Cái chết của cụ Gàn trong truyện *Mùi của gió mùa* còn là một ẩn dụ. Nó ám chỉ sự thua cuộc của chủ nghĩa nhân đạo đích thực trước làn sóng bạo lực hung hãn, nơi sức mạnh dã thú là lẽ phải.) Nhưng đọc Cung Tích Biền rồi nhớ đến Chekhov khiến tôi chạnh lòng, chẳng lẽ người dân trên quê hương tôi đầu thế kỉ XXI này còn khổ ải hơn cả nước Nga dưới thời quân chủ phong kiến Sa hoàng sao? Có thật vậy không?

Cung Tích Biền xây dựng nhân vật không phải để tìm kiếm đối tượng cho sự đồng cảm. Thật ra, ông không đào xới nội tâm của nhân vật. Đời sống nội tâm của cụ Gàn, của Tảo, của Liu, của lão Kiên, v.v... chỉ là những bức phác thảo đại cương hay tấm phông làm nền cho sân khấu bi kịch. Nhân vật trong

Xứ động vật đảm nhiệm phần lớn vai trò biểu hiện. Trùng trùng những thân phận oan khiên, những kiếp sống tối tăm, những chuyện đời phi lí, được bày ra, hiển lộ qua "khuôn mặt" và "hành tung" của từng nhân vật. Sự biện giải nội tâm nhân vật, theo cách nhìn của triết học, hay thuần ghi chép của sử gia, có lẽ chỉ dài dòng, làm khô cứng, hạ thấp sự sáng tạo trong văn chương. Đối với nhà văn Cung Tích Biền nhân vật là để diễn đạt cảm xúc phẫn nộ của mình trong một thế giới thù địch, trong đó cảm giác của ông là mất mát toàn diện, bị tha hóa đến cùng cực. Nếu đồng ý như vậy, ta có thể gọi mỗi nhân vật trong tập truyện của Cung Tích Biền là "phản nhân vật" và xem nó như "Kẻ lạ" của Albert Camus. Camus xây dựng phản nhân vật "kẻ lạ" nhằm thăm dò "cái trần truồng của con người khi đối diện với cái phi lí" như ông từng biện biệt. Cung Tích Biền xây dựng phản nhân vật *Xứ động vật* nhằm lột tả bộ xương khô sống của con người bên trong một khí hậu động vật. Phản nhân vật của Cung Tích Biền không còn là *person* nữa, mà là *non-person,* không hiện hữu hoặc chỉ hiện hữu thân xác chứ không có hiện thể, không có một chút quyền lợi nào, hoàn toàn không có trọng lượng trong hệ xã hội loài người, bị ruồng bỏ, lãng quên, có lẽ còn tệ mạt hơn những "con người thừa" của Dostoevsky.

Phản nhân vật của Cung Tích Biền đều có những số phận hẩm hiu, bi thảm. Khúc trong *Xứ động vật vào ngôi* không thoát nổi số kiếp oan nghiệt, như bị vướng phải lời nguyền nghiệt ngã, cuối cùng cũng cầm dao chặt người tình của mình thành nhiều khúc y như người cha đã làm lúc anh còn là đứa bé sơ sinh. Những hình tượng như vậy tiêu biểu cho kiểu người buồn bã, thất thế, bị chà đạp, giẫm nát nhưng không có năng lực, không có nội lực anh hùng để khắc phục môi trường áp chế mình. Không tìm thấy lòng can trường nào trong những nhân vật của Cung Tích Biền trong tập truyện. Sự can trường, nếu có, chỉ là lòng khao khát sáng mai thức dậy vẫn nhìn thấy ánh nắng và hít thở khí trời. Tuy nhiên, nếu nhìn một cách cao rộng hơn thì đấy là những con người sống âm thầm mà không cúi đầu, không bỏ nước ra đi, ở lại với quê hương vì yêu mồ mả, lịch sử tổ tiên, dù có thế nào cũng cố gìn giữ căn gốc giống nòi. Phẩm hạnh ấy là từ một bản lĩnh sinh tồn, từ lòng can trường chịu đựng khổ nhục. Là một hi sinh to lớn, một "thái độ anh hùng" đầy dũng cảm.

Đặt văn chương Cung Tích Biền vào ngữ cảnh triết học phi lí của Albert Camus có thể bị xem là khiên cưỡng, bởi hiển nhiên có sự khác biệt tự thân rất lớn giữa hai bối cảnh lịch sử, hai dân tộc, hai khao khát, hai trải nghiệm. Tuy vậy, ngoài mặt phê phán xã hội, Cung Tích Biền còn có chủ đích cho thấy *Xứ động vật* là sự va chạm giữa con người đi tìm kiếm những giá trị cố hữu và ý nghĩa đời sống với sự bất lực của hắn trong một thế giới vô chủ đích, vô nghĩa, hỗn loạn và phi lí. Ý thức phi lí không nảy sinh từ trí tuệ con người hay thế giới, mà từ bản chất nhị đối của cặp phạm trù đó để "con người cá thể có thể liên tục thăm dò và tìm kiếm cho mình một ý nghĩa nào đó cho cuộc sống." Đứng trước quang cảnh đổ nát, điêu tàn của quê hương mình sau Đệ nhị Thế chiến, Camus đưa ra hình tượng Sisyphus. Tương tự như vậy, chứng kiến sự phá sản của đạo đức, luân lí con người và cuộc sống phi lí trong xã hội, Cung Tích Biền muốn có một thái độ chống đối quyết liệt. Nên hiểu rõ hình tượng thần thoại Hy Lạp Sisyphus của Camus. Khi bị hỏi phải làm gì khi nhận ra sự thật phi lí của thế giới này, tự tử chăng? Camus đã cả quyết trả lời: "Không! Phải nổi dậy chống đối!" Và đối với ông, Sisyphus tượng trưng cho tinh thần kiên cường, không bao giờ thối chí bỏ cuộc.

Ở *Xứ động vật*, những suy nghiệm triết học siêu hình nhường chỗ cho một mặt bằng đau khổ nơi chúng ta trực diện với cái Có thật, Sự thật, cái Đã-là-như-thế. Những tra vấn về bản thể hay hiện tồn tuy không là chủ điểm của cuốn sách, không là mục tiêu cho tác giả truy tìm, nhưng bàng bạc đây đó, người đọc vẫn cảm thấy có những "yếu tố siêu hình" hiện hữu, những "bóng-mùi", những gặp gỡ âm dương, những trăn trở về cái gì vô hình tướng, phi vật thể.

3.

Điểm nổi bật trong văn chương Cung Tích Biền là tính nghịch dị. Những hình tượng nghệ thuật, kể cả phong cách và thể loại, được ông kết cấu dựa trên huyễn tưởng, ngụ ngôn, ngụ ý, thậm chí trào phúng, đôi khi. Trong lịch sử và lí luận văn học, nghịch dị khi thì được xem là thủ pháp của tính hài, khi thì có chủ yếu làm bật lên mức độ sắc sảo của sự châm biếm. Tuy vậy, ở Cung Tích Biền, nó được dùng để nhấn mạnh tính táo bạo của hình tượng huyễn tưởng. Cung Tích Biền luôn luôn muốn đẩy biên vực văn chương của mình đến tới hạn, và ông không ngần ngại sử dụng nghịch dị để xây dựng một thế giới dị thường, phi nhiên. Cái thực và cái phi thực ở đây trộn lẫn nhau, không gì có thể ngăn trở, cách li được. Người của hai nẻo âm dương vẫn nói chuyện được với nhau, vẫn tâm tình, vẫn chia sẻ mọi ý nghĩ thầm kín riêng tư như hai người sống. Mĩ học nghịch dị dường như không quan tâm đến viện cớ khách quan, nó cũng gạt hẳn lô-gíc ra ngoài lề, nó đảo lộn tất cả mọi hình thái cũng như trật tự thông thường của đời sống bình nhật. Tính biểu hiện nhờ đó như được gia tăng, những ngõ ngách khác của nghệ thuật được thăm dò và kết quả là một thực tại mới khai mở trong tâm trí người đọc.

Sử dụng nhuần nhuyễn tính nghịch dị như một thủ pháp văn chương, một phương thức biểu hiện khác của miêu tả nghệ thuật, nhà văn Cung Tích Biền đã mặc sức tung hoành trong thế giới hư cấu mà không gặp một trở ngại nào trong lúc thuyết phục người đọc những điều tác giả muốn bày tỏ trong thông điệp của mình. Tính nghịch dị bàng bạc trong suốt tập truyện *Xứ động vật*, nhưng có lẽ ấn tượng nhất là hai truyện: *Xứ động vật vào ngôi* và *Xứ động vật màu huyết dụ*.

Xứ động vật vào ngôi thuật chuyện một người đàn ông giết vợ, xong chặt xác vợ thành nhiều khúc nhỏ rồi bỏ trong bao bố đi rải cùng khắp thành phố.

Hiển nhiên, thông điệp của tác giả ở đây chẳng có gì khó hiểu, và chính ông đã viết thẳng điều đó ra trong truyện: *Sống nơi này, sống cách nào cũng là một cách chết*. Đấy là một thông điệp mặc dù bi thiết và đau đớn cùng cực nhưng nó cũng cực kì mạnh mẽ, bởi nó liên quan đến cái sống, cái chết. Nó cần một truyện ngắn có sức công phá của một quả bom tấn, và không có gì thích hợp hơn một tình huống nghịch dị, khiếp hãi, khiến kẻ yếu bóng vía có thể thất đảm, kinh tâm lúc đọc. Nhưng chủ ý của tác giả ở đây không phải là hù dọa trẻ em hay kẻ yếu bóng vía, ông chỉ giản dị muốn tô đậm đen, càng đen càng tốt, thân phận những con người bình thường, những con người chỉ mong ước một cuộc sống bình thường mà không bao giờ có được.

Cung Tích Biền chọn hình thức nghịch dị, ngoài tự do hư cấu, ông còn yêu cầu phải kết hợp các thái cực, ông đi xa trong bút pháp với mục đích phá hủy những hình thức khô cứng, đóng khung ước lệ, vốn tồn tại nơi tư duy và hình thái hiện thực tả chân, như có lần ông bày tỏ trong một cuộc phỏng vấn:

"... Cực đoan, đẩy một sự kiện, một hiện tượng, từ một Sự thật đã rõ/có, đến tận cùng mọi chiều kích có thể, không hoán đổi sự thật, trong cách dựng truyện, khoác áo cho nhân vật... Nghệ thuật phải khác thói thường..."

Nếu truyện *Xứ động vật vào ngôi* là thông điệp phóng chiếu ngoại tại, là tiếng kêu tắc nghẹn của kẻ đang giãy chết, thì *Xứ động vật màu huyết dụ* là cuộc độc thoại nội tâm nhằm soi giọi chính bản ngã trong cuộc hành trình tìm về nguồn cội uyên nguyên. Truyện thuật chuyến trở về làng quê sau bao năm xa cách của người đàn ông tuổi xế chiều, và trên chuyến tàu ông già gặp hồn ma người vợ cũ vốn đã nằm trong lòng đất lạnh từ thuở xa xưa. Nhờ những câu trao đổi giữa người và ma, ông già biết ngôi mộ vợ mình nằm ở đâu và ông sẽ có mặt tại nơi đó nhân lúc cô con gái của hai người (mà ông không hề biết mặt) làm lễ bốc mộ cải táng cho mẹ mình. Yếu tố nghịch dị là rất thích hợp cho một câu chuyện như thế. Hình ảnh ma mị, đối thoại u hiển, câu chữ lạnh lẽo, sắc gọn, miêu tả những hành vi quái dị (người chồng ngậm đốt xương đen xỉn của người vợ), v.v… Tất cả tạo thành một thiên truyện lạ lùng, hiếm thấy.

Đối với người ngoại cuộc, một kẻ quan sát, thì những mẩu đối thoại giữa ông già và hồn ma là một chuỗi những suy tưởng nội tâm của con người cả đời chạy theo ảo vọng để rồi khi tuổi đời bóng xế, khi cuộc nghiệm sinh đã tràn ứ nỗi buồn nhân thế, khi thành bại đều không còn mang một ý nghĩa nào đáng kể, thì hắn trở về, trở về với hiện thể uyên nguyên. Đó là lúc hắn nhìn ra sự thật. Trở về khó khăn lắm, bởi hắn phải chặt đứt, phải tách lìa, phải nhổ lên những giá trị lí tưởng xưa cũ mà suốt đời hắn cho là chân lí. Nó khó khăn như lúc trợn trừng hai mắt nhìn thẳng vào cái chết. Nó khó khăn như ngậm khúc xương người chết mà hai dòng nước mắt chảy đầm đìa.

Quả tình tôi rất muốn hiểu chủ ý của thiên truyện này là: hiện thể phải là cái gì đi trước bản thể. Điều đó có nghĩa là sự quan tâm hàng đầu cho mỗi cá nhân là chính cá nhân đó. Một con người (hiện thể) độc lập trong hành động, ý thức tự thân và trách nhiệm với chính mình, không phải cái gì thuộc về danh hiệu, vai trò, khuôn mẫu, định nghĩa, hoặc những phân loại ước định khác gán ghép lên cá nhân đó (bản thể).

Một trong những phân loại ước định đó chính là lí tưởng.

Như chúng ta biết lí tưởng là cái gì thúc đẩy cách mạng. Phải có lí tưởng mới đi làm cách mạng được, nhà văn Hermann Hesse bảo tất cả chúng ta đều có thể làm được những điều siêu việt nếu lí tưởng của chúng ta bị đe dọa. Thế nhưng, oái oăm thay, chính cái lí tưởng ấy phần nhiều đẩy chúng ta xuống hố thẳm. Người lí tưởng là người chỉ nhìn thấy bầu trời trăng sao cao đẹp chứ không thấy cái trần nhà đầy mạng nhện và bụi bặm. Hắn cố trèo lên đỉnh trời để tô điểm những vì sao chứ không màng gì đến cái trần nhà dơ bẩn. Bởi hoang tưởng như thế, hắn nhân danh lí tưởng của mình bắt những kẻ khác gò lưng làm thang cho hắn trèo. Sống dối trá, hư ngụy với chính mình, hắn không hề cảm thấy tội lỗi, lương tâm không hề cắn rứt, khi hắn xô đẩy người khác vào chỗ chết. Nietzsche bảo nếu người lí tưởng bị tống cổ ra khỏi Thiên đàng thì hắn sẽ tự tìm cách uốn nắn lí tưởng của mình cho phù hợp với Địa ngục! Đừng bao giờ nghĩ hắn có triển vọng thay đổi.

Nhà văn Cung Tích Biền biết thế và ông không chút ngần ngại gọi những người lí tưởng đó là bọn dã thú trong *Xứ động vật*:

"Cái quan điểm xem con người là phương tiện hay giải pháp, e rằng không nhân văn tí nào. Cứ lùa người vào chỗ chết hàng loạt, cứ cứu cánh biện minh cho phương tiện, cái đó chúng ta hình dung ra sức mạnh của một bọn dã thú". (*Xứ động vật vào ngôi*)

4.

Xứ động vật hiển nhiên là một cuốn sách hàm chứa nhiều luận đề. Tác giả có cái nhìn cực kì bi đát về xã hội đất nước quê hương, và trên những trang viết của ông, bình diện chính trị đã không thụt lùi vào hậu cảnh đóng vai trò bức phông sân khấu, mà nhảy vọt lên đứng sừng sững nơi tiền cảnh. Bút pháp này có lẽ không được chia sẻ bởi nhiều người cầm bút khác khi họ quan niệm Lịch sử, với tất cả những động thái của nó – chiến tranh, hòa bình, cách mạng, phản cách mạng, quốc vinh, quốc nhục – không được chen vào can dự ngòi bút của nhà văn, không thể để nó trở thành đề tài cho nhà văn minh họa, lên án hoặc biện giải những điều mình xác tín, cho dù đấy là Sự thật. Họ cho rằng văn chương chẳng qua chỉ là cảm nhận về cái tương đối trong chân lí con người, và họ yêu cầu tác giả đứng ngoài tầm nhìn của tác phẩm, tất cả mọi tư duy hãy để người đọc định đoạt.

Nhà văn Cung Tích Biền
(2018 - Ảnh TYT)

Cung Tích Biền với cuốn *Xứ động vật* đã đi ngược lại xu hướng này. Tất cả những suy nghĩ, cảm thức, ý thức của ông về những vấn nạn to lớn của đất nước, ông đem cả lên trang viết. Không do dự đắn đo, không úp mở, không mập mờ. Nhân vật chỉ là cái cớ. Cốt truyện, nếu có, chỉ là cái cớ. Nhân vật và cốt truyện ở đây chỉ giản dị đan kết vào nhau thành những mảng rời đời sống, thường không có thắt gút, mở gút, và thay vì tiến về một đoạn kết hay chung cuộc nào đó, nó lơ lửng rồi buông rơi vào trạng thái *anti-climax.*

Tuy vậy, cuốn sách cho thấy lòng yêu thương cao độ của nhà văn đối với kẻ đồng loại, nhất là những người thuộc thành phần nghèo khổ hoặc bị đày ải do chính sách phân biệt đối xử của nhà cầm quyền. Về điểm này, có thể xem Cung Tích Biền là thừa kế của Chekhov. Cũng như Chekhov, ông không xem nhà văn là người diễn trò giải khuây, giải trí. Nhà văn không phải là người tô vẽ cuộc đời cho đẹp hơn, thi vị hơn, hoặc đội lốt hành giả ngoa ngôn, mà là người kí kết hợp đồng với chính lương tâm mình để nói lên Sự thật với một tinh thần khách quan tuyệt đối, không từ bỏ bất cứ Sự thật nào cho dù nó kinh khiếp, dễ sợ ngoài mức tưởng tượng bình thường của mọi người xung quanh. Nhưng ông cũng nghi ngờ khả năng của văn chương với những giới hạn không thể tránh của nó. Ông bảo:

"Văn chương khó thể lột tả tận ngọn nguồn, dẫn tới, chỉ ra chỗ di căn của hoạn nạn, hố thẳm của đọa đày trong kiếp con người... Chữ nghĩa cổ kim chỉ mô tả cái vỏ của từng số phận con người". (*Xứ động vật mưa hồng*)

Và trong một dịp trao đổi riêng, ông bảo tôi:

"Thật ra có phóng lớn, khuếch đại thế nào cũng chẳng diễn/miêu tả nổi cái tình trạng của hoảng loạn, mạt thế, trong xã hội Việt Nam hiện nay. Nó nằm trên, và ngoài sức tưởng tượng lẫn hư cấu, trước bàn viết của một nhà văn. Việt Nam hôm nay, một xã hội tan rã là chưa đúng nghĩa, phải là một dân tộc tự hủy diệt".

Nhà văn có quyền đặt vấn đề mà không cần phải đưa ra đáp án cho vấn đề. Bởi thế, chỉ giản dị "mô tả cái vỏ của từng số phận con người" thôi đã là một cung cách đáng quý, một việc làm đáng trân trọng. Cung Tích Biền đã làm một việc như thế.

Trịnh Y Thư

MỤC LỤC

XỨ ĐỘNG VẬT
Tân truyện Cung Tích Biền
Thao Thao Xuất bản 2022

Tác giả:
Cung Tích Biền
luongcaivang@yahoo.com
714.837.3741

Nhà xuất bản Thao Thao
Tổng phát hành trên toàn thế giới
Đặt mua sách:
info@thaothao.net
Hoặc mua trực tiếp ở địa chỉ:
Amazon.com